அம்மாடி இதுதான் காதலா...

அருண்குமார் சேகர்

aelay
publish

அம்மாடி இதுதான் காதலா
கதை
ஆசிரியர் : அருண்குமார் சேகர் 2022 ©
முதல் பதிப்பு : ஆகஸ்ட் 2022
வெளியீடு : ஏலே பதிப்பகம்
5/175, பாத்திமா நகர், கூத்தென்குழி,
திருநெல்வேலி - 627104
தொடர்புக்கு : +91 9944992571

Ammadi Ithuthaan Kaathalaa
Story

First Edition : August 2022
Pages: 243
ISBN : 978-93-5533-181-6
Aelay Publish
Contact : +91 9944992571
Designed by : Aelay publish team

எனது வாழ்க்கையில் தவிர்க்க முடியாத குரலாய் இருக்கும் இன்னமும் ஒலிக்கும் பெரும் அபிமானத்திற்குரிய அய்யா **எஸ்.பி.பாலசுப்ரமணியம் *SPB*** அவர்களை என் கதையில் எங்காவது கொண்டாட வேண்டும் என்ற ஆசை எனக்கு அதை சிறிதாய் நிறைவேற்றிக்கொள்ள அவர் பாடிய ஒரு பாடலில் இருந்து சிறு வரியை எடுத்து, **நீயே என் இதயமடி** என பிரதிலிபியில் *(இணையத்தில்)* வெளிவந்து பெரும் வரவேற்பையும் வார்த்தைகளையும் பெற்ற என் கதையை,

இப்போது தலைப்பு மாற்றி எஸ்.பி.பி அவர்களின் நினைவாய் **"அம்மாடி இதுதான் காதலா"** என பெயரிட்டு உங்களிடம் புத்தகமாய் மகிழ்வோடு வெளியிடுகிறேன்.

-அருண்குமார் சேகர்

அதிகாலை நேரம் இருள் முழுவதுமாய் விலகவில்லை கீழ் வானம் இளம் ஆரஞ்சு நிறத்தில், மேகங்கள் அடர்ந்து காண விடியலின் ஆரம்பமாக சூரியன் மெதுவாய் உதித்து கொண்டிருந்தான்.....

பறவைகளின் கீச் கீச் சப்தமும் அந்த காலையிலும் சாலையில்செல்லும் ஒன்றிரண்டு வாகனங்களின் இரைச்சல் உடன் ஆரம்பமாகிறது அந்த நாளின் அழகிய பொழுது,

கோவில் நகரம்!! , தூங்கா நகரம்!! , கூடல் நகரம், திருவிழா நகரம்!! என பல பெயர்களை கொண்ட பாசத்திற்கும் வீரத்திற்கும் பெயர்போன பெருநகரமான "மதுரை" மாவட்டத்தின் மத்தியில் உள்ள பலதரப்பட்ட மக்கள்வசிக்கும் அந்த வீதியில் அழகாய் காட்சியளிக்கிறது அந்த வீடு .....

அந்த வீட்டின் வாசலில் போடப்பட்டுள்ள கோலமும் அதன் நடுவில் வைத்துள்ள பூசணிப்பூவும் அவ்வீட்டிற்கு மேலும் அழகு சேர்த்திருந்தது, இரண்டு தளங்களை கொண்ட அந்த வீட்டின் கீழ் தளத்தில் இரு தனியறை, சமையலறை மற்றும் கூடத்தை கொண்டது. மேல் தளம்

மொட்டை மாடியாய் இருக்க அதில் ஓரத்தில் ஒரே ஒரு தனியறை மட்டும் கொண்டிருக்கும் கட்டிடம்.

அந்த வீட்டின் கூடத்தில் போடப்பட்டுள்ள சோபாவில் அமர்ந்து பேப்பர் படித்து கொண்டிருக்கும் 53 வயதை நெருங்கும் அவர்தான் சங்கர மூர்த்தி இந்த வீட்டின் குடும்ப தலைவர், வயது மட்டுமே இவ்வளவு.. வேகமும் தேகமும் ஐந்தாறு வயதை குறைத்தே சொல்லும்... இவர் ஒரு தனியார் வங்கியில் வேலை செய்கிறார். வேலையிலும் சரி வீட்டிலும் சரி சிறிது கண்டிப்பானவர். படித்து மதிக்கதக்க வேலையில் இருந்தாலும் நாகரீகமாய் மாறிவரும் இந்த காலத்திலும் தனது பண்பாட்டை மறக்காதவர் தனது சொந்தங்களை மதிப்பவர்.

சங்கரமூர்த்தி பேப்பரின் அடுத்த பக்கத்தை புரட்டுகையில் சமையலறையில் இருந்து சத்தம்,

என்னங்க இங்க வாங்க, கேஸ் சிலிண்டர் தீர்ந்திருச்சு போல! வந்து இத நகட்டிட்டு அந்த "ஃபுல்ல" மாத்தி விடுங்க, என்று...

இந்த சத்தத்தின் சொந்தக்காரி 47 வயதை எட்டிய மீனாட்சி தேவி. இவர்தான் இந்த குடும்பத்தின் தலைவி.. பெயர்க்கு ஏற்றார் போல தெய்வ இலட்சணமாக உள்ளவர், உறவுகள் அனைவரும் தேவி என அழைப்பார்கள். கணவர் மற்றும் பிள்ளைகளை சுற்றியேதான் இவரது வாழ்க்கை. தனது குடும்பத்தாரின் தேவைகளை நிறைவேற்றி வைக்கும் அக்மார்க் குடும்ப பெண்.

சங்கர மூர்த்தி சிலிண்டரை மாற்றிவிட்டு மீண்டும் கூடத்திற்கு வந்து பேப்பரில் மூழ்கினார்.

தேவி காபியை போட்டு சமையலறையை விட்டு வெளியே வந்து தனது கணவருக்கு கொடுத்துவிட்டு தனது பிள்ளைகளை எழுப்ப சென்றார்....

டேய் கார்த்திக் டேய் எந்திரிடா.....

என தன் அம்மாவின் குரல் கேட்டு லேசாய் கண்திறந்து பார்த்தான், சங்கரன் மற்றும் தேவியின் மகன் கார்த்திக்.

லேசாய் விழித்து தன் அம்மாவை பார்த்தவன், ம்ம்ம்.. இந்தா ஒரு நிமிஷம்மா என சொல்லி கண்ணை மூட,

டேய் எந்திரிடா... உனக்கு இதே வேலையா போச்சு, அப்பறம் ஏம்மா எழுப்பல இப்ப பாரு வேலைக்கு நேரமாச்சுனு என்னை சொல்ல வேண்டியது, காபி ஆறிரும் எந்திரிச்சு கீழ வா என்று சொல்லி விட்டு தேவி சென்றுவிட்டார்.

எந்திரிச்சுட்டு திரும்பி தூங்குறானே.. அந்த ஒரு நிமிசத்த "சொர்க்கமா" நெனச்சுக்கிட்டு இவன்தான் இந்த "கார்த்திக்"தான் நம்ம ஹீரோ.

தெனமும் தன் அம்மா உசுப்பியவுடன்தான் கண் விழிப்பான் அதன் பின் அந்த ஒரு நிமிட சொர்க்கம். சில நிமிடம் கழித்து எழுந்து மணியை பார்த்தான் அது 6:05 என காட்டியது, அதை பார்த்துவிட்டு தூக்க கலக்கத்துடனே நேராய் பாத்ரூமிற்குள் புகுந்தான். கார்த்திக் பிரெஷ் ஆகி வருவதற்குள் இவனை பற்றி பார்ப்போம்...

25 வயதை எட்டும் கார்த்திக் கருமை கலந்த மாநிறமும் 5 1/2 அடிக்கு சற்றே கூடுதலான உயரமும் அதற்கேற்ற உடலமைப்பும் ஸ்டைலான மீசை தாடியுடன் பார்ப்போரை வசீகரிக்கும் அழகன்... மெக்கானிக்கல் இன்ஜினியரிங் முடித்துவிட்டு இப்ப ஒரு ஆட்டோமொபைல்

கம்பெனியில் டிசைன் இன்ஜினியரா இருக்கான் ரெண்டு வருசமா இந்த கம்பெனியில வேலை பார்க்கிறான்.

இந்த வேலையோட இவர் பார்த்த.. பார்க்க.. போகிற காதல் வேலைதான் இந்த கதைங்க..!!!

கார்த்திக் பிரெஷ் ஆகி ஏதோ அவனுக்கு பிடித்த பாடலை ஹம்மிங் செய்தபடி படிகளில் இறங்கி கீழே ஹாலிற்கு வர, அங்கு தனது அப்பாவை காணவும் ஹம்மிங்கை நிறுத்திவிட்டு

அம்மா... காபி என்று சொல்லிக்கொண்டே அங்கு இருந்த சேரில் அமர்ந்தான், அமர்ந்தவன் தனது மொபைலை எடுத்து நோண்ட ஆரம்பிக்க...

குட்மார்னிங்டா கார்த்திக் என்று சொல்லியவாறு அவனிடம் காபி கப்பை நீட்டினாள் அவனது அக்கா திவ்யா.

திவ்யாவிற்கு வயது *28* திருமணமாகி கணவண் சிவா வெளிநாட்டில் பணிபுரிவதால் இவள் தன் பெற்றோர் வீட்டில் உள்ளாள். இவளுக்கு நான்கு வயதில் ஒரு அழகான பெண் குழந்தை உள்ளது.

தற்போது அந்த வீட்டின் இளவரசி தேவதை என எல்லாமே நான்கு வயதே ஆகின்ற கவிநயாதான்...

ம்ம், குட்மார்னிங்க்கா கவிய எங்க? என்று கேட்டுக்கொண்டே கார்த்திக் காபியை வாங்கி கொள்ள,

அதுவரை தனது பாட்டியுடன் சமையல் அறையில் இருந்த கவி கார்த்திக் வந்தவுடன்..

மாமா குட்மார்னிங்.. என மழலை குரலில் கூவி கொண்டு கார்த்திக்-ன் மேல் தொற்றி கொண்டாள் அவளை வாரி

அணைத்து கொஞ்சியவன் சிறிது நேரம், கவி சொன்ன கதைகளை கேட்டவாறு விளையாடிவிட்டு பின்பு தன் அறைக்கு சென்றான், அங்கு வழக்கம்போல் ஹோம் தியேட்டரில் பாடலை ப்ளே செய்து அதை கேட்டு ரசித்தவாறு வேலைக்கு செல்ல தயாராக ஆரம்பித்தான்.

வேலைக்கு தயாராகி கீழே வந்தவன் நேராக தேவியிடம் சென்று, அம்மா நான் *Office* போயிட்டு வந்திடுறேன். சாயங்காலம் வர லேட் ஆகும்னு நினைக்கிறேன் என சொல்லவும்.

ம்ம் சரிடா பாத்து போயிட்டு வா... என்று சமையலறையில் இருந்து வெளியே வாசல் வரை வந்து வழியனுப்பினாள் கார்த்திக்கின் அம்மா தேவி.

தனது அம்மாவிடம் சொல்லிக்கொண்டு தனது *FZ* பைக்கை ஸ்டார்ட் செய்து பெட்ரோல், ப்ரேக் எல்லாம் சரியாய் இருக்கிறதா என்று பார்த்தவன் ஹாரனை இரண்டு மூன்று முறை விடாமல் அழுத்தி பார்த்துவிட்டு பின் ஆக்சிலேட்டரை முறுக்கி கிளப்பி அங்கிருந்து இரண்டு தெரு தள்ளி உள்ள அவன் நண்பன் பாலாவின் வீட்டின் முன் வந்து நின்றான்.

(பாலாவும் கார்த்திக்கும் சிறு வயதிலிருந்தே நண்பர்கள். பள்ளி, கல்லூரி, தற்போது வேலை செய்யும் கம்பெனி வரை ஒன்றாகவே இருக்கிறார்கள்)

பைக்கில் இருந்தபடியே, டேய் பாலா என்று கார்த்திக் சத்தமாய் அழைக்க,

டேய் வந்துட்டேண்டா கத்தாத என்று சொல்லியவாறு வந்த பாலா பைக்கில் ஏறியமர்ந்தான்.

பின் இருவரும் நேராக அவர்களது ஆஸ்தான டீ கடைக்கு வந்து இறங்கி டீ மாஸ்டற்கு தங்கள் ஸ்டைலில் வணக்கத்தை வைத்துவிட்டு அவர்களது ஃபேவரட் சிகரெட்டை வாங்கி புகைக்க ஆரம்பித்தனர்,

பாாலா போனில் யாருடனோ பேசியபடி சிகரெட்டை புகைக்க கார்த்திக் தனது பைக்கின் மேல் ஸ்டைலாக சாய்ந்து கொண்டு சாலையை வேடிக்கை பார்த்தவாறு சிகரெட் பிடித்துக்கொண்டிருந்தான்.

அப்போது திடீரென அந்த சாலை அழகாய் மாறியது போல் இருக்க கண்களை நன்கு விழித்தப்படி பார்த்தான், அங்கு அவனது தேவதை பிரியா நடந்து வந்துக்கொண்டிருந்தாள்.

அவளை பார்த்த மாத்திரத்தில் முகத்தில் புதிதாய் புன்னகை குடிகொள்ள உள் இழுத்த சிகரெட் புகையை வெளிவிட மறந்து,

நம்மள மயக்குறதுக்குன்னே இன்னைக்கு எப்படி "குமால்டிங்கா" கிளம்பி வந்துருக்கா பாரு என தனக்குள் சொல்லி கொண்டு அவளை வெறித்தான் கார்த்திக்.

அலை அலையாக கேசம்..!! சலவை செய்த நிலவினை போன்றதொரு ஒளிமுகம்..!! உருளும் திராட்சைகளாய் இரு கருவிழிகள்..!! உருண்டையான கூர்மையான நாசி..!! தேன் சொட்டும் ஆரஞ்சு சுளைகளாய் பிளந்து கொண்ட இதழ்கள்..!! சந்தனத்தில் பாலை குழைத்து பூசிவிட்ட மாதிரியான மேனி வண்ணம்..!! தேர்ந்த சிற்பி ஒருவன் செதுக்கிய மாதிரியான தேகக்கட்டு..!! அழகே உருவான 23 வயது நிரம்பிய "பிரியா" மொத்த அழகையும் குத்தகைக்கு எடுத்து கொண்டு சிகப்பு நிற சிறிது வேலைப்பாடுகள் நிறைந்த சுடிதாரில் தனது கல்லூரி பஸ்ஸை பிடிக்க எழிலாய் நடந்து வந்தாள்.

(பிரியா இப்ப எம்-காம் கடைசி வருஷம் படிக்கிறா, பிரியாவோட அம்மா சுந்தரி அப்பா சக்திவேல் இருவரும் காதல் திருமணம் செய்து கொண்டவர்கள். இந்த காதல் தம்பதியினருக்கு ஒரு மகன் ஒரு மகள். மகன் 28 வயது ஆகும் குணா சென்னையில் ஒரு பிரைவேட் கம்பெனியில் வேலை செய்கிறான், தனது 26வது வயதில் பெற்றோர்கள் பார்த்து நிச்சயித்த பெண்ணை திருமணம் செய்து கொண்டு அன்றிலிருந்து அவளை காதலித்து அழகாய் அன்பாய் வாழ்பவன்.

குணாவின் மனைவியின் பெயர் செல்வி நல்ல குணமுடையவள். செல்வியும் பிரியாவும் நல்ல தோழிகளாக பழகுபவர்கள் இருவருக்குள்ளும் இரண்டு வயதே வித்தியாசம் என்பதால் எந்த விஷயத்தையும் பேசி கொள்வார்கள்.

விடுமுறை நாட்களில் சென்னையில் இருந்து அவர்கள் இங்கு வருவதும் சில நாட்கள் இவர்களும் அங்கும் கிளம்பி போய் வருவார்கள்,

பிரியாவை அவளது அம்மா அப்பா அண்ணன் குணா, செல்வி என அனைவருக்கும் பிடிக்கும் அதனால் இவளுக்கு ஒன்றென்றால் இந்த வீட்டில் உள்ள அனைவரும் துடித்து விடுவார்கள்.

இந்த வீட்டின் இளவரசி!! இவள்தான்.)

கார்த்திக்கை இன்னைக்கு பாக்கவே கூடாது நேரா ரோட்டை பார்த்து நடந்துரனும் என தனக்குள் அழுத்தமாய் நினைத்தவாறு பிரியா மெதுவாக நடந்து வந்து கொண்டிருக்க டீ கடை அருகில் வரவும் அவள் சொல் கேட்காமல் வழக்கம்போல் அவளது கண்கள் கார்த்திக் மேல் பட்டு திரும்பியது...

ச்சே பாக்க கூடாதுன்னு சொன்னேன்ல என தன்னையே கடிந்துகொண்டவளாய் தனது நடையை துரிதமாக்கி வேகமாய் ஓடி போய் சற்று தள்ளி நின்று கொண்டிருந்த தனது கல்லூரி பேருந்தில் ஏறி கொண்டாள்.

ஏண்டி மெதுவா வர வேண்டியதுதான பஸ்-தான் நிக்குதுல என தன் அருகே மூச்சு வாங்கியபடி அமர்ந்து இருந்த பிரியாவிடம் கேட்டாள் அவள் கல்லூரி தோழி சந்தியா,

அவளுக்கு பதில் சொல்லாமல், எருமமாடு!! எப்படி பாக்குறான் பாரு திருட்டுபய!! என்று பிரியா முனு முனுத்துக் கொண்டிருக்க...

ஏய் என்னாடி நான் என்ன கேக்குறேன்?? நீ என்னடானா ஏதோ புலம்பபுற என சந்தியா கேட்கவும்?

புலம்பலடி, எவ்வளவு தைரியமா என் முன்னாலயே சிகரெட் புடுச்சுகிட்டு எப்படி பாக்குறான் பாரு பொருக்கி பய என திட்ட,

ஏய் யாரடி திட்ற என சந்தியா வினவ??

நான் வேற யார திட்ட போறேன் கார்த்திக்தான் என இவள் சொல்லி விட்டு. நீயே சொல்லுடி என ஆரம்பிக்க, இருவருமாய் பேசியபடி தங்கள் பயணத்தை தொடங்கினர்.

பிரியா பேருந்தில் ஏறியவுடன் கார்த்திக் அருகில் வந்த பாலா, என்னா மச்சி பிரியா பாக்காம போற மாதிரி இருக்கு? இப்ப என்ன உங்களுக்கு??? என கேட்க..?

முடிந்து போன சிகரெட்டை மிதித்து அனைத்தபடி யார்டா சொன்னா அவ என்ன பாக்காம போறானு... என்று முகத்தில் ஒரு சிறு புன்முறுவலுன் சொன்னவன், அதுலாம் அவ என்ன பாத்துட்டுதான் போறா, நீ வண்டில ஏறு என்று சொல்லியவாறு வண்டியில் ஏறியமர்ந்தான்.

இருவரும் தங்களது கம்பெனிக்கு வந்து தங்கள் கேபினுக்குள் சென்றவர்கள் வேலையை பார்க்க ஆரம்பித்தனர், இருவரும் இந்த கம்பெனியில் "ஆர்-அண்ட்-டி" டிபார்ட்மெண்டில் டிசைன் என்ஜினீர் ஆக உள்ளனர்..

கார்த்திக் அன்றைய தனது வேலையை பார்த்து முடித்துவிட்டு தனது மொபைலை எடுத்து நோண்ட ஆரம்பிக்க ஏதோ சிந்தனை தோன்றவும் மொபைலில் போட்டோ கேலரிக்கு சென்று தன் இதயத்தை!! தன் இதயமானவளை!! பார்த்து ரசிக்க ஆரம்பித்தான்.

பல போட்டோக்களை நகற்றி பார்த்து வந்தவன் அந்த குறிப்பிட்ட போட்டாவில் நிற்க அதில் பச்சை பட்டு புடவையை சுற்றி கொண்டு மயக்குகிற மாதிரி ஒரு பார்வையை வீசியவாறு எழிலாக நிற்கும் தனது மனம் கவர்ந்த தேவதையை முகத்தில் ஒரு பிரகாச சிரிப்புடன் காதலாய் பார்த்தவனுக்கு பல நினைவுகள் வர அவற்றை நினைத்தவாறு தன் தேவதையை ரசிக்க ஆரம்பித்தான்.

டேய் கார்த்தி... டேய் கிளம்பிட்டியா வேகமா வாடா மணி ஆயிருச்சு பாரு என மாடியில் இருக்கும் தன் மகன் அறையை நோக்கி அழைத்தவாறு தனது மகள் திவ்யாவிடம் ஒரு பையை கொடுத்து இந்தாம்மா இத பத்திரமா வச்சுக்கோ என தேவி சொல்லிக்கொண்டிருக்கையிலயே

ஃப்ளு கலர் ஜீன்ஸ்-ம் ஃப்ளாக் கலர் ஃபுல் ஹாண்ட் ஷர்ட்டும் அணிந்து கொண்டு சட்டையின் ஸ்லீவை மடித்துவிட்டவாறு அழகாய் இறங்கி வந்தான் 18 வயது நிரம்ப போகும் கார்த்திக்.

டேய் தம்பி என்னடா கோவிலுக்கு போகையில இந்த சட்டையை போட்டுக்கிட்டு வர உங்கப்பா திட்ட போறாரு போயி வேற சட்டை போட்டுக்கிட்டு வா என அவனிடம் மெதுவாய் அவன் அம்மா தேவி கடிந்து கொள்ள,

இந்த சட்டைக்கு என்னமா? இதுக்கு எதுக்கு அவரு வைய போறாரு என இவனும் மெதுவாய் சற்று எரிச்சலுடன் கேட்க..?

டேய் கோவிலுக்கு போகையில கருப்பு சட்ட வேணாம். சொன்னா கேளு, உங்கப்பா மத்தநாள் போட்டாலே வைவாறு ஒழுங்கா போய் நல்ல பிள்ளையா வேற சட்டையை போட்டுக்கிட்டு வா மணி ஆகுது பாரு என கார்த்திக்கை அவன் அம்மா கண்டிக்கவும்,

வாயில் எதையோ முணுமுணுத்தபடி படிகளில் மெதுவாய் ஏறியவனுக்கு

தேவி என்ன இன்னும் கிளம்பலயா.. அவன் இன்னும் என்ன பன்னிக்கிட்டுருக்கான் என வெளிய இருந்து அவனது அப்பாவின் குரல் கேட்கவும் விறுவிறுவென படிகளில் ஏறி தன் அறைக்குள் புகுந்தான் கார்த்திக்.

அன்று சங்கர மூர்த்தி, மீனாட்சி தேவி தம்பதியின் திருமணநாள் என்பதால் "மீனாட்சி அம்மன்" கோவிலுக்கு தரிசனம் செய்ய குடும்பத்துடன் வந்திருந்தனர்.

மதுரை என்றாலே அனைவருக்கும் முதலில் ஞாபகம் வருவது "மீனாட்சி அம்மன்" கோவில்தான்!! இல்லையா..!!??

தூங்கா நகர் மதுரையின் மத்தியில் அமைந்துள்ள இந்த கோவிலுக்கு நான்கு கோபுர வாசல்... இச்சிறப்பில், இதற்கு நான்கு மாடக்கூடல் என்றும் பெயர்.

கோவிலின் உள் நுழையவும் பொற்றாமரை குளம், அக்குளம் சுற்றி அடுத்தடுத்து கட்டிட கலைக்கு எடுத்துக்காட்டாய் விளங்கும் அஷ்ட சக்தி மண்டபம் ,

முதலி மண்டபம், சேர்வைக்காரர் மண்டபம் , கிளிகூட்டு மண்டபம் மங்கையர்க்கரசி மண்டபம், ஆயிரம் கால் மண்டபம் ஆகியவை அமையப்பெற்று நமக்கு பிரம்மிப்பையும் பெருமையையும் சேர்க்கிறது.

நாற்திசையிலும் எழில் மிகு கோபுரங்கள் கோவில் வாயிலாக இருக்கும் பட்சத்திலும் மீனாட்சி அம்மன் கிழக்கு நோக்கி அருள் பாளிப்பதால் பெரும்பாலான பக்தர்கள் யாவும் கிழக்கு கோபுரத்தை கை கூப்பி வணங்கியபடியே அம்மனை காண உட்செல்கின்றனர். முதலில் அனைவரும் விபூதி விநாயகரை வணங்கி அங்குள்ள விபூதியை அள்ளி விநாயகர் மீது பூசிவிட்டு அம்மனை தரிசிக்க செல்வது இன்றளவும் மரபாக உள்ளது.

திவ்யா, கார்த்தி ரெண்டு பேரும் நல்லா சாமிய கும்பிடுங்க, நல்லா படிக்கணும் நல்ல பேரு வாங்கணும் நல்ல ஞாபக சக்தியை கொடுங்க நல்ல பிள்ளையா இருக்கனும் நல்ல உடல் ஆரோக்கியத்தை குடுங்க அப்டின்னு நல்லா வேண்டிக்கோங்க என தனது பிள்ளைகளுக்கு சொல்லியவாறு அதையே தனது வேண்டுதலாகவும் வைத்தார் அவர்களின் அப்பா சங்கர மூர்த்தி.

தாயே என் பிள்ளைகள் என் வீட்டுக்காரர் எல்லாரும் நல்லா இருக்கனும் அவுங்களுக்கு நல்ல கைகால் சுகத்தை கொடு, யாருக்கும் எந்த பிரெச்சனையும் வர கூடாது என தன் பிள்ளைகளுக்கும் கணவருக்காகவும் மட்டும் அந்த மீனாட்சி தேவியிடம் நமது மீனாட்சி தேவி மனமுருகி வேண்டியபடி அனைத்து ஸ்வாமிகளிடமும் இதையே வேண்டுதலாய் வைத்து தரிசனத்தை முடித்தார் தன் குடும்பத்துடன்.

தரிசனத்தை முடித்துவிட்டு நேராய் தெப்பத்திற்கு வந்தவர்கள் மேல் படிக்கட்டுகளில் அமர அதில் கார்த்தி மட்டும் கீழே இறங்கி சென்று தெப்பத்தின் கடைசி படியில்

நின்றவாறு எதை பற்றியோ யோசித்தபடி வேடிக்கை பார்த்து கொண்டிருந்தான்.

அங்கு இவனுக்கு அருகிலே இவனை விட இரு வயது குறைவாய் உள்ள ஒரு பெண், சிறுமி ஒருவளுடன் வந்து தனது பாவாடையை சற்று உயர்த்தி பிடித்தபடி தெப்பத்தை நோக்கி குனிந்து நீரை கையில் அள்ளி சிறுமியின் தலையில் தொளித்துவிட்டு மீண்டும் குனிந்து நீரை அள்ள போகையில் பேலன்ஸ் தவறுவது போல் இருக்கவும் சட்டென அருகில் நின்றவனின் கையை பற்றிக்கொண்டாள்.

அதுவரை வேறெங்கோ பார்த்தபடி இருந்த கார்த்திக்கிற்கு தனது கையை சட்டென யாரோ பிடித்து இழுப்பது போல் தெரியவும் உடனே திரும்பி பார்க்க சரியாய் அதே நேரத்தில் தன்னை நிதானப்படுத்திக் கொண்டு நிமிர்ந்தாள் பெண் அவள், இருவர் பார்வையும் கலந்தது.

கார்த்தியும் அந்த பெண்ணும் பார்த்துக்கொண்ட அந்த நொடியில் இருவருக்குள்ளும் மின்னலாய் ஏதோ ஒரு உணர்வு ஏற்பட தங்களை மறந்து அந்த உணர்வை அனுமதித்து அனுபவித்தப்படி நின்றனர்.

அப்போது அக்கா.. என அந்த பெண்ணுடன் வந்த சிறுமி ஒரு முறைக்கு இருமுறை அழைத்த பிறகே தெளிந்த அவள் சட்டென தான் பற்றியிருந்த கார்த்தியின் கையை உதறி விடுவித்து விட்டு தனது பாவாடையை ஒற்றை கையால் உயர்த்தி பிடித்தவாறு விறுவிறுவென அழகாய் படிகளில் ஏறி மேல் வரை போனவள் ஒருமுறை திரும்பி இவனை பார்க்க கார்த்தி அவளையே பார்த்தபடி நிற்கவும் முகத்தை திருப்பி கொண்டு ஓடி மறைந்தாள்.

அவளையே லேசான புன்முறுவலுடன் பார்த்து கொண்டிருந்தவன் அவள் கண்ணை விட்டு மறையும்

தொலைவு வரை பார்த்தபடி அவள் பிடித்திருந்த தனது கையை தன் மற்றொரு கை கொண்டு பிடித்தவாறு அவளையே நினைத்து புன்னகை பூத்த முகத்துடன் தன்னை மறந்து நின்றவனுக்கு சட்டென ஏதோ தோன்ற தன் குடும்பத்தினர் அமர்ந்திருந்த திசையை நோக்கினான் அங்கு அவர்கள் யாரையும் காணவில்லை நல்ல வேளை என நினைத்து பெருமூச்சொன்றை விடுத்தவன் உடனே படிகளில் ஏறி மேலே செல்ல சற்று தொலைவில் இருந்து அவனது அக்கா திவ்யா அழைத்தாள்.....

எங்கக்கா போனீங்க அம்மாவையும். அப்பாவையும் எங்க என அவன் அக்கா திவ்யாவிடம் இவன் கேட்க?

வெளிய பிரசாதம் கொடுக்க போனோம் அம்மாவும் அப்பாவும் அங்கதான் கொடுத்துக்கிட்டு இருக்காங்க என ஒரு திசையை காட்டிவிட்டு அக்கா திவ்யா நடக்க இவனும் அக்காவுடன் இணைந்து நடந்தான்.

கோவிலில் இருந்து வீட்டுக்கு வந்த கார்த்திக் நேராக தனது அறைக்கு சென்று கீழே விரிப்பில் விழுந்தான்!! விழுந்தவன் கோவிலில் பார்த்த அந்த பெண்ணின் ஞாபகத்தில் புதைந்தான்!!

யார்டா கார்த்தி அந்த பிள்ள..!!?? பார்த்த உடனே நம்மள என்னமோ பண்ணிட்டா..!! அவள பாக்கையில இங்க என்னமோ பன்னுச்சேடா...

என சட்டையின் மேலாக தன் இதயம் இருக்கும் பகுதியில் கை வைத்து தடவியவாறு தன்னுடன் தானே பேசிக்கொண்டிருந்தான்...

அந்த கண்ணு!! அதுக்கு மேல அந்த ரெண்டு புருவம்!! அதுக்கு மத்தியில ஒரு பொட்டு!! அதுக்கு மேல மெல்லிய

திருநீர் கீற்று!! காதுல அந்த பெரிய ஜிமிக்கி!! எம்புட்டு அழகு!!

என அந்த பெண்ணை பற்றி நினைத்த கார்த்திக்கிற்கு அவளை பார்த்த அந்த நொடி இதயத்தில் ஏற்பட்ட அந்த உணர்வு இப்போதும் ஏற்பட அதை அனுபவித்தப்படியே சுகமாய் கண்ணை மூடியபடி படுத்திருந்தான்.

சிறிது நேரத்தில் அவன் அறைக்கு வந்த திவ்யா, கார்த்தி கீழ வா அம்மா சாப்பிட கூப்ட்டாங்க என அழைக்கவும்...

நீ போக்கா நான் வரேன் என திவ்யாவிற்கு பதில் சொல்லிவிட்டு தன்னை சரிப்படுத்தி கொண்டு கீழ் வந்தவன் சாப்பிட அமர....

டிவி-யில் ....

"துளி துளி துளி மழையாய் வந்தாளே!!
சுட சுட சுட மறைந்தே போனாளே!!
பார்த்தால் பார்க்க தோன்றும்!!
பேரை கேட்க தோன்றும்!!
பூப்போல் சிரிக்கும்போது!!
காற்றாய் பறந்திட தோன்றும்!!

செல் செல் அவளுடன் செல் என்றே கால்கள் சொல்லுதடா..!!
சொல் சொல் அவளிடம் சொல் என்றே நெஞ்சம் கொல்லுதடா..!!
அழகாய் மனதை பறித்துவிட்டாளே"

என்ற அவனுக்கு பிடித்த பாடல் ஓட கார்த்திக்கிற்கு தான் கோவிலில் கண்ட அந்த பெண்ணின் ஞாபகம் உள்ளுக்குள் குடியேறி ஒருவித குறுகுறுப்பை ஏற்படுத்தியது.

மறுநாள்...

கார்த்திக்கின் வீட்டுக்குள் வந்த பாலா, தேவியம்மா.... தேவியம்மா.... என அழைத்தப்படி டிவி முன் அமர்ந்திருந்த கார்த்திக்கின் அருகில் போய் அமர்ந்தான்.

தன்னை அழைத்த குரல் பாலாதான் என்பது தெரிய, ம்ம்.. சொல்லு பாலா, அம்மா இங்க சமயக்கட்டுல இருக்கேன் என அங்கிருந்து குரல் கொடுத்தார் தேவி

பாலாவும் குரல் வந்த திசை பக்கம் தலையை திருப்பி.. தேவியம்மா அம்மா சந்தைக்கு கிளம்பிட்டாங்களாம் உங்கள வர சொன்னாங்க என சொல்லிவிட்டு, டிவி-யில் கவனமாய் இருந்த கார்த்தியிடம் டேய் மச்சி *"WF"* வையுடா என அவசரப்படுத்தினான்.

பொறு மச்சி இந்த பாட்டு முடியட்டும் என டிவி-யில் ஓடிய பாட்டை ரசித்தபடி பொறுமையாய் சொன்னான் கார்த்திக்

டிவி பக்கம் திரும்பிய பாலா அதில்...

"எங்கிருந்தாய் நான்
மண்ணில் பிறந்திடும் போது
எங்கிருந்தாய் நான்
கொஞ்சம் வளர்ந்திடும் போது

எங்கேயோ பிறந்தாய்
அடி எங்கேயோ வளர்ந்தாய்
இன்று என் முன்னால்
நீயாய் வந்தாய்
இதற்கென்ன அர்த்தம்
என் உயிரெல்லாம் சத்தம்
அடி எனக்காக நீயும் வந்தாய்"

என்ற பாடல் ஓட அதை கண்டு திகைத்தவனாய் டேய் என்னடா பாட்டு மாத்துடா என சொல்ல

அந்த பாடல் முழுமையாக ஓடும் வரை பாலாவின் பக்கம் திரும்பாமல் பாட்டையே ரசித்த கார்த்திக் பாடல் முடிந்து விளம்பரம் போடவும் இவன் பக்கம் திரும்பியவன்,

மச்சி பாட்டு நல்லா இருந்துச்சுல என கேட்க பாலா முறைப்பாய் இவனை பார்த்தவாறு இந்த பாட்டை இதுக்கு முன்னாடி நீ பாத்ததே இல்ல என கேட்கவும்?

அது மச்சி இன்னைக்கு இந்த பாட்டு என்னமோ வேற மாதிரி இருக்கு என நேற்று கோவிலில் கண்ட அந்த பெண்ணை நினைத்தவாறு சொல்ல...

கார்த்தியின் முகத்தில் எதையோ கண்டவனாய், ம்ம்.. நீ இப்படியெல்லாம் இருக்க மாட்டியே ஏதோ வித்தியாசமா படுதே என சந்தேகமாய் அவனை பாலா பார்க்க,

இப்ப என்ன மச்சி *WF* தான பாக்கணும் வா பாப்போம் என ரிமோட்டை எடுத்து சேனலை மாற்ற,

அப்போது அங்கு வந்த தேவி....

டேய் பசங்களா டிவி-ய அமத்திட்டு காப்பிய குடிச்சுட்டு ஒழுங்கா டியூஷனுக்கு கிளம்பி போய் படிக்கிற வழிய பாருங்க, சண்டை பாக்கிறேன் கிரிக்கட்டு பாக்குறேன்னு படிப்பை கோட்டை விட்றாதீங்க அம்மா சந்தைக்கு கிளம்பிட்டேன் கிளம்புங்க... என சொல்லியவாறு இவர்களிடம் காப்பி டம்ளரை கொடுத்துவிட்டு கிளம்பி சென்றார் கார்த்தியின் அம்மா தேவி.

தனது அம்மா வெளியே வாசலை தாண்டும் வரை அவரையே பார்த்திருந்த கார்த்திக்... அவர் வாசலை தாண்டவும் பாலாவிடம்

டேய் மச்சி நேத்து கோவில்ல ஒரு பிள்ளைய பார்த்தேன்டா என காபியை ஒரு மிடரு குடித்தபடி சொல்ல...

அதுவரை டிவி-யில் தன் தலைவன் "ஜான் சீனா" போட்டுக்கொண்டிருந்த சண்டையை தீவிரமாய் பார்த்து கொண்டிருந்த பாலா டக்கென அவன் பக்கம் திரும்பி, என்னாது... கோவில்ல ஒரு பிள்ளைய பார்த்தியா என திகைப்பாய் கேட்டான்..!!??

ஆமா மச்சி என ஆரம்பித்து கோவிலுக்கு சென்றது அங்கு அந்த பெண்ணை கண்டது என அனைத்தையும் கார்த்தி சொல்லி முடிக்க, அனைத்தையும் காபியை குடித்தபடி பொறுமையாய் கேட்ட பாலா

அவனை மேலும் கீழும் பார்த்தவாறு, அதான் ஒருமதிரியாவே இருக்கியா என சொல்ல பல்லை மட்டும் காட்டினான் கார்த்திக்

சரி அந்த புள்ள எப்படி இருந்துச்சு மச்சி என பாலா கேட்கவும்

எப்டினா... எனக்கு புரியல மச்சி என பாலாவின் முகத்தை பார்த்தபடி கார்த்திக் சொல்ல

இல்ல மச்சி அழகா இருந்துச்சானு கேட்டேன் என பாலா சொல்லவும்

அழகான்னு கேட்டா அழகுன்னுதான் மச்சி சொல்லுவேன் ஆனா அத தாண்டி லட்சணமா இருந்துச்சு மச்சி அந்த பிள்ள!! அந்த பிள்ளைய பாத்த நொடி எனக்குள்ள என்னமோ மாதிரி பண்ணுச்சு மச்சி அது ஒரு மாதிரி "ஃபீலா" இருந்துச்சு இது புதுசா இருந்துச்சு மச்சி என நேற்றைய நிகழ்வை நினைத்தவாறு தன் நெஞ்சின் மேல் கைவைத்து தலையை அசைத்தபடி காற்றில் மிதப்பவனாய் கார்த்திக் சொல்லியபடி பாலாவை பார்க்க அவன் இவன் சொல்லியதை கவனியாதவனாய் டீவியில் கவனமாய் இருந்தான்.

பின் வீட்டில் இருந்து கிளம்பிய இருவரும் ஒன்னரை கிலோமீட்டர் தூரம் தள்ளி உள்ள தாங்கள் படிக்கும் வெற்றி டியூஷன் செண்டர் நோக்கி தங்கள் சைக்கிளில் பயணமானர்கள்

இவர்கள் படிக்கும் அந்த வெற்றி டியூஷன்தான் அந்த ஏரியாவிலேயே மிகவும் பிரபலமானதும் சிறந்ததும் கூட, பெரிய காம்பௌண்டுக்குள் இரண்டு தளங்களை கொண்ட இந்த டியூஷன்னில் ஒன்பதாம் வகுப்பு முதல் பன்னிரெண்டாம் வகுப்பு வரை பாடங்கள் சொல்லித்தரப்படுகிறது, பள்ளியில் பாடங்கள் நடத்துவது போல இங்கும் தனி தனியே வகுப்புகள் வாரியாக பாடம் எடுக்கப்படுகிறது

இங்கு பயிலும் மாணவர்கள் பொதுத்தேர்வில் தேர்ச்சி பெறுவது மட்டுமின்றி நமது சமுதாயத்தில் இந்த மதிப்பெண்கள் எடுத்தால்தான் நீ அறிவாளி திறமைசாலி என சொல்லப்படும் அந்த மதிப்பெண்களையும் எடுப்பதால் அந்த சுற்று வட்டாரத்தில் உள்ள அதிகப்படியான மாணவர்கள் இங்குதான் டியூஷன் வருகிறார்கள்

100 மாணவர்களுக்கு மேல் படிக்கும் இந்த டியூஷனின் கீழ்தளத்தில் 9ம் மற்றும் 11ம் வகுப்பினருக்கும் மேல் தளத்தில் 10ம் மற்றும் 12ம் வகுப்பினருக்கும் வகுப்பு பிரித்து பாடம் எடுக்கப்படுகிறது

டியூஷன் தொடங்க இன்னும் சில நிமிடங்கள் இருக்கவே மாணவர்கள் வந்தவாறும் ஒரு சிலர் ஆங்காங்கே நின்று பேசியவாறும் இருந்தனர்......

அவ்வாறு டியூஷனுக்கு வந்த மூன்று தோழிகள் மேல் தளத்தில் தடுப்பு சுவற்றின் மேல் தங்கள் ஸ்கூல் பேக்ஸை கழட்டி வைத்தபடி சத்தமாக பேசி சிரித்தபடி இருந்தனர்......

அதில் ஒருத்தி சட்டென தனது சிரிப்பை நிறுத்திவிட்டு வியப்பும் சந்தேகமும் கலந்த பார்வையுடன் தடுப்பு சுவரை வேகமாய் நெருங்கி கீழே வருபவனையே பார்க்கையில் அவளது கை பட்டு சுவற்றின் மேல் வைத்திருந்த தனது ஸ்கூல் பேக் *(bag)* கீழே தவறியது...

அப்போதுதான் தங்கள் சைக்கிளை சைக்கிள் ஸ்டாண்டில் நிறுத்தி விட்டு முதல் மாடியில் உள்ள தங்கள் வகுப்பிற்கு செல்ல படி அருகே வந்து கொண்டிருந்த கார்த்திக் பாலவிற்கு ஒரு அடி முன்னாள் சரியாய் விழுந்தது அந்த பேக்.

தங்கள் முன்னாள் விழுந்த பேக்கை கண்டு திகைத்த நண்பர்கள் இருவரும் தலையை நிமிர்த்தி மேலே மாடியை பார்க்க அங்கே மூன்று பெண்கள் நிற்க அதில் ஓரத்தில் நின்றவள் பேக்கை தள்ளிவிட்ட பதட்டத்தில் பல்லை கடித்தவாறு கையை உதரியபடி நின்றாள்....

அப்போது பாலா கையை உயர்த்தி ஏதோ சொல்ல போகையில் அவன் தோள் மேல் கை வைத்து லேசான சிரிப்புடன் வேணாம் என்பது போல் கார்த்திக் தலையாட்டவும். ஏன்டா என்பது போல் கார்த்தியை பாலா பார்க்க

அப்போது மேல் இருந்த பெண்களில் இருவர் சாரி தெரியாம.. என இவர்களை பார்த்து மன்னிப்பாய் சொல்ல.....

பையை தள்ளிவிட்டவள் அவர்களுக்கு பின்னால் மறைந்தபடி நின்றாள்.

அந்த பெண்களுக்கு சரி என்பது போல் தலையசைத்துவிட்டு நண்பர்கள் இருவரும் நகர...

ஏய் பிரியா.... என்னடி எதுக்கு திடீர்னு அமைதியான அப்பறம் கீழ வேகமா எட்டிபாத்த பேக்க வேற தள்ளிவிட்டுட்ட என அடுக்கடுக்காய் அவளது தோழி கேட்க...?

அவளோ சிந்தையை வேறெங்கோ வைத்தபடி ஒன்றும் பேசாமல் நின்றாள்

ஏய் என்னடி நான் கேட்டுட்டு இருக்கேன் பதில் பேசாம நிக்கிற என அவளது தோளை தொட்டு உளுக்கினால் அவள் தோழி ஜனனி....

அதில் தெளிந்தவள் ம்ம் ஒண்ணுமில்லடி என சொல்லவும்...

இன்னொருவள் அம்மாடி பிரியா நீ தெளிவாதான இருக்க என கேட்க...

ஏய் நான் நல்லாத்தான் இருக்கேன் சரி விலகுங்க நான் போயி என் பேக்க எடுத்துட்டு வந்துட்றேன் என அவர்களிடம் சொல்லிவிட்டு

இவன் அவன்தானா இல்ல வேறவனா பின்ன எதுக்கு நம்மள அப்டி பாத்தான் அவனாதான் இருக்குமோ என யோசித்தவாறே படிகளில் இறங்கினாள் அந்த பெண் பிரியா....

பாதி படிகள் ஏறிய கார்த்திக் ஏதோ நினைத்தவன் சட்டென்று ஏறாமல் நிற்க என்னடா மச்சி என்ற பாலாவுக்கு பதில் சொல்லாமல் கீழிறங்கி இவன் முன் விழுந்த அந்த பேக்கை எடுத்து கொண்டு மேல் ஏறினான்.....

இவன் விட்டு போன அதே இடத்தில் நின்று கொண்டிருந்த பாலா இவன் பேக்குடன் வந்ததை பார்த்துவிட்டு என்னடா என கேள்வியாய் நோக்க..??

அதற்கு அவன் அதுவந்து மச்சி என ஆரம்பிக்கையிலேயே கீழ் இறங்கி வரும் பிரியாவை பார்த்தவன் அவள் அருகில் செல்ல இன்னும் இரண்டு படிகளில் வேகமாய் தாவியேறி பேக்.. என சொல்லியவாறு அவள் முன் நீட்டி நின்றான் கார்த்திக்.

யோசனையுடன் படிகளில் இறங்கியதால் அவன் இவளை பார்த்தது போல் இவள் அவனை கவனிக்கவில்லை....

தன் முன் "பேக்" என சொல்லி அவன் நீட்டிய பின்பே தலையை நிமிர்த்தி பார்த்தவள் அவனை கண்டவுடன் சில நொடிகள் திகைத்து நிற்க..... பின்பு சுதாரித்து அவன் நீட்டிய "பேக்கை" வாங்கியவள் இவன் அவனேதான் என தன் மனதிற்குள் சொல்லியவள்..

பேக்கை எடுத்து கொடுத்ததற்கு ஒரு நன்றி கூட சொல்லாமல் விறு விறுவென படிகளில் ஏறி தன் வகுப்பிற்க்குள் ஓடினாள்.....

நேற்று போல் இன்றும் படிகளில் அழகாய் விறுவிறுவென ஏறிப்போனவளை ரசித்தவாறு நின்ற கார்த்திக்கிடம்.....

டேய் வாடா க்ளாஸ்க்கு போவோம் என சொல்லிவிட்டு ஒரு தேங்க்ஸ் கூட சொல்லாம போது அந்த புள்ள அத நிண்டு பாத்துக்கிருக்கான் இன்னைக்கு என்னமோ நீ சரியில்லடா என முனாகியாவாறு படிகளில் பாலா ஏற....

நேற்று கோவிலில் கண்டவளை சில நொடிகளில் தன் இதயம் ஆட்கொண்டவளை இனிமேல் கண்ணில் காண முடியுமா என்றிருந்தவனுக்கு மறுநாளே காட்சி தந்து விட்டாள் பெண்ணவள்......

அவளை கண்ட இவனுக்கோ உள்ளுக்குள் இனம் புரியா இன்பம் அதை அனுபவித்தப்படியே தன் நண்பனுடன் இணைந்து படிகளில் ஏறிய கார்த்திக்......

டேய் மச்சி நேத்து கோவில்ல ஒரு பிள்ளையை பாத்தேன்னு சொன்னேன்ல அந்த பிள்ளைதான் மச்சி இது என இவன் எடுத்து கொடுத்த தனது பேக்கை வாங்கிகொண்டு விறு விறுவென படிகளில் ஏறிப்போகும் பிரியாவை காட்டி தன் நண்பன் பாலாவிடம் சொல்ல...

என்னடா சொல்ற இந்த பிள்ளையா என லேசான வியப்புடன் கேட்டான் பாலா...

ஆமா மச்சி இந்த பிள்ளதான்... நேத்தும் இப்படித்தான் அழகா படிக்கட்டுள்ள ஏறி ஓடுச்சு இன்னைக்கும் அப்படித்தான் ஓடுது என நேற்று கோவிலில் தனது பாவாடையை உயர்த்தி பிடித்து அழகாய் ஓடிய பிரியாவை நினைத்து பார்த்து கார்த்திக் சொல்ல...

ஏன்டா அந்தப்பிள்ள மிரண்டு ஓடுற மாதிரி இருக்கு அழகா ஓடுதான் வாடா.. க்ளாஸ்க்கு நேரமாகுது என கார்த்திக்கை அழைத்தவாறு படிகளில் ஏறினான் பாலா...

போடா இவனே என பாலாவை திட்டுவது போல் சொன்ன கார்த்திக்,சத்தியமா நெனச்சு கூட பார்க்கல மச்சி இந்த பிள்ளைய இங்க பார்ப்பேன்னு...

இந்த பிள்ள நம்ம டியூஷன்லயா படிக்கிது இத்தனை நாளா இந்த பிள்ளைய இங்க பாத்தது இல்லையே மச்சி என சொல்லிக்கொண்டிருக்கையில்..

இவர்களுக்கு பின்னால் வந்த இவர்களின் நண்பன் பிரபு நீங்க என்னைக்குடா பிள்ளைகள பார்த்திருக்கீங்க என கார்த்திக் கடைசியாய் சொன்னதை கேட்டவனாய் அவன் சொல்லிவிட்டு, ஆமா புதுசா என்னடா பொண்ணுங்கள பத்திலாம் பேசுறீங்க வயசுக்கு வந்திட்டிங்களா மச்சீஸ்.. என கேலியாய் கேட்க மூவருமாய் பேசியபடி அவர்கள் வகுப்புக்குள் நுழைந்தனர்.

அவனேதான் இவன்! நேத்து கோவில்ல பாத்தவனேதான்! இங்க எப்படி? இங்கதான் இவனும் படிக்கிறானோ! இத்தனை நாளா இங்க பாத்தது இல்லையே... என யோசித்து கொண்டிருந்தவளுக்குள்

என்னடி பிரியா அவன் இவன்னு சொல்ற நம்மள விட சீனியர்னு நினைக்குறேன் என அவளது மனது சொல்ல... இனிமே சொல்லமாட்டேன் என தனது மனதிடம் சொல்லிவிட்டு

ச்சே.. பேக்க எடுத்து கொடுத்ததுக்கு ஒரு தேங்க்ஸ் கூட சொல்லாம வந்துட்டோமே என சத்தமில்லாமல் முனுமுனுத்தவாறு தன் தலையில் தட்டிக்கொண்டாள்...

அவள் அருகில் அமர்ந்திருந்த ஜனனி அவளை வித்தியாசமாய் பார்த்தவாறு ஏய் பிரியா என்னடி பேக்க கூட திறக்காம இருக்க என்ன? என அவளது தோளை தொட்டு கேட்க.

அப்போதுதான் நினைவு வந்தவளாய் தெளிந்த பிரியா ம்ம் ஒண்ணுமில்ல ஜனனி கீழ இருந்து வேகமா வந்தேனா அதான் கொஞ்சம் ரிலாக்ஸ் பன்னிக்கலாம்னு என சொல்லவும்

அதற்கு ஜனனி ஏன் மெதுவா வர வேண்டியதுதானே என சொன்னவள் கீழ போகயில அந்த சீனியர்ஸ் ஏதும் சொன்னாங்களா பேக் விழுந்ததுக்கு என கேட்க?

ஏய் அவர் சீனியர்தான்டி பிரியா இனிமே அவன் இவன்னு சொல்ல கூடாது என தன் மனதிற்குள் ஆழமாய் சொல்லி கொண்டவள்...

இல்ல இல்ல அவங்க எதுவும் சொல்லல.. அவுங்கத்தான் பேக்கவே எடுத்துட்டு வந்து கொடுத்தாங்க நான்தான் அதுக்கு ஒரு தேங்க்ஸ் கூட சொல்லாம வந்துட்டேன் என பிரியா சொல்லவும்.

ஹே சூப்பர்ல... அவங்களே பேக்க எடுத்துட்டு வந்து கொடுத்துருக்காங்க என அவளின் மற்றொரு தோழி ஜெனி கூற..

ம்ம் சூப்பர்தான் என கார்த்திக்கின் புன்னகை பூத்த முகத்தை நினைத்தவாறு தனக்குள் சொல்லிவிட்டு வகுப்பு ஆரம்பிக்கவும் அதில் கவனமானாள் பிரியா.

மறுநாள் டியூஷனிற்கு தாங்கள் வழக்கமாய் வரும் நேரத்திற்கு வந்த நண்பர்கள் இருவரும் டியூஷன் காம்பௌண்டுக்குள் நுழைகையில் ஏதோ தோன்றியவனாய் கார்த்திக் மட்டும் மாடியில் அந்த பிள்ள நிக்குமா என்று எதிர்பார்த்து தலையை நிமிர்த்தி பார்க்க அங்கு பிரியா தன் தோழிகளுடன் நின்று பேசிக்கொண்டிருந்தாள்..

கார்த்திக் இதுபோல் ஒரு பெண்ணை பார்க்கவேண்டும் என எண்ணி பார்ப்பதும், பார்த்தவுடன் அவளையே பார்த்துக் கொண்டிருக்கவேண்டும் என தோன்றியதும் இப்போதுதான். பிரியாவை பார்த்த நொடியில் உள்ளுக்குள் ஒரு உணர்வு பூக்க முகம் பிரகாசமானது...

பிரியாவும் தன் தோழிகள் ஜனனி மற்றும் ஜெனியிடம் பேசியபடி கீழே வந்த கார்த்திக்கை கவனித்திருந்தாள். அவன் தன்னை பார்க்கிறான் என்பது தெரியவும் தன் முகத்தை திருப்பி கொண்ட பிரியா ஏன் நம்மள இப்படி பாக்குறான்.. என யோசிக்கையில் அவன் புன்னகை பூத்த முகம் அவளை ஏதோ செய்ய அவனுக்கு தான் பார்ப்பது தெரியாதவாறு கொஞ்சம் பின் நகன்று இவளும் பார்த்தாள் அவனை...

இதுபோல் தினமும் டியூஷனுக்கு வருகையில் எவ்வளவு முயன்றும் பிரியாவை பார்ப்பதை தவிர்க்க முடியாத கார்த்திக் தனது மனதின் பேச்சை கேட்டு கீழ் இருந்து பிரியாவை தவறாது பார்க்க ஆரம்பித்தான்.

அவளுக்கும் மனம் ஏதோ சொல்லியிருக்கும் போல் பிரியாவும் மறைந்தவாறு இவனை பார்ப்பாள் அவனுக்கு தெரியாதவாறே...

இவ்வாறு இருவரும் ஒருவருக்கொருவர் பார்த்துக்கொள்ள ஆரம்பித்தனர்....

இருவருக்கும் டியூஷன் முடியும் நேரம் வேறு வேறு என்பதால் இதை தவிர பார்த்துக்கொள்ள வேறு சந்தர்ப்பம் இல்லை கிடைத்த இந்த நேரத்தில் இருவரும் ஒருவரை ஒருவர் பார்த்துக்கொள்ள தவறியதும் இல்லை.

இவ்வாறு நாட்கள் நகர அன்று டியூஷனில் டெஸ்ட் எழுதி கொன்டிருந்த கார்த்திக் தனக்கு சற்று தள்ளி எழுதி கொண்டிருந்த பாலாவிடம் டேய் மச்சி முடுச்சிட்டியா என மெதுவாய் கேட்க?

அதற்கு பாலா இந்தா ஒரு நிமிஷம் மச்சி முடிக்க போறேன் என சொல்லவும்

வேகமா எழுதுடா எல்லாரும் முடுச்சு பேப்பர கொடுத்துட்டு கிளம்பிக்கிருக்கான்ங்க என கார்த்திக் சொல்ல

இந்தா முடுஞ்ச்சு மச்சி கிளம்புவோம் என பாலா சொல்லிய ஐந்து நிமிடத்திற்கு பிறகு தங்களது டெஸ்ட் பேப்பரை கொடுத்துவிட்டு வகுப்பில் இருந்து கிளம்பினர்...

இந்த பிரபு நாளைக்கு செத்தாண்டா என்கிட்ட என பாலா லேசான கடுப்புடன் கார்தியிடம் சொல்ல

ஏண்டா மச்சி அவன் என்ன பண்ணான் உன்ன என கார்த்திக் அவனிடம் கேட்டான்

அதற்கு இல்ல மச்சி இன்னைக்கு மசால் பூரி வாங்கி தரேன்னு சொன்னான் ஆனா நமக்கு முன்னாடியே பேப்பரை கொடுத்துட்டு கிளம்பிட்டான் பாரு என பாலா சொல்ல..

அவன் இருந்திருந்தாலும் இந்த நேரத்துக்கு மசால் பூரி இருக்காதுடா.. எவ்வளவு நேரம்டா எழுதுவ என நொந்தவனாய் கார்த்திக் சொல்லியபடியே நடந்து வர

அங்கு சைக்கிள் ஸ்டாண்ட் அருகே பிரியா ஜனனி ஜெனி மூவரும் ஒருவனுடன் வாதிட்டு கொண்டிருந்தனர்...

அதை கவனித்த கார்த்திக்கும் பாலாவும் ஏதோ பிரெச்சனை என்பது போல் தெரிய என்ன மச்சி ஏதோ பிரெச்சனை மாதிரி இருக்கு என பாலா கேட்க?

ஆமா மச்சி அப்படித்தான் தெரியுது என பாலாவிடம் சொன்ன கார்த்திக் அங்கு இருந்த பிரியாவை பார்க்கவும் அந்த பிள்ள வேற அங்க இருக்கு என நினைதவனுக்கு லேசான பதட்டம் ஏனோ வந்தது...

இருவரும் சைக்கிள் ஸ்டான்ட் நோக்கி நடக்க...

அப்போது, பிரியா ஜனனி ஜெனியுடன் வாதிட்டிருந்தவன் அப்டித்தாண்டி பண்ணுவேன் என்னடி பன்னுவீங்க? என சொல்லி கெட்ட வார்த்தை உபயோகிக்க ***** அது இவர்கள் அருகில் வந்திருந்த கார்த்திக் பாலா காதில் சரியாய் விழுந்துவிட்டது.

ஏனோ உடனே கோபமானவனாய் டேய் என்னடா பேசிக்கிருக்க பொம்பள பிள்ளைகக்கிட்ட என அவனிடம் சீற்றமாய் கேட்டான் கார்த்திக்.

யாருடா நீ... உனக்கென்னடா இவளுகளை சொன்ன என கார்த்திக்கை பார்த்து ரூட்டாய் கையை நீட்டி அவன் பேசவும்

யாருடாவா ??? என அவன் நீட்டிய கையை பிடித்து முறுக்கிய கார்த்திக் பொம்பள பிள்ளகிட்ட அசிங்கமா பேசுற என்னடான்னு கேட்டா என்கிட்டவே ரூட்டா பேசுற என முறுக்கிய அவன் கையை அழுத்த வலியில் ஆ.. ஆ.. விடுடா என கத்தியவாறு நெளிந்தான் அவன்.

திரும்பியும் டாவா... விடு மச்சி இவன என பாலா... கார்திக்கிடம் சொல்ல அவன் விடவும் அவன் பின் தலையில் இரண்டு அடி வைத்தான் பாலா.

நடப்பது அனைத்தையும் லேசான அதிர்ச்சியுடன் வேடிக்கை பார்த்து கொண்டிருந்த தோழிகள் மூவர் பக்கமும் திரும்பிய கார்த்திக்...

அசிங்கமா பேசிக்கிட்டு இருக்கான் அவனை அப்பாம.. நின்னுகிட்டு இருக்கீங்க என கேட்க அவர்கள் ஒன்றும் சொல்லாமல் அமைதியாய் நிற்கவே இவனே தொடர்ந்தான்

என்ன.. என்ன? பிரெச்சனை..? என கார்த்திக் கேட்க...

அது வந்து ஒன்னுமில்ல சும்மாதான் என ஜனனி எதையோ மறைத்தவளாய் சொல்ல

என்னப்பா ஒன்னுமில்லனு சொல்றீங்க நாங்க அங்க இருந்து பார்க்கையில ஏதோ சண்டை மாதிரி தெரிஞ்சுச்சு என்னனு சொல்லுங்க என கார்த்திக் சற்று அழுத்தி கேட்கவும்

பிரியா ஜெனி இருவரும் ஜனனியை பார்த்துவிட்டு சற்று தயங்கியபடி கார்த்திக்கை பார்த்தனர்...

கார்த்திக் பிரியா சொல்லுவாள் என எதிர்பார்த்தவனாய் அவளை பார்த்து சொல்லு என்பது போல் உரிமையாய் தலையசைக்க அவள் ஜெனியிடம் சொல்லு என்பது போல் கண்களால் சொல்ல ஜெனி சொல்ல ஆரம்பித்தாள்...

இவன் இங்க எங்க கூடத்தான் டியூஷன் படிக்கிறான் ஒரு வாரத்துக்கு முன்னாடி இவக்கிட்ட என ஜனனியை காட்டி லவ் பன்றேனு சொன்னான் அதுக்கு இவ இல்ல நான் பண்ணல மறந்துரு அப்டின்னு சொல்லிட்டா...

அதுக்கப்பறம் இவளோட புக்ல எல்லா பேஜூம் அவன் பேர எழுதி வச்சான் தினமும் இவனோட ப்ரெண்ட்ஸ் எல்லாரும் ரஞ்சித் ரஞ்சித்னு அவன் பேர சொல்லி இவ போரப்பயும் வரப்பையும் கூப்பிட இவ இவன் கிட்ட போயி இனிமே இப்டி செய்யாத உன் பேர நான் போரப்பையும் வரப்பையும் சொல்றான்ங்க இனிமே சொன்னான்ங்கனா சார்கிட்ட சொல்லுவேன் என சொன்னதுக்கு

சரி அப்ப என்ன லவ் பன்னு அப்டின்னு சொல்ல இவ அவனை திட்டிட்டு வந்துட்டா... அதுக்கப்பறம் க்ளாஸ்ல ஏதாவது பையங்கிட்ட பேசுனா அவன்கூட எதுக்கு பேசுற என் கூட பேசு என தொந்தரவு செய்ய...

அப்படித்தாண்டா பேசுவேன் உன் கூட பேச முடியாதுடான்னு சொன்னதுக்கு இன்னைக்கு க்ளாஸ்ல உள்ள எல்லா பெஞ்ச்லையும் செவத்துளையும் இவ பேர அசிங்கமா எழுதி வச்சிட்டான்... என ஜெனி சொல்லிக்கொண்டிருக்க ரஞ்சித்தை பிடித்து நிறுத்தியிருந்த பாலா அவனது கன்னத்தில் இரண்டு அரை வைத்தான் டியூஷன் சுவற்றில் ஜனனி என்ற பெயர் எழுதி அசிங்கமான வார்த்தையால் குறிப்பிட்டு இருந்ததை அவனும் பார்த்திருந்தான்....

பாலா அடிக்கும் வரை பொறுத்திருந்த ஜெனி விட்ட இடத்தில் இருந்து தொடர்ந்தாள்...

ஏன்டா இப்படி எழுதுனனு கேட்டதுக்கு அப்படித்தான்டி எழுதுவேன் என்னடி பன்னுவீங்க உங்க பேரையும் நாளைக்கு எழுதுவேன் அப்படின்னு சொல்லி அசிங்கமா பேசுறான் என ஜெனி சொல்லி முடிக்க இந்த முறை அவன் கன்னத்தை பழுக்க வைப்பதை தனது கடமையாக்கி கொண்டான் கார்த்திக்....

அன்னை அரசாளும் மதுரையில் இருந்து கொண்டு பெண்களை தவறாய் பேசுவதை ஏற்று கொள்ள முடியாது என்பதாய் நண்பர்கள் இருவரும் அவனை வெளுத்தனர்...

சார்கிட்ட இவன சொல்லிட்டீங்களா என தோழிகள் மூவரை பார்த்து பாலா கேட்க...?

இல்ல இதை எப்படி நாங்க போயி சொல்றதுன்னு என ஜெனி இழுக்க...

அவர்களது சங்கடத்தை புரிந்தவனாய் நீங்க வீட்டுக்கு கிளம்புங்க இவன சார்கிட்ட நாங்க சொல்லிக்கிறோம் என சொல்லி அவர்களை கிளப்பினான் கார்த்திக்.

தோழிகள் மூவரும் தங்கள் சைக்கிளை எடுத்துகொண்டு அமைதியாய் கிளம்பினர்.

டியூஷன் விட்டு வெளியே வந்த பிரியா கார்த்திக்கை திரும்பி பார்க்க அங்கு அவன் ரஞ்சித்தை இழுத்து கொண்டு நகர்ந்தான்,

டியுஷனில் கார்த்திக் பாலாவிற்கு நன்கு பழக்கமான சார் ஒருவரிடம் ரஞ்சித்தை அழைத்து சென்று இவன் எழுதி

வைத்ததை கூறி அவனை அவரிடத்தில் விட்டுவிட்டு கிளம்பினர் நண்பர் இருவரும்....

இது இவர்களுக்கு சம்பந்தம் இல்லாத பிரச்சனைத்தான் இத கண்டுக்காம போயிருக்கலாம் அந்த ரஞ்சித் அந்த பிள்ளைககிட்ட அசிங்கமா பேசாம இருந்திருந்தா, அவன் அசிங்கமா திட்டவும் அவனை மொத்திட்டாங்க கார்த்தியும் பாலாவும். பிரியா அங்க இருந்தது கார்த்தியின் அடியில் கூடுதல் வலுவையும், ரஞ்சித்திற்கு கூடுதல் வலியையும் கொடுத்தது.

மறுநாள் டியூஷன் ஆரம்பிக்க இன்னும் சில நிமிடங்கள் இருந்த நிலையில் மாணவர்கள் சிலர் ஆங்காங்கே நின்று எப்போதும்போல் பேசிக்கொண்டிருந்தனர்..

தோழிகள் மூவரும் தாங்கள் வழக்கமாய் நின்று பேசும் இடத்தில் நின்றபடி

அவுங்களை பாத்து தேங்க்ஸ் சொல்லனும்பா, நேத்து நம்ம பாட்டுக்கு கிளம்பிட்டோம் என ஜனனி சொல்ல...

ம்ம் ஆமாப்பா தேங்க்ஸ் சொல்லணும்.. ஆனா எப்ப வருவாங்கன்னு தெரியலையே என ஜெனி சொல்லிவிட்டு, நேத்து அவனுக்கு செம்ம அடி அதுக்கே கண்டிப்பா அவுங்களுக்கு தேங்க்ஸ் சொல்லணும் என உள்ளுக்குள் மகிழ்ந்தவாறு கூறவும்.

நேற்று கார்த்திக் ரஞ்சித்தை அடித்ததை மனதில் நினைத்தபடி இருந்த பிரியா அவுங்க இப்ப வர நேரம்தான்... இப்ப வந்துருவாங்க என சொல்ல மற்ற இருவரும் அவளை லேசான வியப்பும் குழப்பமுமாய் பார்த்து எப்படி சொல்ற என கேட்டனர்...

பிரியாவிற்கு தெரியாதா தினமும் கார்த்திக்கை தவறாது பார்ப்பவள் ஆயிற்றே....

அய்யய்யோ... உளறிட்டமோ என மனதிற்குள் நினைத்தவளாய் டியூஷன் ஸ்டார்ட் ஆகா கொஞ்ச நேரம்தான இருக்கு அதுனால சொன்னேன் என பிரியா சொல்லிவிட்டு அவர்களை பார்க்க இருவரும் நம்பியவர்களாக தலையாட்டினர்....

அன்றும் வழக்கமான நேரத்திற்கு வந்த நண்பர்கள் இருவரும் உள்ளே நுழைகையில் கார்த்திக் தலையை நிமிர்த்தி பிரியாவை பார்க்க அங்கு அவளும் இவனை எதிர்பார்த்தவளாய் எதிர்நோக்கினாள்

முந்தைய நாட்கள் போல் அவனை பார்த்து மறைந்து கொள்ளாமல் நின்ற இடத்தில் நின்றவாறே அவனை லேசாய் பார்க்க அதை கண்ட கார்த்திக் மத்தாப்பாய் பூத்து இவளை பார்த்து லேசாய் புன்னகைத்தான்.

அவனது அந்த சிரிப்பு இவளை இம்சித்தது போல பார்வையை அவன் மேல் இருந்து திருப்பியவள் தன் தோழிகளிடம் ஏய் அவுங்க ரெண்டு பேரும் வந்துட்டாங்கப்பா என சொல்ல அவர்கள் இருவரும் மாடி ஏறி வரும் வரை காத்திருந்தனர் மூவரும்.

மாடி ஏறி வந்த நண்பர்கள் கார்த்திக் , பாலா இருவரும் இடது புறம் உள்ள தங்கள் வகுப்பை நோக்கி திரும்ப போகையில் அவர்கள் அருகில் வந்த தோழிகள் மூவரும்..

நேற்று நடந்ததை சொல்லி ரொம்ப தேங்க்ஸ்னே என ஜனனி சொல்ல...

அவளது அந்த நன்றியில் பங்கு எடுத்தவளாய் ஜெனியும் தேங்க்ஸ் என சொல்ல பிரியா வாயை திறக்காமல் தலையை மட்டும் ஆட்டினாள் ஜெனி நன்றியை தெரிவித்தபோது,

இதுக்கு எதுக்கு தேங்க்ஸ்லாம், என சங்கடமாய் கேட்டனர் நண்பர்கள் இருவரும்

இப்ப நார்மல்தானே எல்லாரும் என கார்த்திக் கேட்க?

ம்ம் இப்ப எந்த பிரெச்சனையும் இல்லண்ணே என திருப்தியாய் சொன்னாள் ஜனனி.

அதற்கு, அப்படியே பிரச்சனைன்னாலும் அதான் இவளுக்கு அண்ணன்ங்க நீங்க இருக்கீங்களே..., இவ அண்ணான்னு கூப்ட்ட உடனே இல்ல இல்ல கூப்டாமயே வந்திர மாட்டீங்களா என ஜெனி தன் வாயாடித்தனத்தை காட்டவும். அனைவர் முகத்திலும் சிரிப்பு பரவியது...

முன்பின் அந்நிய பெண்களுடன் இப்படி நின்று பேசிடாத நண்பர்கள் இருவரும் சங்கடமாய் நெளிந்தபடி நின்றனர். பின் சரிப்பா பாப்போம் என தலையசைத்தவாறு சொல்லிவிட்டு கார்த்தியும் பாலாவும் நகர

அண்ணே... என அவர்களை அழைத்து நிறுத்திய ஜனனி அண்ணே உங்க பேரு எண்ணனே என கேட்டாள்?

உடனே கார்த்தியும் பாலாவும் தங்கள் பெயரை சொல்லிவிட்டு அவர்களிடத்தில் அவர்கள் பெயரை கேட்டனர்..

அவ்வளவு நேரம் நடந்த உரையாடலில் சிறிதும் வாய் திறக்காத பிரியா முதன் முறை தன் வாய் திறந்து தன் பெயரை சொல்லி அறிமுகமாக போகையில்,

இவ பேரு பிரியா, இவ பேரு ஜனனி என் பேரு ஜெனிபர் என ஜெனி முந்திக்கொண்டு மூவரின் பெயரையும் சொல்ல பிரியாவின் குரலை கேட்கப்போகும் ஆவலில் இருந்த கார்த்திக்கிற்கு அது ஏமாற்றமாய் ஆனது இருந்தும் அவள் பெயர் தெரியவும் ஏனோ அதை தாண்டிய ஒரு சந்தோசம் உள்ளுக்குள்...

சரிங்கண்ணே ஃபாய் கிளாஸ்க்கு போறோம் என ஜனனி சொல்ல...

ம்ம் பாப்போம் அண்ணன்லாம் சொல்ல வேணாம் சும்மா பேர் சொல்லியே கூப்டுங்க என கார்த்திக் தோழிகள் மூவரையும் பார்த்து பொதுவாய் சொல்லிவிட்டு கடைசியாய் பிரியாவின் மேல் பார்வையை பதித்தான். அவர்களும் தலையசைத்துவிட்டு தங்கள் வகுப்பை நோக்கி நகர்ந்தனர்...

பிரியா போகும் வரை தடுப்பு சுவர் மேல் சாய்ந்தவாறு அவளையே கார்த்திக் பார்த்து கொண்டிருக்க வகுப்பிற்குள் நுழைய போன பிரியா நுழையாமல் திரும்பி கார்த்திக்கை பார்க்க அங்கு அவன் இவளையே பார்த்துக்கொண்டிருந்தான்

பிரியா வகுப்பிற்குள் செல்லாமல் திரும்பி தன்னை பார்ப்பதை கண்ட கார்த்திக் ஏதோ ஒரு உந்துதலின்பால் என்ன என கண்ணசைத்து பார்வையால் கேட்கவும்..?

லேசான பதட்டம் வந்தவளாய் ஒன்றுமில்லை என்பது போல் தலையசைத்துவிட்டு பிரியா உள்ளே போக இவனும் தன் வகுப்பை நோக்கி நடக்க ஆரம்பித்தான்..

அப்போது கார்த்திக்... என ஒரு குரல் தேனாய் அழைக்க உடனே திரும்பி பார்த்தான் கார்த்திக்... அங்கு பிரியா இவனை பார்த்தவாறு நடந்து வந்துக்கொண்டிருந்தாள்.

குரல் வந்த திசையில் திரும்பிய கார்த்திக்கிற்கு அழைத்ததது பிரியா என தெரிய அந்த தேன் குரல் இப்போது இதயம் வரை இனித்தது

மச்சி என்னனு கேட்டுட்டு வரேன் என லேசான சிரிப்புடன் பாலாவிடம் சொல்லிவிட்டு இவன் அவள் அருகில் போய்...

என்ன பிரியா..? என முதன் முறையாக அவள் பெயரை அழைத்து கேட்க..?

அவன் தன்னை முதல் முறை பெயர் சொல்லி அழைத்ததை ரசித்தவளாய் இல்ல தேங்க்ஸ் சொல்ல கூப்ட்டேன் என லேசாய் நெளிந்தவாறு பிரியா சொன்னாள்

அதற்கு, தேங்க்ஸ்ஸா எதுக்கு என சிறிது புரியாதவானாய் கார்த்திக் கேட்க?

இல்ல அன்னைக்கு பேக் கீழ விழுந்தப்ப எடுத்துட்டு வந்து கொடுத்தீங்கள அதுக்குத்தான் என சொல்லிவிட்டு மீண்டும் தேங்க்ஸ் என சொன்னாள் பதுமையாய்

அவள் பேசுவதை ரசித்து பார்த்தவன் ஓ அதுக்கா என லேசான புன்முறுவலுடன் சரி என்பது போல் பார்க்க...

ம்ம் அப்பறம் என பிரியா இழுக்க என்ன பிரியா சொல்லு என இவன் அழுத்தம் கொடுத்தான்...

அன்னைக்கு கோவில்ல கீழ விழுகுற மாதிரி இருக்கவும் உங்க கைய பிடிச்சுக்கிட்டேன் நீங்களும் நான் விழாம இருக்க என் கைய பிடுச்சுக்கிட்டீங்க என நிறுத்தியவள் அவன் முகத்தை பார்த்து அதுக்கும்... தேங்க்ஸ் என சொல்ல,

அன்றைய நினைவு வந்து போக இதயம் குறுகுறுத்தது உடனே தன் கையை நெஞ்சில் வைத்தவாறு அவளை பார்த்து சிரித்த முகமாய் ம்ம் என்பது போல் தலையசைத்தான் கார்த்திக்

இத்தனை நாள் தொலைவில் பார்த்த அவனது இந்த வசீகர சிரிப்பை இன்று அருகில் பார்க்கவும் பிரியாவின் இதயத்திலும் ஏதோ தோன்றியது போல...

இருவருக்கும் பழக்கம் இல்லாத வேறு ஒருவருடன் இப்படி நின்று பேசுவது முதல் முறை ஆனால் இருவருக்கும் ஒருவருக்கொருவர் பழக்கம் இல்லாதவர் என்று தோன்றவில்லை போல இருவரும் மலர்ந்தவர்களாய் ஒருவரை ஒருவர் பார்த்தபடி சில நொடிகள் நின்றிருந்தனர்...

பின், சரி நான் போறேன் என சொல்லிவிட்டு தன் வகுப்பை நோக்கி பிரியா நகரவும்

அவள் போவதையே பார்த்த கார்த்திக் பின் மலர்ந்த முகமாகவே நடந்து பாலாவின் அருகில் வந்தான்.

என்னடா என்னவாம் என பாலா தன்னருகில் வந்த கார்திக்கிடம் கேட்க?

ஒன்னுமில்ல மச்சி சும்மா, பேக்க அன்னைக்கு எடுத்துட்டு வந்து கொடுத்தோம்ல அதுக்கு தேங்க்ஸ் சொல்லுச்சு அதான் என கார்த்திக் சொல்லிவிட்டு அவன் தோளில் கை போட்டவாறு வகுப்பிற்குள் நுழைய

அங்கு நின்றிருந்த பிரபு டேய் மச்சீஸ் என்னடா பொண்ணுங்க கிட்டனா பேசிக்கிருக்கீங்க... வர வர பெரிய ஆளா ஆகுறீங்க...என சொன்னவன் என்னைய கழட்டி விட்டுட்டீங்களேடா , என்னையும் உங்க கூட சேத்துக்கோங்கடா என சொல்ல...

ம்ம்ம் நேத்து மசால் பூரி வாங்கி தரேனு சொல்லிட்டு ஓடிட்டல... சேத்துக்க முடியாது போடா என அவனிடம் பாலா சொல்லிவிட்டு நகர....

டேய் இன்னைக்கு வாங்கி தரேண்டா என சொல்லியவாறு பிரபுவும் அவன் பின்னே ஓடினான்,

கார்த்திக்கும் அவர்கள் பின் சென்றான் ஏனோ அன்று முழுவதும் அவன் எண்ணமெல்லாம் பிரியாவே இருந்தாள்.

அதுநாள் வரை தன் குடும்ப உறவு முறை உள்ள பெண்களை தவிர வேறு எந்த பெண்களையும் பார்த்து பேசியறிந்திடாத கார்த்திக்கிற்கு ஏனோ பிரியாவிடம் பேசி பழக வேண்டும் என்ற எண்ணம் அதிசயமாய் அவனுக்குள் ஆழமாய் தோன்றியது. அவனுக்கே இது புரியாத விஷயம்தான்.

அடுத்து வந்த நாட்களில் வழக்கம் போல் இவன் டியூஷன் காம்பௌண்ட்க்குள் நுழைகையிலேயே மேல் தளத்தில் நிற்கும் பிரியாவை தவறாது பார்த்தான், சிறிதுநாட்களில் டியூஷன் ஆரம்பிக்க நேரம் இருக்கையில் பிரியா மற்றும் அவள் தோழிகளுடன் பொதுவாய் பேச ஆரம்பித்திருந்தான், பிரியாவிடம் மட்டும் அதிகம் பேச வேண்டும் என அவனுக்குள் இருக்கும் ஆனால் சந்தர்ப்பம் இல்லாது போகவே அனைவரிடமும் பேசுவான். இந்த சமயங்களில் பாலாவும் உடனிருப்பான். கிடைத்த சில நிமிடங்களில் ஏதாவது பேசிவிட்டு அவர் அவர் வகுப்புகளுக்கு சென்று விடுவார்கள். எது எப்படியோ அடுத்தடுத்து வந்த நாட்களில் கார்த்திக் பிரியாவிற்குள் ஏதோ ஒரு நெருக்கம் இருவருக்கும் அறியாமலே ஏற்பட்டது....

அன்றும் வழக்கம் போல் கார்த்திக் டியூஷனுக்குள் நுழைகையில் நிமிர்ந்து மேலே பிரியாவை பார்க்க அதை கண்டவர்களாய்...

ஏய்.. ஜெனி கீழ பாரேன் கார்த்திக் நம்மள பார்த்துக்கிட்டே வர மாதிரி இருக்கு பாரேன். நானும் ரெண்டு மூணு நாளா பாக்குறேன் இப்படித்தான் உள்ள வரையில அங்கேயிருந்து இங்க பாத்துக்கிட்டே வராரு என கீழே வரும் கார்த்திகை காட்டி ஜெனியிடம் ஜனனி சொல்ல....

ஆமாமா.... நானும் பாத்துருக்கேன் ஆனா கார்த்திக் நம்மள பாக்கல பிரியாவதான் பாத்துகிட்டே வராரு என ஜெனி சொல்லவும் அதுவரை கீழே வரும் கார்த்திக்கையே யாருக்கும் தெரியாதது போல் பார்திருந்த பிரியா இதை கேட்கவும் லேசான பதட்டமோ என்னமோ தெரியவில்லை ஏதோ தோன்ற சட்டென திரும்பி ஜெனியை பார்த்தாள்

என்ன ஜெனி சொல்ற பிரியாவ பாக்குறாரா?? என புரியாதவளாய் பிரியாவை ஒருமுறை பார்த்துவிட்டு ஜெனியிடம் ஜனனி கேட்க..?

அப்போது புதிதாக ஏதோ தெம்பு வந்தவளாய் ம்ம் நான் பாத்தது இல்லையே அவரு நம்மள பாக்குறத என பிரியா பொய் சொல்ல,

நம்மள இல்ல உன்ன என அழுத்தமாய் ஜெனி சொன்னாள்.

ம்ம் அதான் அதான்... எனக்கு ஒன்னும் அப்படி தெரியலை நான் பாத்ததும் இல்லை நீங்கதான் என்னமோ புதுசா சொல்றீங்க என பிரியா சொல்லவும் அதுக்கு நீ மொத புக்க தவிர வேற எதையாவது பார்த்தாதான என ஜெனி

சொல்லிக்கொண்டிருக்க கார்த்திக்கும் பாலாவும் மேலேறி அவர்கள் அருகில் வந்தனர்.

என்னப்பா தீவிர பேச்சுவார்த்தை போய்க்கிட்டு இருக்குற மாதிரி தெரியுது என்னவாம் என கார்த்திக் கேட்க?

அது நீங்க தினமும் கீழ வரயில பிரியாவை பார்த்துக்கிட்டே வரீங்களாம் அத ஜெனி சொல்லிக்கிட்டு இருந்தா... ஆமா ஏன் நீங்க பிரியாவை பார்த்துக்கிட்டே வரீங்க என பட்டென ஜனனி கேட்டுவிடவும்?

அ...அது... அது... என கார்த்திக் தடுமாறயிலேயே...

அத நானே சொல்றேன் என வழக்கம்போல் முந்திக் கொண்டவளாய் ஜெனி ஆரம்பித்தாள்...

அன்னைக்கு நீங்க ரெண்டு பேரும் வரையில பிரியா அவளோட "ஸ்கூல் பேக்க" கீழ போட்டா அது உங்களுக்கு ஜஸ்ட் மிஸ்ல விழுந்துச்சு அதானல இப்ப ஒரு சேப்டிக்கு அவ பேக்க எங்க உங்க மேல போட்ற போறாளோனு பயந்து அவளை பாத்துக்கிட்டே வரீங்க என சொல்லி கரெக்டா என சிரித்தவாறே ஜெனி கேட்க..?

அதுவரை தடுமாறிய கார்த்திக் ஜெனியின் இந்த விளக்க பதிலை கேட்டவுடன் சூப்பர் ஜெனி கரெக்டா கெஸ் பன்னிருக்க சான்சே இல்ல என சொல்ல... தனது சுடியின் காலரை தூக்கி விட்டுக்கொண்டாள் ஜெனி.

ஜெனி நீ ஸ்டேட்-பர்ஸ்ட்தான் போ... என தன் பங்கிற்கு பாலா ஒரு கமாண்ட் அடிக்கவும்..

பாலா இந்த புகழ்ச்சி ரொம்ப ஓவரா இருக்குற மாதிரி இருக்கே... என்றாள் ஜெனி.

ஓ... இதனாலதானா..., நீங்க ஜாக்கிறதயாவே வாங்க... எத எப்ப கீழ போடுவோம்னு எங்களுக்கே தெரியாது என்ன பிரியா... என பிரியாவை அணைத்தபடி கார்த்திக்கை பார்த்து ஜனனி சொல்ல

ஆத்தி நீ ஜெனிக்கு மேல இருக்கியே என நண்பர்கள் இருவரும் ஒருசேர நினைத்தவர்களாய் அவளை பார்த்து சரி என்பது போல் தலையசைத்தனர்.

பிரியாவோ தனது தோழிகளை எண்ணி மனதிற்குள் லேசாய் சிரித்து கொண்டாள்.

பேக் *(bag)* விழுந்ததுனாலதான் என பேக்கு *(லூசு)* போல் பேசிய ஜெனியை நினைத்து கார்த்திக்கும் பிரியாவும் தங்களுக்குள்ளாகவே அடிக்கடி நினைத்து நினைத்து சிரித்து கொண்டனர்,

பின் அனைவரும் அவர் அவர் வகுப்புகளுக்கு போக, என்னடா மச்சி என்னடா நடக்குது, ஜனனி என்னமோ சொல்லுது என்னாவாம் என பாலா கார்தியிடம் கேட்க?

ஹே.. அதுலாம் ஒண்ணுமில்ல மச்சி அதுக ஏதோ சும்மா சொல்லுதுக, எதார்த்தமா பார்த்ததை வச்சு.. என கார்த்திக் சொல்லவும்

ம்ம் என்னமோ சொல்ற கேட்டுக்கிறேன் என சொல்லிவிட்டு பாலா வகுப்புக்கள் நுழைய கார்த்தியும் ஏதோ யோசித்தவாறு உள் நுழைந்தான்.

அதன் பின் வழக்கமாய் நாட்கள் நகர அன்று பிரியா மட்டும் தன் தோழிகளுடன் வழக்கமாய் நிற்கும் இடத்தில் தனியாய் நின்றபடி கார்த்திக்கின் வருகையை எதிர்பார்த்து கீழே பார்த்தபடி காத்திருந்தாள்

ஆனால் வழக்கமாய் அவன் வரும் நேரத்தில் கீழே பாலா மட்டும் தனியாய் வரவே அதை கண்டவளுக்கு திடீரென இனம் புரியா ஒரு கவலை வந்து இதயத்தை அடைத்தது,

என்ன பாலா மட்டும் வராரு கார்த்திக்க காணோம் இன்னைக்கு கார்த்தியும் லீவு போட்டாரோ, ச்சே... என நொந்தவளாய் பிரியா யோசித்துக்கொண்டிருக்க மேலே வேறு ஒருவனுடன் பேசியபடியே வந்த பாலா இவளை பார்த்து லேசாய் புன்னகைத்தபடி தலையசைத்துவிட்டு தன் வகுப்பை நோக்கி நடந்தான்.

பாலா போன பின் ச்சே இவர்கிட்ட கார்த்திக் என்னனு கேக்காம விட்டுட்டோமே என தன்னை தானே கடிந்து கொண்டவளாக நின்றாள் பிரியா.

அடுத்த சில நிமிடங்களுக்கு பிறகு தனது சைக்கிளில் வேகமாய் டியூஷன்க்குள் நுழைந்த கார்த்திக் ஆவலாய் மேலே நிமிர்ந்து பார்க்க அங்கு பிரியா இவனுக்கு முதுகு காட்டியபடி தனியாக நின்றிருந்தாள்.

தினமும் உள் நுழைகையிலேயே அவள் முகத்தை பார்த்து பழகியவனுக்கு இன்று அவள் முகத்தை காணாது சுறுசுறுப்பற்றுப்போக..

என்ன இன்னிக்கி அந்த பக்கம் திரும்பி நிக்கிது என யோசித்தவாறு கவலை கொண்ட முகத்துடனேயே தனது சைக்கிளை நிறுத்திவிட்டு மேலே பிரியாவின் அருகில் சென்றவன் அவளை பார்க்க அவளது முகம் வழக்கத்திற்கு மாறாக பொலிவிழந்து இருப்பது போல் இவனுக்கு தெரிய என்னாச்சு இன்னைக்கு? என்னனு தெரியலையே என குழம்பியவனாய் நின்ற கார்த்திக் பிரியா என அழைக்கவும்...

அது கார்த்திக்கின் குரல்தான் என்பதை கண்டுகொண்டவளாய் வேகமாய் திரும்பி கார்த்திக்கை

பார்க்க அதுவரை இதயத்தை அடைந்திருந்த கவலை காணாமல் போய் வேறொன்று அந்த இடத்தை நிரப்ப அவள் முகம் புது பூவாய் மலர்ந்தது.

பிரியாவின் அந்த மலர்ந்த முகத்தை காணவும் புது எனர்ஜி வந்தவனாய் என்ன பிரியா நீ மட்டும் இருக்க எங்க ஜெனி ஜனனியலாம் என கார்த்திக் கேட்க?

அவுங்க ரெண்டு பேரும் வரல இன்னைக்கு லீவு என சொன்ன பிரியா நீங்களும் லீவுனு நினைச்சேன் என சொல்லவும்..

நான் லீவுனு நினைச்சியா ஏன் என கார்த்திக் கேட்டான்?

ம்ம் ஆமா... பாலாவும் நீங்களும் ஒன்னாதான வருவீங்க இன்னைக்கு அவர் மட்டும் தனியா வந்தாரு டையமும் ஆச்சு அதான் நீங்க லீவோனு நினைச்சேன் என பிரியா சொல்லவும்,

ஹோ.... நான் நோட் வாங்க கடைக்கி போனேன் அதான் லேட் நான்தான் அவனை முன்னாடி போ மச்சி நான் வரேன்னு சொல்லி போக சொன்னேன், நோட்ட வாங்கிட்டு சைக்கிளை அழுத்தி வேகமா இங்க வந்தா நீ என்னடானா இந்தப்பக்கம் திரும்பி நிக்கிற என கார்த்திக் வார்த்தையை கவலையில் நனைத்து சொல்ல...

அதில் அவன் கவலை புரிந்தவளாய் ம்ம் நானும் நீங்க இன்னைக்கு வரலையேனு ஃபீல்ல தான் இந்தப்பக்கம் திரும்பி நின்னுகிட்டு இருந்தேன் என அவனை பார்த்து தனது மனதில் உள்ளதை பிரியா சொல்லவும்

அதை கேட்டவுடன் இழந்த ஒன்று கிட்டியவனாய், நான் வரலையின்னு நினைச்சு ஃபீல் பன்னியா ஏன் என அவளை பார்த்து கேட்டான் கார்த்திக்?

அதற்கு பிரியா அவனது முகத்தை பார்க்காமல் ஏன்னு தெரியல ஆனா ஒரு மாதிரி பீலா இருந்துச்சு என சொல்ல...

எனக்கும்தான் என அவள் கண்களை பார்த்து அழுத்தமாய் சொன்னவன் எப்பவும் கீழ வரையில உன் முகத்தை பார்த்துட்டு இன்னைக்கு பார்க்கலைனவும் ஒரு மாதிரி பீல் ஆச்சு என கார்த்திக்கும் சொல்ல பிரியா அவனையே பார்த்தாள் சில நொடிகள் அவனும்தான்.

பின்பு, இந்தா என தனது பாண்ட் பாக்கெட்டில் இருந்து எடுத்த இரண்டு சாக்லேட்டில் ஒன்றை அவளிடம் கார்த்திக் நீட்டவும் அதில் இருந்து ஒன்றை எடுத்தவள், பாலாவுக்கு என கேட்டாள்?

பாலாவுக்கா என்ன என புரியாமல் அவளிடம் கேட்க இல்ல உங்களுக்கும் பாலாவுக்கும் தான வங்கிருப்பீங்க எனக்கு ஒன்ன கொடுத்துட்டீங்க அதான் கேட்டேன் என்றாள் பிரியா,

ஹோ... நான் அவனுக்கும் எனக்கும் வாங்கல... உனக்கும் எனக்கும்தான் வாங்குனேன் என கார்த்திக் சொல்ல,

உண்மையிலேயே எனக்கா வாங்குனீங்க... பொய்தான சொல்றீங்க என சாக்லேட்டை சுவைத்தவாறு பிரியா கேட்கவும்..??

அவள் சாக்கலேட் சாப்பிடும் அழகை ரசித்தவன்...
(சாக்கலேட் சாப்ட்றதுல என்ன அழகுன்னு கேக்காதீங்க இவன்ங்களுக்குளாம் பிடுச்சவுங்க என்ன பண்ணாலும் அழகாத்தான் தெரியும். என்ன எப்படின்னு கேட்டோம்னு வையுங்க அதுலாம் உங்களுக்கு புரியாது அது ஒரு வேற மாதிரி பீல் அப்டின்னு சொல்லுவான்ங்க. நமக்கு எதுக்கு இது...)

உண்மையிலேயே உனக்குத்தான் வாங்குனேன் என சொல்லு என கார்த்தியின் மனது சொல்ல அதை அப்படியே சொன்னவன் தன்னிடம் இருந்த மற்றொரு சாக்லெட்டையும் அவளிடம் கொடுத்து இந்தா இதையும் சாப்பிட்டு க்ளாஸ்க்கு போ... எங்களுக்கு இன்னைக்கு மேக்ஸ் க்ளாஸ் நான் கிளம்புறேன் என தலையசைத்து சொல்லிவிட்டு அவசரமாய் தன் வகுப்பை நோக்கி நகர்ந்தான். அவன் போகும் வரை நின்று பார்த்துவிட்டு பிரியாவும் தன் வகுப்பிற்கு சென்றாள்.

அன்று டியூஷன் முடித்துக்கொண்டு கார்த்தியும் பாலாவும் கீழே சைக்கிள் ஸ்டாண்ட் அருகே வர அங்கு பிரியா தனது சைக்கிளை எடுத்து கொண்டிருந்தாள்

சைக்கிளை நகர்த்தி நிமிர்ந்து பார்த்த பிரியாவிற்கு ஆச்சரியம் அங்கு கார்த்திக்கை பார்த்ததில், என்ன கார்த்திக் உங்களுக்கு இன்னைக்கு கிளாஸ் வேகமா முடிஞ்ச்சு போல என கேட்க?

கார்திக்கிற்கும் பிரியாவை இப்போது பார்த்ததில் ஆச்சரியம் அதை தாண்டிய ஒரு சந்தோசம் அதில் மிதந்தவனாய், ம்ம் ஆமா பிரியா முடிஞ்சு என சொல்லியவாறு தனது சைக்கிளை எடுத்தான்..

அடுத்தடுத்து மாணவர்கள் தங்கள் சைக்கிள்களை எடுக்க வர நண்பர்கள் கார்த்தியும் பாலாவும் தங்கள் சைக்கிள்களை எடுத்துக்கொண்டு சற்று தள்ளிவந்தனர்...

சரி பாய்... கார்த்திக், பாய் பாலா... நாளைக்கு பாப்போம் என நண்பர்கள் இருவருக்கும் பொதுவாய் சொல்லிவிட்டு நேரமானதால் தனது சைக்கிளை தள்ளிக்கொண்டு நகர்ந்தாள் பிரியா...

ஆனால் வெளி கேட் வரை செல்வதற்குள் இரண்டு மூன்று முறை கார்த்திக்கை திரும்பி திரும்பி பார்த்தபடி செல்ல

அவளையே பார்த்திருந்த கார்த்திக் பாலாவிடம் டேய் மச்சி பிரியா கூட துணைக்கு அவ வீடு வரைக்கும் போயிட்டு வரவா என கேட்டான்?

உடனே ஏண்டா என கேட்டு புரியாமல் கார்த்தியை பார்த்தான் பாலா.

இல்ல மச்சி எப்பவும் ஜனனியும் பிரியாவும் தான் ஒன்னா போகுங்க இன்னைக்கு ஜனனி லீவு பாவம் பிரியா மட்டும் தனியா போணும்ல அதான் என கார்த்திக் சொல்ல

அவனையே சில நொடிகள் பார்த்த பாலா நானும் வரவா என்றான்.

ம்ம் வரேன்னா வா மச்சி என கார்த்திக் சொல்ல அவனை பார்த்து லேசாய் சிரித்த பாலா போய்ட்டு வா மச்சி நான் நம்ம ஏரியா "டாப்ல" இருக்கேன் என பாலா சொல்லவும் விறு விறுவென தனது சைக்கிளை உருட்டி வெளியே சென்றிருந்த பிரியாவின் அருகில் வந்தான் கார்த்திக்.

தன் அருகில் வந்தவனை கண்ட பிரியா சட்டென நின்று ஆச்சரியமானவளாய் என்ன கார்த்திக் என கேட்க?

இல்ல நீ தனியா போரல அதான் உனக்கு கம்பெனி குடுக்கலாம்னு என கார்த்திக் ஒருவாறு அவளிடம் சொல்லவும், ம்ம்.. என மௌனமாய் தலையசைத்தாள் பிரியா. இருவரும் சைக்கிளில் அமர்ந்து ஓட்டாமல் உருட்டியபடியே மெதுவாய் நடந்தனர்...

என்ன பிரியா இன்னைக்கு ஜனனியும் ஜெனியும் லீவு என கார்த்திக் கேட்க?

ஜனனிக்கு ஏதோ வேலை இருக்குனு அவ லீவு அவ வரலைனோன ஜெனியும் வரலைனு சொல்லிட்டா என பிரியா சொல்லவும்

நீயும் லீவு போட்ருக்கலாம்ல என கார்த்திக் கேட்க?

தேவையில்லாம எதுக்கு லீவு போட்டுக்கிட்டு ஏதாவது வேலை, முக்கியமான விஷயம் அப்படினா லீவ் போடலாம் இன்னைக்கு எதுக்கு என பிரியா கூற,

ம்ம் சரிதான்... நாங்க இப்டி இல்ல நான் லீவுனா பாலாவும் லீவு அவன் லீவுனா நானும் லீவு என கார்த்திக் சொல்ல

ம்ம், அப்ப பாலா டியூஷன்க்கு வந்துட்டா நீங்க வந்துருவீங்கனு அர்த்தம் இன்னைக்கு மாதிரி லீவோனு நெனச்சு பீல் பன்ன தேவையில்லை என பிரியா கேட்கவும், ம்ம் கரெக்ட் என கார்த்திக் சொல்லிவிட்டு சிறிது தூரம் இருவரும் ஒன்றும் பேசாமல் வந்தனர்...

ஒரு நிமிஷம் கார்த்திக் என சொல்லி சைக்கிளை நிறுத்திய பிரியா தனது பேக்கிற்குள் கையை நுழைத்து துழாவினாள், கையில் அது கிடைக்கவும் இந்தாங்க கார்த்திக் என சொல்லி அவனிடம் அதை நீட்ட...

அதை பார்த்தவன் அது தான் சாயங்காலம் அவளுக்கு கொடுத்த சாக்லேட் என்பதை கண்டவனாய் ஏய் பிரியா ஏன் சாப்பிடாம வச்சிருக்க... நல்லா இல்லையா என கேட்டான்?

சூப்பரா இருந்துச்சு கார்த்திக் இந்த சாக்லேட் எனக்கு ரொம்ப பிடிக்கும். அப்பத நான் ஒன்னு சாப்ட்டேன்ல நீங்க

சாப்பிடாம எனக்கு கொடுத்திட்டு போய்டீங்க இந்தாங்க என அவனிடம் நீட்டினாள் பிரியா.

நான் உனக்குத்தான் கொடுத்தேன் நீ சாப்டு என கார்த்திக் அழுத்தமாய் சொல்லவும் அந்த சாக்லேட் பிடிக்கும் என்பதாலும் சரி ஷேர் பண்ணிக்குவோம் என சொல்லி சாக்லேட்டை பிரித்து அதில் பாதியை அவனுக்கு கொடுத்து மீதியை தான் சாப்பிட ஆரம்பித்தாள், கார்த்திக்கும் பிரியா கொடுத்த பாதியை புன்னகையுடன் வாங்கி சுவைத்தான்.

என்ன கார்த்திக் சாக்லேட் நல்லா இருக்குல்ல உங்களுக்கு பிடிச்சிருக்கா என அதை சுவைத்தப்படி பிரியா கேட்க?

ம்ம் நல்லாருக்கு சாக்லேட்டை விட அத நீ சாப்ட்ரது நல்லாருக்கு என அவளை ரசித்து பார்த்தவாறு கார்த்திக் சொல்ல...

சாக்லேட் உதட்டின் மேல் ஒட்டியிருந்ததை நாக்கால் துழாவி சாப்பிட்டதைத்தான் கிண்டல் செய்கிறான் என எண்ணிக்கொண்ட பிரியா கிண்டல் பண்ணாதீங்க கார்த்திக் என சிணுங்க...

ஹேய்... கிண்டல் இல்லப்பா நிஜமாதான் சொல்றேன் சாயங்காலம் கூட நீ சாக்லேட் சாப்பிட்டது அழகா இருந்துச்சு அது எனக்கு பிடுச்சிருந்துச்சு அதுனாலதான் இன்னோரு சாக்லெட்டையும் உனக்கு கொடுத்தேன் என கார்த்திக் சொல்லவும், அவள் முகத்தில் சட்டென ஒரு பொலிவு பூக்க அவனையே பார்த்தாள்..

இப்பக்கூட நீ சாப்பிட்டது அழகா இருந்துச்சு அப்படியே பாத்துக்கிட்டே இருக்கலாம் போல இருந்துச்சு என கார்த்திக் மீண்டும் சொல்ல....

அவன் சொல்வதை உள்ளுக்குள் ரசித்தபடி சும்மா கிண்டல் பண்ணாதீங்க என சிணுங்கவே செய்தாள்பிரியா.

திரும்பவும் கிண்டல்னு சொல்லாத உண்மையதான் சொல்றேன் நீ சாப்ட்ரது அழகா இருக்கு எனக்கு பிடுச்சிருக்கு என கார்த்திக் அழுத்தமாய் அவளை பார்த்தபடி சொல்ல..

அதற்கு.., நிஜமா என குழந்தையாய் பிரியா கேட்க?

நிஜமா... அழகா இருக்கு என அவனது ட்ரேட்மார்க் புன்னகையுடன் சொன்னான் கார்த்திக்.

பின் இருவரும் மாற்றி மாற்றி பல விஷயங்கள் பேசிக்கொண்டனர், பிடித்த உணவு, பிடித்த நடிகர்/நடிகை, பிடித்த நிறம், பிடித்த படம் என இருவருக்கும் பிடித்தவற்றை ஒருவருக்கொருவர் கூறியபடி ஜாலியாக பேசியபடி நடந்து பிரியாவின் வீடு இருக்கும் தெரு அருகில் வந்திருந்தனர்,

சரி கார்த்திக் இதுக்கப்பறம் உள்ளதான் நான் போய்க்கிறேன் நாளைக்கு டியூஷன்ல பாப்போம் என கார்தியிடம் பிரியா சொல்லவும்..

ம்ம் இங்கதான் வீடா சரி பிரியா பாத்து போ நாம நாளைக்கு பாப்போம் என புன்னகையுடன் சொல்லி கையசைத்து கார்த்திக் டாட்டா சொல்ல

பாய் கார்த்திக், நீங்களும் பாத்து போங்க என சொன்னவள்.., கார்த்திக் சரி என்பதாய் தலையசைக்கவும் அங்கிருந்து கிளம்பினாள்.

அவள் தெருவுக்குள் நுழையும் வரை பார்திருந்தவன் பின் தன் சைக்கிளில் ஏறி அமர்ந்து கிளம்புகையில் டேய்... என்ற சத்தம்

சத்தம் கேட்டு திரும்பி பார்த்த கார்த்திக் அங்கு வருபவர்களை கண்டு லேசாய் அதிர்ந்தான் உள்ளுக்குள்ளே.

டேய் பங்கு.. என்னடா "டைவா" கோட்டிங்கா என இவன் அருகில் வந்த இருவரில் ஒருவன் கேட்கவும்..??

இவர்கள், தான் பிரியாவுடன் வந்ததை பார்திருப்பார்களோ என்று சந்தேகமாய் எண்ணி லேசாய் அதிர்ந்திருந்த கார்த்திக்கிற்கு வந்தவன் டைவா கோட்டிங்கா என கேட்கவும் பிரியா கூட வந்ததா பாத்திட்டாங்க போலயே என நினைத்து என்ன சொல்ல என யோசித்து பேசாமல் அமைதியாய் நின்றவனுக்குள் இருந்த லேசான பதட்டம் இப்போது வேகமெடுத்தது...

அப்போது அங்கிருந்த மற்றொருவன் டேய் என் பங்காளிய என்ன உன்னை மாதிரி நினைச்சியா கோட்டிங்க போட்டு சுத்துறதுக்கு என அவன் சொல்லவும்

இல்லடா கார்த்தி இங்கிட்டுலாம் வர மாட்டானே அதான் டைவா கிய்வா உஷார் ஆயி கோட்டிங்க போடுறானோனு கேட்டேன், இங்கிட்டுத்தான உறுத்தான பிள்ளைகளா இருக்கு அதான் என சொல்லி கார்த்திக்கை பார்க்க...

ம்ம் பிரியா கூட வந்தத பார்க்கல என இவர்கள் பேச்சில் தெரிந்து கொண்ட கார்த்திக் நிம்மதி மூச்சு விட்டவனாய்.. டேய் பாலா இங்கிட்டு வந்தாண்டா அதான் அவனை தேடி வந்தேன் என சொல்ல

அதானே என்னடா நீ மட்டும் தனியா இருக்கேன்னு பார்த்தேன், சரி அத விடு வினித் ஆட்டம் ரொம்ப ஓவரா இருக்கு போல கிரீன் "ஹவுஸ்"க்குத்தான் கப்பு வேற எவனுக்கும் இல்லனு "டாவா" பேசிக்கிட்டு திரியுறான் என வந்த இருவரில் ஒருவனான சரத் சொல்லவும்,

விடு பங்கு அவன் இப்ப இப்டி சொல்லிகிட்டாதான் உண்டு என கேலியாய் சிரித்தவாறு கார்த்திக் சொல்ல..

அதற்கு சிரித்தவாறு, ஆனா பங்கு அவன் ரொம்பத்தான் பன்றான் போனதடவை பிரேம் அண்ணன் இருந்ததால "ப்ளூ" ஹவுஸ் செக்கண்ட் வந்துச்சாம் இந்த தடவை லாஸ்ட்டுத்தானு லந்தா சொல்றானாம் என இனொருவனான துரை லேசான கோபத்துடன் சொல்லவும்,

டேய் பங்கு அவனலாம் லூஸ்ல விடு, போனதடவை வேற, 12த் அண்ணங்க ரெண்டு கேம்ல விட்டுடாங்க இந்த தடவை நம்மதான், பேசாம இரு இந்த தடவை நமக்குத்தான் கப், ப்ளூ ஹவுஸ்தான் ஜெயுக்குது நான் முடிவா இருக்கேன் அதுல தெளிவா இருக்கேன் பாலவுந்தான் நீங்க இந்த சில்லறை வினித்தலாம் மண்டையில ஏத்தாதீங்க என அழுத்தமாய் கார்த்திக் சொல்ல..

ம்ம் ஆமா மச்சி நம்ம ஜெய்க்கிறோம், நம்ம லாஸ்ட் ஸ்போட்ஸ் டே சும்மா மெரட்ரோம் என சரத் சொல்ல மூவருமாய் பேசியபடி அவர் அவர் வீடுகளுக்கு கிளம்பினர்.

மறுநாள் வழக்கம்போல் டியூஷனில் கார்த்திக், பாலா, ஜெனி, ஜனனி, பிரியா ஆகியோர் பொதுவாய் பேசிக்கொண்டிருந்தனர்...

அந்த பேச்சில் கவனமானவனாய் இருப்பதாய் தன்னை காட்டிக்கொண்ட கார்த்திக் அவர்கள் கவனியாதவாறு தடுப்பு சுவர் மேல் இருந்த பிரியாவின் பேக்கிற்குள் தான் வாங்கி வந்த அவளுக்கு பிடித்த சாக்லெட்டை திணித்து கொண்டிருந்தான்

யாரும் தன்னை கவனிக்கிறார்களா என்று கார்த்திக் பார்க்க அவனையே பார்த்துக்கொண்டிருந்தாள் பிரியா.

அவனையும் அவனது கையையும் அது இருக்கும் தனது பையையும் பார்த்தவள் கண்களால் கார்த்தியிடம் என்ன என்பது போல் வினவ?

அதற்கு அவன், நேற்று பிரியா சாக்லேட் சாப்பிடும்போது உதட்டில் ஒட்டியிருந்த சாக்லெட்டை நாக்கை நீட்டி சாப்பிட்டதை அவள் போல் செய்து காண்பிக்கவும்...

அதை பார்த்தவளுக்கு அவன் எதை தன் பேக்கிற்குள் வைக்கிறான் என்பது புரிய அவன் செய்து காட்டியதை எண்ணி வெட்கமாய் சிவந்து சிரித்தாள் பிரியா.

அந்த சிரிப்பை கண்ட கார்த்திக்கிற்கு அவன் வைத்த அந்த சாக்லெட்டை விட அதிகமாய் இனித்தது போல இதயத்தில், புன்னகை பூத்த முகமாய் நின்றான்.

இதற்காகவே பிரியாவிற்கு இனி தினமும் சாக்லேட் வாங்கி கொடுக்கலாம் என கார்த்திக்கிற்கு தோன்ற அதை செய்யும் முடிவாய் அடுத்து வந்த தினங்களில் அவ்வப்போது யாருக்கும் தெரியாமல் பிரியாவிற்கு சாக்லேட் கொடுக்க ஆரம்பித்தான், அவளும் ஏன் அடிக்கடி சாக்லேட் என கேட்காமல், கேட்க கூட தோன்றாமல் வாங்கிக்கொண்டாள் ஏதோ ஒரு அன்பின்பால்.

இவ்வாறு போய்கொண்டிருக்க...,

அன்று டியூஷனில் தன் தோழிகள் ஜனனி மற்றும் ஜெனியுடன் நின்று பேசியவாறு வழக்கம்போல் கார்த்திக்கின் வருகையை எதிர்பார்த்து காத்திருந்தாள் பிரியா..

ஏனோ அன்று கார்த்திக் வரும் வழக்கமான நேரத்திற்கு வராமல் போக , என்ன இன்னும் கார்த்திக்கை காணோம்

ரொம்ப லேட் ஆயிருச்சு... என யோசித்தவாறு இருந்த பிரியா அவனை பார்க்காது கவலை தேய்ந்த முகமாய் இருக்க..

இதே போல் ஜெனியும் யோசித்தாலோ என்னவோ.., என்ன கார்த்தியையும் பாலவையும் இன்னைக்கி இன்னும் காணோம் இன்னியாரம் வந்துருவாங்களே என மற்ற இருவரையும் பார்த்து கேட்க?

இவ எதுக்கு கார்த்திய காணாம்னு கேக்குறா.. என ஜெனியின் மேல் ஏனோ காரணமே இன்றி கடுப்பானாள் பிரியா.

என்னனு தெரியலையே இன்னைக்கு லீவு போல என ஜனனி சொல்லிவிட்டு சரி வாங்க உள்ள போவோம் டயம் ஆயிருச்சு என அழைக்கவும் மூவரும் தங்கள் வகுப்பு நோக்கி நகர்ந்தனர்.

பிரியா தன் வகுப்புக்குள் நுழையும் வரை கார்த்தியை எதிர்பார்த்து கீழே பார்த்தவாறு நடந்தாள் ஏனோ என்றும் உள்ள ஒரு சுறுசுறுப்பு இன்று இல்லாதவளாக.

மறுநாளும் கார்த்திக்கும் பாலாவும் டியூஷன்க்கு வராமல் போக இன்றும் கார்த்திக்கை பார்க்காது பிரியாவிற்கு புரியாத கவலையாய் இருந்தது, நேத்தும் பார்க்கல இன்னிக்கும் வரல இனி நாளைக்கு ஞாயித்து கிழமை நாளைக்கும் பார்க்க முடியாது என நினைத்த பிரியாவிற்கு வருத்தம் வாட்டியது...

இருவரும் பார்த்துக்கொள்வது இங்குதான் அதுவும் அதிக நேரம் இல்லை இதில் பேசிக்கொள்வது மிக குறைவு இருந்தும் ஒருவரை ஒருவர் பார்த்துக்கொள்ளும் அந்த சில நிமிடங்கள் கடந்த இரண்டு நாளாய் கிடைக்காது போக தவித்தாள் பிரியா இந்த தவிப்பு என்ன ஏன் என்று

தெரியவில்லை, தெரிந்து கொள்ள இவள் யோசிக்கவுமில்லை, யோசிக்க இவளுக்கு தோன்றவுமில்லை, ஆனால் அவனை காணாது இந்த தவிப்பு அவள் முகத்தில் அப்பட்டமாய் தெரிந்தது அதே நேரம் உள்ளுக்குள் கார்த்திக்கின் மேல் உரிமையாய் லேசான கோபமும் வந்தது இந்த நிலை எண்ணி.

என்ன மாப்ள! நீ மட்டும் வர கார்த்திய எங்க என டியூஷன்க்குள் நுழைந்த பாலாவிடம் அவன் உடன் படிக்கும் நண்பன் ஒருவன் கேட்க?

இல்ல மச்சி அவன் வரல, இன்னைக்கு பையன் லீவு என சொல்லியவாறு அவனுடன் இணைந்து பாலா நடக்க...

என்ன மாப்ள.. கார்த்தி மொத்த ஸ்கூலையம் மெரட்டி விட்டானாம்ல... பிரபு சொன்னான் என அந்த நண்பன் வியப்பாக சொல்ல

பாலாவும், ஆமா மாப்ள பையன் மெரட்டிவிட்டுட்டான், கிம்மா நீலாம்.... பாத்துருக்கணும் என சொல்ல இருவரும் அதை பற்றி பேசியவாறு படியேற ஆரம்பித்தனர்

இன்றும் கார்த்திக்கை எதிர்பார்த்து காத்திருந்த பிரியாவிற்கு , கீழே பாலா மட்டுமே வர கவலை உள் நுழைய தொடங்கியது...

அந்த நொடி அவளுக்குள் ஒன்று தோன்ற அன்னைக்கு மாதிரி கடைக்கு எதும் போய்ட்டு வருவாரோ.. அப்படித்தான் இருக்கும் என நினைத்து இருந்த சோர்வை விரட்டியவள் மூன்று நாளுக்கு பிறகு பார்க்காத கார்த்தியை இன்று பார்க்க போகிறோம் என்ற ஆவலுடன் மலர்ந்த முகமாய் கீழே பார்த்தவாறு நின்றாள்..

சக நண்பனுடன் பேசியவாறு மேலே வந்த பாலாவை எதிர்க்கொண்ட ஜெனி என்ன பாலா லீவுலாம் போதுமா என கேட்க.?

சரி மாப்ள நீ பேசிட்டு வா நான் க்ளாஸ்க்கு போறேன் என சொல்லிவிட்டு பாலவுடன் வந்த அந்த நண்பன் நகர,

ஜெனி, ஜனனி, பிரியா மூவரையும் பார்த்து லேசாய் சிரித்தபடி, ம்ம்.., லீவுலாம் பத்தாதுதான் படிக்கணும்ல அதான் வந்தாச்சு என பாலா சொல்லவும்.

அது சரி.., ஆமா என்னா ரெண்டு நாளா லீவு என ஜனனி கேட்க?

வெள்ளிக்கிழமை எங்களுக்கு ஸ்போர்ட்ஸ் & ஆனுவல்-டே அதான் லீவு என பால சொன்னான்.

ஹோ..., அப்படியா சரி சனிக்கிழமை என்னவாம் ரெஸ்ட்டா..? என ஜனனி கேட்க

ம்ம் ஆமா ஆமா ரெஸ்ட்தான் என பாலா சொல்ல.

அதுவரை பாலாவை ஒரு பார்வை கார்த்திக் வருகிறானா என கீழே ஒரு பார்வை என பார்த்தபடி இருந்த பிரியா கார்த்திக்கை காணாது பொறுமையிழந்தவளாய், கார்த்திக்கை எங்க பாலா என்றாள்..??

அவன் இன்னைக்கு என பிரியாவை பார்த்து பாலா சொல்லவரையில்...

படிகளில் வேகமாய் தவியேறி பாலாவின் அருகில் வந்த பிரபு, டேய் மச்சி என்னடா கார்த்திக் வரலையா? கீழே உன் சைக்கிள் மட்டும்தான் நிக்கிது என கேட்க?

ஆமாடா மச்சி, அவன் வரல என பாலா சொல்லவும்,

என்னடா அடி ரொம்ப பலமாவா இருக்கு இன்னும் சரி ஆகலையா என்றான் பிரபு?

இல்ல மச்சி முட்டில அடினால கால மடக்கி நடக்க முடியல அதான் என பாலா சொல்லவும்

இன்னைக்கு கார்த்திக் வரல என்று சொன்னது பிரியாவிற்கு கடந்த மூன்று நாட்களாய் உள்ளுக்குள் வந்து பழகிப்போன சோர்வை ஏற்படுத்த அடுத்ததாய் அவனுக்கு அடிப்பட்ருக்கு என சொன்னது அதிர்ச்சியுடன் கூடிய கவலையை தர...

கார்த்திக்கு என்னாச்சு பாலா என பிரியா ஒரு தவிப்புடன் கேட்க?

ஸ்போர்ட்ஸ்டே அன்னைக்கு கீழ விழுந்துட்டான், வேற ஒண்ணுமில்ல என பாலா சொல்லவும் உள்ளுக்குள்ளே வருந்திப்போனாள் பிரியா, ஜெனியும் ஜனனியும் லேசான கவலையாய் நிற்க..

டேய் நீ என்னடா என்னமோ மாப்ள தடுக்கி விழுந்துட்டான்ற மாதிரி சொல்லிக்கிட்டு இருக்க என பாலாவிடம் சொன்ன பிரபு தோழிகள் ஜெனி ஜனனி பிரியா பக்கம் திரும்பி

ஃபீல் பண்ற மாதிரிலாம் ஒண்ணுமில்லப்பா உங்க ப்ரெண்டு கார்த்தி அன்னைக்கு ஸ்கூல்லவே அரட்டி விட்டுட்டான், ஸ்போர்ட்ஸ்டேல எங்க ப்ளூ ஹவுஸ்ம் எங்களுக்கு ஆகாத க்ரீன் ஹவுஸ்ம் ஒரே பாயிண்ட்ல இருந்தோம். கடைசியா 4×400 ரிலே ரேஸ்ல ஜெய்க்கிறவங்களுக்கு கப், அவுங்கத்தான் சாம்பியன்...

அந்த ரிலே ரேஸ்ல...,

டேய் மச்சி விட்ற கூடாதுடா இன்னைக்கு நம்மதான் ஜெய்க்கிறோம் ப்ளூ ஹவுஸ்தான் கப் அடிக்கணும் உசுர கொடுத்து ஓடிருங்கடா என அவர்களது கேப்டன் சரத் சொல்ல பாலா ,பிரபு , துரை, கார்த்திக் நால்வரும் ரேஸிற்கு தயாராகிக்கொண்டிருந்தனர்...

அனைத்து ஹவுஸ் வீரர்களும் ரன்னிங் ட்ராக்கிற்கு வந்து நின்று ஓட தயாராய் இருந்தனர்...

பி. டி மாஸ்டர் ஜெயராம் ஊதிய விசில் சத்தம் கேட்கவும் அந்தந்த ஹவுஸ்ல் இருந்த முதல் வீரர் ஓட ஆரம்பித்தனர்....

ப்ளூ ஹவுஸ்ல் இருந்து முதலில் பாலா ஓட அவன் முடிக்க பிரபு , பின் துரை என மூவரும் ஓடி முடித்திருந்தனர் இப்போது ஓட்டம் கார்திக்கினுடையது....

துரை சற்று தாமதமாக பாஸ் கொடுக்க எடுத்தவுடனவே ஓட்டத்தில் வேகம் எடுத்தான் கார்த்திக் இருந்தும் பின்தங்கியிருந்தான்...

க்ரீன் ஹவுஸ் "வினீத்" இறுதி எல்லை கோட்டிற்கு சற்று அருகில் நெருங்கியிருந்தான்...

மொத்த ஸ்கூலுமே க்ரீன் ஹவுஸ்தான் வின் என்று நினைக்க... பாலா சரத் பிரபு என மொத்த ப்ளூ ஹவுஸ்மே போச்சுடா தோத்துட்டோம்னு என நினைத்து கொண்டிருந்த அந்த நொடியில்
பின்னால் வந்து கொண்டிருந்த கார்த்திக் வெற்றி வேண்டும் என்ற வெறியில் உயிரை கொடுத்து அழுத்தி ஓடியவன்....

தன் முன்னால் ஜெயித்து விட்டதை போல் கையை சுற்றி எல்லை கோட்டைநெருங்கிய வினீத்தை முந்தி சீறி பாய்ந்து

எல்லை கோட்டை தாண்டி நான்கு அடி தள்ளி விழுந்தான் கார்த்திக்.....

விழுந்து பல சிராய்ப்புகளுடன் எழுந்த கார்த்திக் ஜெய்ச்ச வெறியில் "ஏய்" என கையை இறுக்கி அழுத்தி ஆக்ரோஷம்மாய் கத்த.....

மொத்த ப்ளூ ஹவுஸ்ம் அவனை அள்ளி அணைத்துக்கொண்டு உயர்த்தி கொண்டாட மொத்த ஸ்கூலுமே ஆரவாரம் செய்தது...

இப்டி என் மாப்ள புல்லட்டா பாஞ்சு டைவ போட்டதுல டோட்டல் ஸ்கூல்லே.. ஆஃப்பு என சிலாகித்து சொன்ன பிரபு நீ என்னடானா சப்பையா கீழ விழுந்து அடி பட்ட மாதிரி சொல்ற என பாலாவிடம் கேட்டுக்கொண்டிருக்கையில்..

ஏய் பங்கு, என்னடா புல்லட்டு கில்லட்டுன்னு சொல்லிக்கிட்டு இருக்க என் பங்காளி ஜல்லிக்கட்டுடா... எப்படி சீறு அது கண்ணுலயே நிக்கிது என அப்போது அவர்கள் அருகில் வந்த அவர்கள் உடன் படிக்கும் நண்பன் ஒருவன் தோரணையாய் சொல்ல...

வா பங்கு என சிரித்த முகமாய் அந்த நண்பனை பாலா வரவேற்க....

வா பங்கு மாப்ள ஜல்லிகட்டுத்தான் சும்மாவா டோட்டல் ஸ்கூலையும் மெரட்டி அரட்டி விட்டான்ல என சிலாகிப்பு குறையாமல் பிரபு சொல்ல...

ஆமா பங்கு என ஆமோதித்தவன் பிள்ளைக மட்டும் நம்ம ஸ்கூல்ல இருந்துச்சுன்னு வையு மொத்த டைவாவும் மாப்ளைக்குத்தான் என வந்தவன் சொல்ல தோழிகள் மூவரும் இவர்கள் பேசுவதையே வியந்து பார்த்தபடி இருந்தனர்.

இதில் பிரியாவிற்கு கார்த்திக் விழுந்துவிட்டான் என்பது முதலில் உள்ளுக்குள் லேசான வலியை தர பின்பு இவர்கள் கார்த்திக்கை சிலாகித்து பேசி கொண்டாட அது ஏனோ.... ஒரு பெருமையையும் கர்வத்தையும் தந்தது அதில் லயித்து இருந்தவளுக்கு கடைசியாய் மொத்த டைவாவும் மாப்ளைக்குத்தான் என அந்த நண்பன் கூறியது காரணமில்லாமல் கோபம் கலந்த பொறாமையை ஏற்படுத்தியது போல சொன்னவனை முறைத்தவாறு இருந்தாள் பிரியா.

மேலும் கார்த்தியை பற்றி பிரபுவும் இன்னோரு நண்பனும் பேசிக்கொண்டிருக்க...

டேய் போதும்டா போங்கடா அங்க அவன் வீட்ல கொள்ள வசவு வாங்கிட்டு உட்கார்ந்து இருக்கான்.. நம்ம இங்க படத்தை போட்டுக்கிட்டு இருக்கோம் என பாலா சொல்ல,

நம்ம வீட்லலாம் என்னைக்கு நம்மள வையாம இருந்திருக்காங்கே.... போவியா என சொன்ன பிரபு சரி நாங்க போறோம் வா என சொல்லிவிட்டு அந்த இன்னோரு நண்பனுடன் நகரவும்...

என்ன பாலா நீங்களாம் பேசுறது பார்த்தா கார்த்தி பெரிய ஹீரோ ஆயிட்டார் போல என கேட்டாள் ஜனனி?

ம்ம்.. ஆமா ஜனனி இப்ப எங்க ஸ்கூல்க்கே ஹீரோ கார்த்திதான், ஜெயிக்கனும்னு அடிப்பட்டுரும்னுலாம் யோசிக்காம டைவ போட்டான் பாரு என தனது கையை சொடிக்கிய பாலா அவனை பிடிக்காதவன் கூட அத பார்த்திருந்த அவன கொண்டாடிருப்பான் என சொல்ல மூவரும் பிரமிப்புடன் கேட்டனர்.

என்னடா ஆளாளுக்கு இப்டி பில்டப் கொடுக்கிறீங்கன்னு உங்களுக்கு தோனலாம், ஆனா அத

நேர்ல பார்த்த எங்களுக்குத்தான் தெரியும் அது எப்படின்னு என பாலா சொல்லவும்...

அப்டிலாம் தோணல பாலா அத நாங்க பார்க்கலேனுதான் தோணுது என ஜனனி சொல்ல ...

ம்ம் ஆமா பாலா உண்மையிலேயே... என சொன்ன ஜெனி, சரி சரி ஜெயிச்சிருக்கீங்க ஸ்கூலுக்கே ஹீரோ ஆயிருக்கீங்க எங்களுக்கு ட்ரீட் எங்க என்று கேட்க?

ட்ரீட்டா.. உங்களுக்கு இல்லாமையா என்ன வேணும் சொல்லுங்க என்று கேட்க, சாக்லேட்தான் சாக்லேட்னா ஒருவா ரென்ருபாது இல்ல பத்துருவாது என ஜெனி சொல்ல

இதுதானா , இது போதுமா என்று பாலா கேட்கவும் ம்ம் இது போதும் பாலா என ஜனனி சொன்னாள்.

பின் சரி பாப்போம் டயம் ஆயிடுச்சு போல க்ளாஸ்க்கு போறேன் என தோழிகள் மூவரையும் பார்த்து சொல்லிவிட்டு நகர்ந்தவனுக்கு என்ன தோன்றியதோ தோழிகள் மூவர் பக்கம் திரும்பி கார்த்திக் நாளைக்கு வந்துருவான் என சொல்லியவாறு பிரியாவின் மேல் அழுத்தமான பார்வை வைத்தான் பாலா.

கார்த்திக்கை அனைவரும் ஹீரோ போல் பேசியது பிரியாவிற்கு அவ்வளவு பிடித்திருந்தது அதே உணர்வுக்கு சற்றும் குறையாமல் அவனுக்கு அடிபட்டது வருத்தத்தையும் தந்தது.

எல்லாத்தையும் எடுத்துக்கிட்டல.. படிக்கட்டுள்ள பாத்து ஏறு, பெஞ்சுல ஓரமா கால வெளிய நீட்டி உக்காந்துக்கோ, என முட்டியில் ஏற்பட்ட காயத்தால் முட்டியை மடக்கி நடக்க முடியாமல் தாங்கி தாங்கி டியூஷன்க்கு கிளம்பி வெளிய நடந்து வந்த கார்திக்கிடம் அவன் அம்மா

சொல்லிக்கொண்டு வர அவன் அம்மாவுக்கு பதிலாக சரி என்பதாய் தலையாட்டியபடி இருந்தான்...

என்ன தேவிக்கா? கார்த்தி தாங்கி தாங்கி நடந்துவர மாதிரி தெரியுது.... என கார்த்தியின் அம்மாவிடம் அதே தெருவில் குடியிருக்கும் உறவுக்கார பெண் சரசு கேட்க..

வா சரசு, அத ஏன் கேக்குற ஸ்கூல்ல ஓட்ட போட்டில ஒடுறேன்னு முட்டியை பேத்துட்டு வந்துருக்கான், இப்ப நடக்க முடியல என தேவி சொல்லவும்

சரசு அப்டியாக்கா என்றவள் , இந்த ஸ்கூல் ஸ்போட்ஸ்லயா எங்க வீட்டு சின்ன வாண்டு கூட சொல்லிக்கிட்டு இருந்தான்க்கா, எம்மா கார்த்தி அண்ணே இருக்கார்ல அவரு ரன்னிங் ரேஸ்ல டைவ் அடுச்சு சர்ருன்னு சறுக்கிக்கிட்டு போயி ஜெய்ச்சாருமா.., ஜெயிச்சோன எல்லாருமே கத்திட்டாங்கே... எந்த சாராலயும் ஒன்னும் பண்ண முடில, கார்த்தி அண்ணே எங்க டீம் தான் அவரு நெறைய ப்ரைஸ் கப் வாங்குனாரு அப்டின்னு சொல்லிக்கிட்டு வீட்டுக்குள்ள அங்குட்டும் இங்குட்டும் தாவிக்கிட்டே இருந்தான் என சொன்னவர் கார்த்தியிடம் ஏன் கார்த்தி ஜெய்ச்சு நெறைய ப்ரைஸ்லாம் வாங்குனியாம் என கேட்க?

ம்ம் ஆமக்கா என லேசான சிரிப்புடன் கார்த்திக் சொல்ல,

அது எதுக்கு சரசு நமக்கு சொல்லு? இந்தா விழுந்துட்டு வந்து ரெண்டுநாள் படிப்பு போச்சு , நடக்க முடியல, பன்னண்டாப்பு பரீட்சை நமக்கு எவ்வளவு முக்கியம் சொல்லு , இந்த வருஷம் விளையாட்டலாம் குறைச்சிட்டு படினு அவுங்க அப்பா ஆரம்பத்திலயே சொல்லிருந்தாரு இந்தா இப்ப விழுந்துட்டு வந்ததுல அம்புட்டு வசவு பேச்சையே கேக்க மாட்றான்னு என தேவி சரசிடம் பேசிக்கிட்டுருக்கையிலேயே பாலா வந்துவிட

அவனது சைக்கிளில் பின்னால் அமர்ந்து கொண்டான் கார்த்திக்.

என்னா மச்சி இன்னும் திட்றத நிப்பாட்டல போலயே என சைக்கிளை ஓட்டியபடி பாலா கேட்க? ம்ம் இவிங்க அடிபட்டது சரியாகுர வரைக்கும் நிறுத்த மாட்டாங்கே நமக்கு பழகுனதுதான என கார்த்திக் சொல்லிவிட்டு அமைதியானான்.

டியூஷனிற்க்கு வந்து பாலா சைக்கிளை நிறுத்தவும் இறங்கிய கார்த்தி வழக்கம்போல் மேலே பார்க்க அங்கு இவனை பார்த்தவாறே பிரியா நின்றிருக்கவும் இவன் புன்னகைக்க மகிழ்ச்சியில் மலர்ந்த முகமாய் இருந்தாள் பிரியா...

பாலாவின் துணையோடு படியில் மேலேறிவந்த கார்த்திக்கை கண்ட பிரியாவிற்கு கஷ்டமாய் போக கவலையாய் நின்றிருந்தாள்.

பிரியாவை பார்க்கவும் பாலாவிற்கு அவர்கள் சாக்லேட் கேட்டது நினைவுக்கு வர , கார்த்தியிடம் டேய் மச்சி பேசிக்கிட்டு இரு ஜனனி ஜெனி எல்லாம் ஜெய்ச்சதுக்கு சாக்லேட் கேட்டுச்சுக நான் வாங்கிட்டு வந்துட்றேன் என சொல்லியவன் விறுவிறுவென கீழிறங்கி போனான்...

மெதுவாய் நடந்து பிரியாவின் அருகில் வந்த கார்த்திக் சிரித்த முகமாய் என்ன பிரியா தனியா நிக்கிற ஜனனி ஜெனி எங்க வரலையா.. லீவா.. என்று கேட்க?

அவனது சிரித்த முகத்தை ரசித்தவளுக்கு ஏனோ உள்ளம் மலரவில்லை மாறாக வலியுடன் அவன் நடந்து வந்ததும் அவனது கைகளில் உள்ள சிராய்ப்பை பார்த்தவளுக்கு கஷ்டமாகவே இருந்தது, இல்ல இல்ல ரெண்டு பேரும்

கிளாஸ்க்குள்ள இருக்காங்க ஏதோ சம் டவுட்டுன்னு என்று சொல்லிவிட்டு கார்த்தியை பார்க்க

அப்படியா சரி சரி என்று அவன் சொல்லவும் முட்டில அடி ரொம்பயா..., இப்ப எப்படி இருக்கு, கையெல்லாம் ரொம்ப சிராய்ச்சிருக்கு என கனிவாய் பிரியா கேட்க?

அவள் கேட்டது உள்ளுக்குள் ஏதோ செய்ய ம்ம் இப்ப பரவாயில்லை பிரியா இதுலாம் சும்மா ஒண்ணுமில்ல என்றவன் எல்லாம் நினைவு பரிசுதான், இப்டிலாம் ஜெய்ச்சோம்னு ஞாபகத்துல இருக்கும்ல என கார்த்திக் சொல்ல

பிரியா ஏதும் சொல்லாமல் அமைதியாய் அவனையே பார்க்க என்ன பிரியா அமைதியா இருக்க என அவன் கேட்கவும்..?

ம்ம் ஜெய்க்கிறதுக்காக இப்படியா அடிப்படுற மாதிரி போய் விழுகிறது, இதுவே கஷ்டம் இத தாண்டி பெரிய அடி எதுனா பட்டிருந்துச்சுனா ரொம்ப கஷ்டம்ல என வேதனையாய் பிரிய சொல்ல...

என்ன பிரியா எங்க வீட்லதான் இப்படி சொல்றாங்கனா நீயுமா, இந்த அடியும் எனக்கு வலிக்கலை பெரிய அடினாலும் கவலையோ வலியோ இருக்காது தெரியாது ஜெய்ச்சோம்னு சந்தோசம்தான் இருக்கும் என வெற்றி தந்த மகிழ்ச்சியில் கார்த்தி கூற...

வீட்ல சொல்ற மாதிரியே சொல்றேன்னா? அக்கறை இருக்குறவங்க அப்படித்தான் சொல்லுவாங்க , நீங்க அசால்ட்டா சொல்றீங்க ஒன்னுமில்லன்னு எங்களுக்குத்தான் கஷ்டமா இருக்கு அடிப்பட்டத நெனச்சு என கார்த்திக்கை பார்த்தபடி பிரியா சொல்லவும்

அவளது அழுத்தமான பார்வையும் அவள் சொன்னதும் உள்ளுக்குள் வலியை ஏற்படுத்துவது போல் இருக்க பிரியா இப்ப நீ பேசுறது எனக்கு கஷ்டமா இருக்குற மாதிரி இருக்கு என அவளிடம் கார்த்திக் கூற

உங்களை பார்க்கையில இப்ப எனக்கும் அப்படித்தான் இருக்கு என கசிந்தாள் பிரியா.

அவளையே பார்த்திருந்தவன் , சரி அதவிடு இந்தா சாக்லேட் என அவளுக்கு பிடித்த சாக்லெட் இரண்டை அவளிடம் நீட்ட அதை வாங்கி கொண்டவள் இன்னொன்னு என்று கேட்க?

இன்னொன்னா என்று லேசாய் அதிர்ச்சியான கார்த்தியிடம் ஆமா எனக்கு ஜனனிக்கு ஜெனிக்கு மொத்தம் மூனுல என்று பிரியா சொல்லவும்

லேசாய் சிரித்தவன், இது அது இல்ல, இது நான் உனக்கு எப்பவும் கொடுக்கிறது, ஜெய்ச்சதுக்கு தனியா பாலா வாங்க போயிருக்கான் என சொல்ல,

ம்ம் ரெண்டு கொடுத்தீங்களா அதான் என பிரியா சொல்ல, ம்.. ரெண்டும் உனக்குத்தான் என சொன்னவன் சாப்பிடு ஏன் சாப்பிடாம வச்சிருக்க என கேட்க?

அப்பறம் சாப்பிட்டுக்கிறேன் என பிரியா சொல்ல ஏன் அப்பறம் இப்ப ஒன்ன சாப்டு அப்பறம் ஒன்ன சாப்டு என கார்த்திக் சொன்னான்.

அவனுக்கு அவள் சாக்லெட்டை ரசித்து அழகாய் சாப்பிடுவதை ரசிக்க ஆசை அதனால் சாப்பிடு என அழுத்தமாய் கூறினான்...

இல்ல நான் அப்பறம் சாப்பிட்டுக்கிறேன், இப்ப சாப்பிட தோனலை என பிரியா சொல்ல... உடனே கார்த்திக், இப்ப சாப்பிட தோணலையா ஏன் இப்ப என்னாச்சு , உனக்கு பிடிச்ச சாக்லேட்தான என புரியாமல் கார்த்திக் கேட்க?

அதான் கஷ்டமா இருக்குற மாதிரி இருக்குனு சொன்னேன்ல அதான் என பிரியா சொல்லவும் அவள் எதை சொல்கிறாள் என்பது புரிய

ஏய் லூசு என வலிக்காதவா,று உரிமையாய் அவள் தலையில் வலிக்காது தட்டிய கார்த்திக் , என்ன எனக்கு அடிபட்டத நெனச்சு கஷ்டமா இருக்குனு சாப்பிடமாற்றியா அதுலாம் ஒண்ணுமில்ல நீ இப்ப சாப்பிட்ற என சொன்னவன் நாங்க எப்படி ஜெய்ச்சோம் தெரியுமா, எவ்வளவு சந்தோசமா இருக்கு தெரியுமா எனக்கு என கார்த்திக் சொல்ல

அவன் உரிமையாய் தலையில் தட்டி லூசு என கூறியது உள்ளுக்குள் ஆனந்தத்தை ஏற்படுத்த (ஆமாங்க அவன் லூசுன்னு தன்னை சொன்னதுதான் இந்த லூசுக்கு சந்தோசமாம் என்னத்த சொல்ல) அது உள்ளம் முழுதும் பரவி முகத்தில் தெரிய

அதான் உங்க ப்ரெண்ட்ஸ் எல்லாரும் சொன்னாங்களே , ஏதோ பெரிய ஹீரோ ஆயிட்டீங்களாம் ஸ்கூலுக்கே என கேலிபோல் பிரியா சொல்ல..

பிரியாவின் முகத்தில் வந்த அந்த திடீர் மலர்ச்சியை ரசித்தவன்..

என்னா? ஹீரோனு சொன்னான்ங்களா அப்ப ஹீரோயின் எதும் இருக்குனு சொல்லலையா என அவளை போல் இவனும் கேலியாய் கேட்க?

ஏன் சொல்லல , சொன்னாங்க சொன்னாங்க உங்க ஸ்கூல்ல பிள்ளைகளும் படுச்சிருந்தா எல்லா பிள்ளைகளும் உங்களுக்கு ஹீரோயினிகலாம் என பிரியா கூறவும்

கார்த்திக் சிரித்தபடி ம்ம்.. அப்படி இருந்திருந்தா நல்லாத்தான் இருந்துருக்கும் என சொல்ல

ம்ம் இருக்கும் இருக்கும்... என இழுவையாய் பொறாமை எட்டி பார்க்க சொன்ன பிரியா, சரி நான் க்ளாஸ்க்கு போறேன் என சொல்லிவிட்டு நகர அவளுக்கு தலையசைத்து விடை கொடுத்தவன் அவள் நான்கடி எடுத்து வைக்கவும் பிரியா... என அவளை அழைக்க சட்டென பிரேக் புடித்தாற்போல் நின்று திரும்பி இவனை பார்த்தவள் என்ன என தலையசைத்து கேட்க?

உடனே, ஒரு ஹீரோக்கு ஒரு ஹீரோயின் இருந்தாதான நல்லாருக்கும் என லேசான சிரிப்புடன் அவளிடம் கார்த்திக் கேட்க..

கார்த்திக்கின் அருகில் சென்ற பிரியா ஒரு ஹீரோக்கு ஒரு ஹீரோயின் இருந்தாதான் எனக்கு பிடிக்கும் என அழுத்தமாய் அவன் கண்களை பார்த்து சொல்லவும், ம்ம்.. சரியென்பதாய் புன்னகை அரும்ப தலையசைத்தான் கார்த்திக், பின்பு இருவரும் அவர் அவர் வகுப்புகளுக்கு கிளம்பினர்.

ஏனோ பிரியாவிற்கு இப்போதெல்லாம் கார்த்திக்கின் நினைப்பு அதிகமாய் வர ஆரம்பித்தது, அவனுக்கு அடிபட்டது ஏன் தனக்கு கஷ்டமாய் இருக்கிறது என எவ்வளவு யோசித்தாலும் அவளிடத்தில் பதில் இல்லை மாறாக புது வலியே உண்டானது, அவனை பார்த்தவுடன் இதயம் இனித்து உள்ளம் மலர்கிறதே ஏன்? ஏன்? ஏன்? இது

என்ன அதுவா? இல்ல இதுவா? என தனக்குள் கேட்க ஆரம்பித்திருந்தாள் பிரியா...,

கார்த்திக்கும் அப்படிதான் ஒருநாள் கூட பிரியாவை நினைக்காமல் இருந்ததில்லை நினைத்தவுடன் அவன் மனது மகிழ்ச்சியில் மிதக்காமல் இருந்ததும் இல்லை...

தினமும் டியூஷனில் பிரியாவை பார்க்கும் அந்த சில நிமிடங்கள் அவனுக்கு முக்கியமானதாக மாற ஒவ்வொரு நாளும் அந்த நிமிடத்தை எதிர்பார்க்க ஆரம்பித்திருந்தான்...

கார்த்தியும் பிரியாவும் ஒருவருக்கொருவரை மனதில் நினைத்தவாறு தினமும் டியூஷனில் பார்த்துக்கொண்டு உள்ளுக்குள் மகிழ்ந்தவாறு வழக்கம்போல் தங்கள் நண்பர்களுடன் பேசி சந்தோசமாய் நாட்களை நகர்த்தினர்...

அன்று தோழிகள் பிரியா,ஜனனி,ஜெனி ஆகிய மூவரும் தாங்கள் வழக்கமாய் நிற்கும் இடத்தில நின்றுகொண்டு சத்தமாய் பேசி சிரித்துக்கொண்டிருக்க அப்போது அங்கு வந்த கார்த்திக் என்னப்பா சிரிப்பெல்லாம் பயங்கரமா இருக்கு ஒரே ஜாலிதானா என்ன என கேட்க?

அது சும்மாத்தான் சிரிச்சோம் என ஜெனி டக்கென சொல்லவும் பிரியாவும் ஜனனியும் சிரிப்பை அடக்க முயன்றவர்களாய் நிற்க...

அவர்களை கவனித்த கார்த்தி, ஏன் ஜெனி நீ சும்மாதான்னு சொல்றத பார்த்தா ஏதோ இருக்கும் போலயே. என கேட்கவும்?

இல்ல கார்த்தி சும்மாதான் என ஜெனி மீண்டும் சொல்ல என்னப்பா அப்படி சத்தமா சிரிச்சிங்க இப்ப ஒன்னும் இல்லன்னு சொல்றீங்க என கேட்டவன், சிரிப்புடன் நின்ற பிரியாவை பார்த்து என்ன பிரியா சொல்லு நாங்களும் சிரிப்போம்ல என சொல்ல...

அது... அது.. என ஜெனியை பார்த்தவாறு பிரியா சொல்ல ஆரம்பிக்க ஜெனி சொல்லாதே என்பதுபோல் தலையசைக்கவும் பிரியா நிற்க

ஜனனி நீ சொல்லேன் என்றான் பாலா...

ஜனன்ி அது இன்னைக்கி ஜெனியோட பக்கத்து வீட்டு பையன் என சொல்ல ஆரம்பிக்கையில் அருகில் இருந்த ஜெனி ஏய் வேணாம் ஜனனி என அவள் வாயை பொத்த...

பிரியா சிரித்தவாறு நிற்க அவளை பார்த்த கார்த்திக் பிரியா நீ சொல்லு என அழுத்தி சொல்லவும்

அதுவந்து...,

ஜெனியோட பக்கத்து வீட்டு பையன் ஜெனிக்கிட்ட இன்னைக்கி காலையில லவ் லெட்டர் கொடுத்தானாம் அதுல இருந்தத ஜெனி சொன்னா அதான் என சொன்ன பிரியா சிரிக்க ஆரம்பிக்க அவளுடன் ஜனனியும் சேர்ந்து கொண்டாள் சிரிக்க.

அதுல என்ன எழுதியிருந்துச்சு என ஆர்வமாய் பாலா கேட்க?

அதுல அதுல என சிரிப்பை அடக்கிவிட்டு பிரியா சொல்ல ஆரம்பித்தாள்...,

எங்கம்மா ஒரு ஜோஷியர பார்த்துட்டு வந்து என்கிட்ட சொன்னாங்க...,

தம்பி உனக்கு சனி பிடிச்சிருக்காம்டா அப்டின்னு....,

நான் உடனே எங்கம்மாட்ட அந்த ஜோஷியர் டம்மிமானு சொல்லிட்டேன்....,

ஏனா எனக்கு 'சனி" பிடிக்கல "ஜெனி"தான் பிடிச்சிருக்கு!! ஆமா ஜெனி எனக்கு உன்னதான் பிடிச்சிருக்கு "ஐ லவ் யூ" ஜெனி!!!!

என அந்த லெட்டரில் எழுதியிருந்ததை சொல்லிவிட்டு பிரியா சிரிக்க, கார்த்தி ,பாலா, ஜனனி என எல்லாரும் சிரிக்க ஆரம்பிக்க ஜெனியும் சிரித்தாள்...

சில நிமிடங்கள் ஐவரும் நிறுத்தாமல் நினைத்து நினைத்து சிரிக்க சுற்றியிருந்தவர்கள் இவர்களை பார்ப்பது போல் தோன்றவே சிரிப்பை அடக்கி நிறுத்தினர்.

செம்ம லெட்டர் போ... ஏன் ஜெனி படுச்சிட்டு அந்த பயலுக்கு என்ன சொன்ன நீ என்று லேசான சிரிப்புடன் பாலா கேட்க...?

அதான் ரெட் கலர் ட்ரெஸ் போட்ருக்காள என ஜனனி சொல்ல...

ரெட்கலர் ட்ரெஸ்ஸா... என்ன என புரியாமல் பாலா வினவ என்ன பாலா உங்களுக்கு லவ்வர்ஸ் டே ட்ரெஸ் கோட் தெரியாதா என ஜனனி கேட்கவும் புரிந்தவனாய்...

ஹோ அதுவா... ரெட் கலர்னா என்ன காதல் எதிர்ப்பா , ஏன் ஜெனி அப்ப அந்த பயலுக்கு நோவா... பாவம் அந்த பய புதுசா ஏதோ ட்ரை பண்ணி எழுதி கொடுத்தான் என சிரித்தவாறு பாலா சொல்ல

கிண்டல் பண்ணாம இருங்க பாலா... என ஜெனி சிணுங்க..

நீங்க வேற பாலா இவ க்ரீன் ட்ரெஸ் போட்டு அந்த பயலுக்கு ஓகே சொல்லியிருந்தாதான் அந்த பய பாவம் என கேலியாய் ஜனனி சொல்லவும்

உன்ன என்று ஜெனி அடிக்க வர அவளிடமிருந்து தப்பிக்க ஜனனி ஓட அவளை துரத்தியவாறே ஜெனி பின்னால் ஓடினாள்.

அவர்களையே சிரித்தவாறு பார்த்திருந்த பிரியா கார்த்திக்கிடம் திரும்பி சரி நாளைக்கு பாப்போம் என தலையசைத்து சொல்லிவிட்டு பாலாவிடமும் பாய் பாலா என சொல்லியவாறு வகுப்பு நோக்கி நடந்தாள்.

என்ன மச்சி மேட்ச் பார்த்தியா? பங்களாதேஷ்ஷ துவச்சுக்கிருக்கான்ங்க நம்மாள்க... என தன் சைக்கிளை ஓட்டியவாறு கார்த்திக் பாலாவிடம் சொல்ல...

அவனுடன் இணைந்தவாறு தனது சைக்கிளை ஓட்டியபடி வந்த பாலாவும்,

ஆமா.. மச்சி கிழிச்சுட்டான்ங்க... சேவாக் 175 போல என பாலா சிலாகிக்க...

ஆமா மச்சி கோலின்றவன் வேற 100 போட்டுருக்கான்... என்ற கார்த்திக் ச்சே.. நம்மலாளதான் பார்க்க முடியாம போயிருச்சு என சலித்துக்கொள்ள

விடு மச்சி இது லீக் மேட்ச்தான, க்னாக் அவுட் மேட்ச்சுக்கெல்லாம் பப்ளிக் முடுஞ்சுரும் அப்பறம் சும்மா கிளப்பி விடுவோம் என பாலா சொல்லவும்

ம்ம் ஆமா மச்சி எக்ஸாம் முடுஞ்சோனதான் நம்ம பார்க்க முடியும் என்று பாலவுடன் பேசிக்கொண்டு வரையில் சற்று

தூரத்தில் பிரியா தனது ரெட் கலர் லேடி-பேர்ட் சைக்கிளை நிறுத்திவிட்டு கடைக்குள் நுழைவதை கண்ட கார்த்திக்....

என்ன பிரியா இன்னும் டியூஷன் போகாம இருக்கு இல்ல நாம வெல்லனமா போறோமா என யோசித்தப்படி கார்த்திக் இருக்க...

டேய் மச்சி நீ நோட் வாங்கணும்னு சொன்னல, வாங்கிட்டு இங்கயே நில்லு நான் பிரபுவை போயி கூட்டு வந்துட்றேன் சைக்கிள் இல்லன்னு சொல்லிக்கிட்டு இருந்தான் என சொன்ன பாலா அடுத்து வந்த திருப்பத்தில் திரும்பிக்கொண்டான்.

தனது சைக்கிளை பிரியாவின் லேடி-பேர்ட் அருகே நிறுத்திவிட்டு கடையினுள் போன கார்த்திக் அங்கு நின்றிருந்த பிரியாவை பார்த்தவன் அவளை அவசரமாய் ஆராய்ந்து தனக்குள் பதிவு செய்து கொண்டான்...

கருநீல நிறத்தில் வேலைப்பாடுகள் நிறைந்த டைட் சுடிதார் அணிந்து கையில் கண்ணாடி வளையல்களும் கழுத்தில் மெல்லிய செயினும் காதுகளில் குட்டியாய் ஆடிய ஜிமிக்கிகள்..

இரு புருவங்களுக்கும் இடையில் விபூதி கீற்றும் அதற்க்கு மேல் சிறு பொட்டும் என புன்னகை பூத்த முகத்துடன் நீலத்தாரகையாக பிரியா ஜொலிக்க அவளை பார்த்தபடி தனக்குள் பதித்தப்படி நின்ற கார்த்திக்கிற்கு முதன் முதலில் கோவிலில் பார்த்தது ஞாபகம் வர...

என்ன பிரியா... இங்க? இன்னியாரம் டியூஷன்ல இருப்ப... என்ன என அவளை அழைத்து கேட்க?

அப்போதுதான் கார்த்திக்கை அங்கு பார்த்த பிரியா லேசாய் ஆச்சரியமானவளாய்...

"பென்" வாங்க வந்தேன் கார்த்திக் அதான் என்றவள் நீங்க என்று கேட்க?

ம்ம் நோட் வாங்க என்றவன் கடைக்காரரிடம் காசை கொடுத்து நோட்டை வாங்கிவிட்டு..

என்ன பிரியா இன்னைக்கு எதும் விசேஷமா என்று கார்த்திக் கேட்கவும்?

ம்ம்.. எப்படி கேக்குறீங்க விசேஷமானு என கார்த்தியிடம் பிரியா வினவினாள்...?

இல்ல புது ட்ரெஸ் போட்டிருக்க மாதிரி இருக்கு அதான்.. என்று அவன் சொல்லவும்

ம்ம் இன்னைக்கி என்னோட பிறந்த நாள் கார்த்திக்... என்றவள் ட்ரெஸ் நல்லாருக்கா? எனக்கு என்று அழகாய் பிரியா கேட்க...?

எப்படி நல்லாயில்லை என்று சொல்லுவான்... தாரகையாய் நிற்கும் அவளை கண்டு.. சிறிதும் தாமதிக்காமல்...

நீலாம்... இப்படி கேட்கலாமா பிரியா... ரொம்ப நல்லாருக்கு.. ரொம்ப ரொம்ப அழகா இருக்க அன்னைக்கு பார்த்த மாதிரியே... என கார்த்திக் சொல்ல

அவன் தன்னை அழகாய் இருக்கிறாய் என்று சொன்னது பிரியாவிற்குள் ஒருமாதிரி உள்ளுக்குள் வெட்கத்தை ஏற்படுத்தி கன்னத்தை சிவக்க செய்ய லேசாய் நெளிந்தவாறு சிரித்தவள்...

அன்னைக்கு பார்த்த மாதிரி என்று சொன்னது என்னைக்கு என்று தெரியாமல் இருக்க என்னைக்கு பார்த்த மாதிரி கார்த்தி என்று அவனிடமே கேட்டாள் பிரியா...?

அவளது முகத்தில் நடந்த நொடி நேர மாற்றத்தை கண்டவன் , அதான் பிரியா அன்னைக்கு மொத மொதல... கோவில்ல பார்த்தேன்ல அன்னைக்குத்தான் அழகா அந்த பட்டு பாவாடை தாவனியில பெரிய ஜிமிக்கி போட்டுக்கிட்டு நெத்தில புருவத்துக்கு மத்தியில அழகா விபூதியம், பொட்டும் வச்சிக்கிட்டு கண்ணுல மை போட்ருந்தியானு தெரியலை... ஆனா அன்னைக்கு பாத்தா நீ இன்னைக்கும் என் கண்ணுக்குள்ள இருக்க என அன்றைய நாளை நினைத்தவாறு சொன்னவன் இன்னைக்கி உன்னை பார்க்கவும் அன்னைக்கு பார்த்த அந்த அழகான பிரியா ஞாபகத்துக்கு வந்துருச்சு என கார்த்திக் சொல்லி முடிக்க....

அவன் சொல்வதையே அழகாய் உள்ளுக்குள் ரசித்து வெட்கமானவள் அதை அவனுக்கு காட்டாது முயன்றவளாய்.., அப்ப மித்த நாள்லாம் நான் அழகா இல்லை... இந்த ட்ரெஸ்லயும் அந்த ட்ரெஸ்லயும் மட்டும்தான் நான் அழகா இருக்கனா என குறும்பாய் பிரியா கேட்க..?

ஹேய்.. நான் அப்படியா சொன்னேன் நீ எந்த டிரஸ் போட்டாலும் அழகா இருப்ப.. இருக்க.., ஆனா நீனாளே நினைவுக்கு வரது கோவில்ல பார்த்த அந்த அழகு பிரியாதான் என அது பொதுவெளி என்பதையும் மறந்து கார்த்திக் பினாத்த...

யாருக்குமே ஒருவர் தங்களை அழகு என்று சொன்னால் ஆனந்தம்தான் அதுவும் பிடித்தமானவர்கள் சொல்லிவிட்டால் அவ்வளவுதான்...

அதுபோல்தான் பிரியாவிற்கும் கார்த்திக் தன்னை அழகாய் இருக்கிறாய் என்று சொன்னது அலாதி ஆனந்தத்தை உள்ளுக்குள் ஆழமாய் தர சிறகின்றி உயர பறந்தாள்...

பின் தனது பேக்கில் இருந்து சாக்லெட்டை எடுத்து இந்தாங்க கார்த்திக் என அவனிடம் நீட்ட...

மொதலையே தெரிஞ்சிருந்தா ஏதாவது கிஃப்ட் வாங்கிருக்கலாமேடா கார்த்தி, என்னடா இது இத்தனநாளா பேசி பழகிட்டு பிறந்தநாள் என்னைக்கினு தெரிஞ்சுக்காம விட்ருக்கியடா.. என தன்னையே மனதிற்குள் நொந்துகொண்டவன் தனது பாக்கெட்டை தடவி பார்க்க பிரியாவிற்கு தினமும் கொடுக்கும் சாக்லேட் போக வெறும் இரண்டு ரூபாய் மட்டும் இருக்க, இதுல என்னடா வாங்க முடியும் என கடையை சுற்றி பார்வையை செலுத்தியவன் கண்ணில் அவனது பேவரேட் மியூசிக் டைரக்டர் யுவன் இசையமைத்த பருத்திவீரன் பாட்டு புத்தகம் பட்டுவிட மலர்ந்தவனாய் அதை வாங்கியவன்...

பிரியாவிடம், மெனி மோர் ஹாப்பி ரிட்டன்ஸ் ஆப் த டே பிரியா என சொல்லி அவளுக்கு கொடுக்கும் சாக்லேட்டுடன் பாட்டு புத்தகத்தை நீட்ட மகிழ்ந்தவளாய் அவன் கொடுத்ததை வாங்கியவள் அவனை பார்க்க...

உன் பிறந்தநாளுக்கு என்னோட கிஃப்ட் , இன்னைக்கு பிறந்தநாள்னு மொதலயே தெரிஞ்சிருந்தா வேற ஏதாவது ஸ்பெஷல்லா வாங்கிருப்பேன் என்றவன் இதுவும் ஸ்பெஷல்தான் என்று சொல்ல..

ம்ம்ம்.. என்று அழகாய் தலையசைத்தவள், ஆனா பாட்டு புக்கெல்லாம் நான் வச்சிருக்கிறதா எங்க வீட்ல பார்த்தாங்கனா அவ்வளவுதான், பப்லிக் எக்ஸாம் வருது

பாட்டு புக் படிக்கிறியான்னு திட்டி தீர்த்துருவாங்க... என சிரித்தவாறு பிரியா சொல்லவும்

அய்யய்யோ.., அப்ப கொடுத்துடு பிரியா நான் நாளைக்கு வேற கிஃப்ட் வாங்கித்தரேன் என கார்த்திக் சொல்ல...

அதுலாம் வேணாம் இதுவே எனக்கு ஓகே , ஸ்பெஸல்னு சொல்லி கொடுத்திருக்கீங்க இத வேணாம்ன்லாம் கொடுக்க முடியாது என சொல்லியவள் அதை தனது பேக்கிற்குள் பத்திரமாய் வைத்துக்கொண்டாள்..

வாங்க கார்த்தி டியூஷன்க்கு டைம் ஆக போது போவோம் என்று பிரியா அழைக்க , இல்ல பிரியா பாலா வருவான் நீ போ நான் வரேன் என சொல்லவும் பிரியா கிளம்பி போனாள்.rr

பன்னிரெண்டாம் வகுப்பினருக்கு தேர்வு நெருங்க பாலா, கார்த்தி, பிரியா, ஜனனி, ஜெனி ஆகியோர் சந்திப்புகள் குறைந்து போனது.. ஒரு சில தினம் அவர்கள் பார்த்துக்கொண்டபோது கூட முன்பு போல் பேசிக்கொள்ள இயலவில்லை.. இது மற்றவர்களுக்கு எப்படியோ கார்த்திக்கும் பிரியாவிற்கும் உள்ளுக்குள் ஒரு சோர்வை தந்தது.

பன்னிரெண்டாம் வகுப்பினருக்கு தேர்வு ஆரம்பித்ததில் இருந்து பிரியாவும் கார்த்திக்கும் ஒருவரை ஒருவர் பார்த்துக்கொள்ளவில்லை..

கார்த்தியையும் அவன் தரும் சாக்லெட்டையும் அதிகமாய் மிஸ் செய்ய ஆரம்பித்திருந்தாள் பிரியா. கார்திக்கை கடைசியாய் பார்த்தபோது..

மம் அவ்வளவுதான் எக்ஸாம் முடிஞ்சுனா உங்களை எல்லாம் பார்க்க முடியாது, அப்பறம் எங்களை எல்லாம்

மறந்துருவிங்க என ஜனனி பாலா, கார்த்திக்கை பார்த்து சொல்ல..

என்ன ஜனனி இப்படி சொல்லிட்ட உங்களை எல்லாம் எப்படி மறப்போம்... அதுவுமில்லாம எல்லாரும் இங்கதான் பக்கத்து பக்கத்துல இருக்கோம் எப்படியும் அடிக்கடி பார்த்துக்கிற போறோம் என கார்த்திக் சொல்லவும்..

இல்ல கார்த்தி சும்மா விளையாட்டுக்கு அப்படி சொன்னேன்.. என்று ஜனனி சொல்ல

ம்ம்ம்... ஆமா ஆமா மறந்துராதீங்க அப்பறம் ஜனனிய காப்பாத்த ஆள் வேணும் என சொல்லிவிட்டு ஜெனி சிரிக்க

அவள் சொல்லவருவது புரியவே சிரித்த கார்த்தியும் பாலாவும் பின் எல்லாரும் நல்லா எக்ஸாம் எழுதுங்க சரியா ஆல் தி பெஸ்ட் என தோழிகள் மூவருக்கும் பொதுவாய் கார்த்திக் சொல்ல

பாலாவும், பப்ளிக்னு ஏதும் பயப்படாம நல்லா எழுதுங்க ஆல் தி பெஸ்ட் என அவன் சொல்லி முடிக்கவும் அவர்களிடம் சொல்லிவிட்டு நண்பர்கள் இருவரும் கிளம்புகையில்....

வரேன் என்று பிரியாவிடம் கண்களால் அழுத்தமாய் சொல்லிவிட்டு போனான் கார்த்திக்...

அன்று.., இங்கதான இருக்கோம் அடிக்கடி பாத்துக்க போறோம் என சொல்லிவிட்டு வரேன் என அவளை அழுத்தமாய் பார்த்து சொல்லிவிட்டு போன கார்திக்கையே நினைத்தபடி அமர்ந்திருந்த பிரியாவின் அருகில் இருந்த ஜனனி என்ன பிரியா புக்க திறந்து வச்சிட்டு படிக்காம உக்காந்திருக்க என கேட்கவும்?

இயல்புக்கு வந்தவளாய், ம்ம் ஒண்ணுமில்லை என தலையசைத்துவிட்டு கார்த்திக்கின் நினைவை ஒதுக்கி படிப்பில் கவனமானாள் பிரியா.

மச்சி இப்பதாண்டா டென்ஷன் இல்லாம ஃப்ரீயா இருக்கு.. என தனது கடைசி தேர்வை எழுதி முடித்துவிட்டு வெளியே வந்த பாலா சொல்ல

ம்ம் ஆமா மச்சி ஒரு வழியா எல்லா எக்ஸாமையும் நல்லா எழுதி முடுச்சாச்சு என கார்த்திக் சொல்லவும்...

ஆமாடா மச்சீஸ்... ஆனாலும் ஸ்கூல் லைப் முடுஞ்சுன்னு நினைக்கையில கஷ்டமா இருக்குடா என சொன்ன பிரபுவை அணைத்துக்கொண்ட கார்த்தியும் பாலாவும் விடு மச்சி, அடுத்து ஒரே காலேஜ் சேர்றோம் ஜாலி பண்றோம் என மூவரும் ஜாலியாய் பேசியபடி கிளம்பினர்...

அடுத்து வந்த நாட்களில் அவர்களுக்கு மகிழ்ச்சியளிக்கும் வகையில் இந்தியா உலககோப்பை பைனல் வந்து அதில் வெற்றிபெற்று கப் ஜெயிக்க கொண்டாடினர்.. அதிலும் இவர்களது பேவரட் க்ரிக்கெட்டர் தோணி சிக்ஸர் அடித்து மேட்ச்சை முடித்தது அந்த தருணத்தை மறக்க முடியாதளவுக்கு மனதில் பதிந்து போனது அவர்களுக்கு...

இந்த கொண்டாட்ட உணர்வில் பப்ளிக் எக்ஸாம் இருந்ததால் சில மாதங்களாக தூக்காத கிரிக்கெட் பேட்டை தூக்கிக்கொண்டு கொளுத்தும் வெயிலில் புழுதி புடிக்க விளையாடி மகிழ்ந்தனர்... விளையாட்டு மகிழ்ச்சி என இருந்தாலும் பிரியாவை பார்க்காது இருப்பது கவலையாய் இருந்தது கார்த்திக்கிற்கு. பத்தாம் வகுப்புக்கும் எக்ஸாம் முடித்திருக்க டியூஷனிற்கு சென்றும் அவளை பார்க்க முடியாத நிலை...

எண்ணமெல்லாம் அவளே இருக்க என்ன செய்யலாம் என்று யோசித்தவன் ஒரு முடிவுக்கு வந்தவனாய் தனது சைக்கிளை எடுத்துக்கொண்டு பிரியா இருக்கும் தெருவிற்கு போக அங்கு அவள் வீடு எதுவென தெரியாததால் அந்த தெருவையே ரவுண்ட் அடிக்க ஆரம்பித்தான் கார்த்திக்.

ச்சே.. வீடு எதுன்னு தெரியலையே இந்த பிள்ளையும் வெளியவே வராது போல என தனக்குள் பேசியவாறு ஒவ்வொரு வீடாக பார்த்தவாறு சைக்கிள் ஓட்ட பிரியா இவன் கண்களுக்கு புலப்படவே இல்லை...

அடுத்தடுத்த நாளும் வாசல் தெளித்து கோலம் போடும் நேரத்தில் காலையும் மாலையும் அந்த தெருவில் ரவுண்ட் அடிக்க அவளை காண முடியாமல் போக சோர்வுற்றான் கார்த்திக். இந்த நாட்களில் பிரியாவை பார்க்க முடியவில்லையே என்று வருந்தினானே தவிர மறந்தும் அவளை பார்க்கவே முடியாது என்று நினைக்கவில்லை.

தனது பப்ளிக் எக்ஸாம் எல்லாவற்றையும் முடித்து மூட்டை கட்டிவிட்ட நிம்மதியில் கட்டிலில் படுத்திருந்த பிரியா நிமிடத்திற்கு ஒருமுறை சேனலை மாற்றியவாறு ஒருதுலயாவது நல்லதா எதாவது போடுறான்ங்களா என சலித்தவாறு டிவி பார்த்துக்கொண்டிருக்க...

ஏய் அந்த "எம்"-டிவிய வச்சிட்டு சும்மா இருடி நூறு டிவி மாத்துவ என அவளது அம்மா சுந்தரி சொல்ல,

போம்மா என முரண்டியவளுக்கு எந்த டிவியும் பிடித்ததாய் இல்லாமல் போகவே.. அதுல என்னா போடுறாங்கே என தன் அம்மாவிடம் கேட்டவாறு ரிமோட்டில் அந்த சேனலை நோக்கி குறைத்து கொண்டு போக...

அதான்டி அந்த படம், அது யாரு கார்த்தி படம் கார்த்தி பிரியாமனியா.. ம்ம் அந்த ரெண்டு பேரும் நடுச்ச படம் என பிரியாவின் அம்மா சொல்ல...

அவள் அம்மா கார்த்திக் என்று சொன்னதுமே முகத்தில் லேசாய் புன்னகை அரும்ப அடுத்து பிரியா... பிரியாமணி என்று சொன்னது அவளுக்கு எதையோ நினைவு படுத்துவது போல் இருக்க எம்-டிவி வர அதில்...

இப்பெல்லாம் ரேடியாவுல வெறும் லவ் பாட்டாதான் கேக்க பிடிக்கிது...

புள் அடிச்சும் போதயில்லை !
புல்லட் பீர் அடுச்சும் கிக் இல்லை !!
கல்லு குடுச்சும் தூக்கம் இல்லை !!
கண்ண மூடுனா கனவுல நீதானே...!! வேற யார் வருவா..

என டிவியில் பருத்திவீரன் கார்த்திக் பிரியாமணியிடம் வசனம் பேச அந்த சீன் முழுதையும் ரசித்து பார்த்த பிரியா ரிமோட்டை தனது அம்மாவிடம் கொடுத்துவிட்டு வேகமாய் தன் அறைக்கு ஓடினாள்...

தனது ரூமிற்கு வந்தவள் அவசர அவசரமாய் ஏதோ ஒரு நோட்டை எடுத்தவள் திறந்து பார்க்க அதில் கார்த்திக், பிரியாவின் பிறந்தநாள் அன்று கிஃப்டாய் கொடுத்த பருத்திவீரன் பாட்டு புத்தகம் இருக்க அதை எடுத்து திறந்து பார்த்தவள் கண்ணில் முதலில் பட்டது நடிகர்கள் என்ற கட்டத்தில் போட்டிருந்த

கார்த்திக், பிரியா-மணி என அச்சிடப்பட்டிருந்ததுதான்... உடனே அந்த பெயர்களை ஆசையாய் தடவியவளுக்கு கார்த்திக்கின் ஞாபகம் இதயத்தை நிறைத்தது...

வெளியே டிவியில்...

🎶 🎶 ❤ 🎶 🎶

அய்யய்யோ என் உசுருக்குள்ள தீய வச்சான் அய்யயோ
என் மனசுக்குள்ள நோயை தச்சான் அய்யய்யோ...

சண்டாளி உன் பாசத்தாள நானும் சுண்டெலியா
ஆனேன் புள்ள...

நீ கொண்ணக்கூட குத்தம் இல்ல நீ சொன்ன சாகும் இந்த
புள்ள...

அய்யய்யோ என் வெட்கம் பத்தி வேகுறதே
அய்யய்யோ... என் சமஞ்ச தேகம் சாயிரதே அய்யய்யோ...

🎶 🎶 ❤ 🎶 🎶

என்ற பாடல் ஓட அதை கேட்ட பிரியாவிற்கு மனம் முழுதும் ஏதோ ஒரு உணர்வு எழும்பி இதயத்தை கூச செய்ய அந்த பாட்டு புத்தகத்தை தன் நெஞ்சோடு அணைத்து கொண்டாள்...

பின் வேகமாய் ஒரு பேனாவை எடுத்து பிரியாமணி என்றிருந்ததில் மணி என்பதை மட்டும் பேனாவை கொண்டு கிறுக்கி மறைத்தாள் இப்போது வெறும் கார்த்திக் பிரியா என மட்டும் இருக்க அதை ரசித்து பார்த்தவாறு தன் படுக்கையில் விழுந்தாள்...

அவள் மனம் கார்த்திக்கை பார்க்க வேண்டும் என ஏங்க அதற்கு வழி ஏதும் தெரியாமல் அவனை நினைத்தவாறே கிடந்தாள் பிரியா.

பன்னிரெண்டாம் வகுப்பு தேர்வு முடிவுகள் வெளியாகி அதில் கார்த்தியும் பாலாவும் ஆயிரத்தி நூறை நெருங்கி மார்க் வாங்கியிருக்க

வழக்கம்போல் அவர்கள் வீட்டில் பாராட்டுகளுடன் இன்னும் சேர்த்து வாங்கிருக்கலாம் என்ற சொல்லும் இருந்தது...

மெக்கானிக்கல் இன்ஜினியரிங் படிக்க விரும்பிய கார்த்தியும் பாலாவும் சென்னையில் நடைபெற்ற இன்ஜினியரிங் கவுன்சிலிங் அட்டெண்ட் செய்ய...

அங்கு இவர்கள் சேர விரும்பிய மதுரையின் பிரபல பொறியியல் கல்லூரி கிடைக்காமல் போக அதே தரத்தில் கோயம்புத்தூரில் இருந்த ஒரு பிரபல கல்லூரியில் படிப்பதற்கு அரை மனதுடன் தேர்வு செய்து வந்தனர்.

ஏங்க.., இங்க மதுரையில இருக்குற காலேஜில தான சேர்க்கனும்னு போனீங்க.. அங்க போயி என்ன கோயம்புத்தூர்ல சேர்த்துட்டு வந்திருக்கீங்க என கார்த்தியின் அம்மா தேவி தன் கணவன் சங்கர மூர்த்தியிடம் கேட்க..?

உன் மகன கேளு ஏன் இங்க எடுக்காம அங்க எடுத்தோம்னு என அவர் சொல்லவும்,

திவ்யாவின் அருகில் அமைதியாய் அமர்ந்திருந்த கார்த்திக்கை பார்த்து, என்னடா கார்த்தி ஏன் இங்க எடுக்கலை என தேவி கேட்க??

இந்த காலேஜ்ல சீட் கிடைக்கலம்மா, நம்மள விட மார்க் கூட எடுத்தவங்க சீட்ட ஃபுள் பண்ணிட்டாங்க.... அதான் என கார்த்திக் சொல்லவும்,

இதைத்தான் நான் சொல்லிக்கிட்டே இருந்தேன் , விளையாட்ட குறைச்சிட்டு படிடா மார்க் கூட எடுத்தாதான் இங்க பக்கத்துல உள்ள நல்ல காலேஜ்ல சீட் கிடைக்கும்னு

எங்க சொல்றத கேட்டாதான என்று சொல்லிவிட்டு அவர் அறைக்குள் போய் விட

அவர் பின்னாலேk போன தேவி..., ஏங்க இந்த காலேஜ்லயே காசு கொடுத்து சேர்க்கலாமாம்ல.. திவ்யா ப்ரெண்டு வாணிலாம் அப்படித்தான் சேர்ந்துச்சாம் என தன் கணவரிடம் கனிவாய் சொல்ல..

சேர்க்கலாம் தேவி மேனேஜ்மெண்ட் சீட்ல, என்ன வருசத்துக்கு ஒரு லட்சம்னு நாலு வருஷத்துக்கு நாலு லட்சம் கட்டணும் அது போக பீஸ் இருக்கு என்று சொன்னவர் எனக்கு இந்த காசு பெருசில்ல... ஆனா இந்த காசு இருந்தா என்னனாலும் பண்ணலாம்னு நாளைக்கு அவனுக்கு தோணும் அது ரொம்ப தப்பு, நாம நம்ம பிள்ளைகளுக்கு தப்பா எதும் சொல்லி கொடுக்க கூடாது... என் பிள்ளைக தப்பா ஏதும் கத்துக்க கூடாது என்று சங்கர மூர்த்தி சொல்லவும்...

அதுலாம் சரிதாங்க.. ஆனா எனக்கு கார்த்தி அங்க அவ்வளவு தூரம் போயி தனியா தங்கி படிக்கிறது சரியா இருக்கும்னு தோனலைங்க.., எதும்னா எனக்கு என் பிள்ளைகளை பார்க்காமலாம் இருக்க முடியாது என தேவி வருத்தமாய் சொல்லி தன் கணவரை பார்க்க...

தேவி நீ என்னமோ தேவையில்லாதத யோசிக்கிறடி.., அவன் படிக்க போற காலேஜ் நல்ல காலேஜ் , மெக்கானிக்கல் செக்டார்க்கு கோயம்புத்தூர்தான் நல்லா இருக்கும்... பாலாவும் கார்த்தியும் ரெண்டு பேரும்தான போறாங்க.. ஒருத்தனுக்கு ஒருத்தன் துணையா இருந்துக்குவானுங்க... நீ தேவையில்லாம எதையாவது யோசிச்சு குழம்பாம இரு என சொல்லிவிட்டு சங்கர மூர்த்தி படுக்கையில் சாய..

நான் சொல்லவரதையே நீங்க புருஞ்சிக்கள என தேவி ஆரம்பிக்க...

நீ சொல்றது என்னன்னு தெரியுதுடி , அதைத்தான் தேவையில்லாம எதும் யோசிக்காதன்னு சொன்னேன் பேசாம படு என அவர் அமைதியாக...

தேவி எதையும் யோசித்தாரா இல்லை எதையும் மனதில் போட்டு குழம்பினாரோ தெரியவில்லை வெகு நேரம் தூங்காமல் விழித்தேயிருந்தார்.

கோயம்புத்தூர் செல்லும் நாள் வரை பிரியாவை பார்க்க நினைத்து அவளை தேடி போன கார்த்திக்கால் கடைசி வரை அவளை பார்க்க முடியவில்லை, அது அவனுக்கு கஷ்டமாய் இருந்தது அது நாள் வரை அவன் நினைத்து கூட பார்த்தது இல்லை மதுரையை தாண்டி வெளியூர் போயி தங்கி படிப்போம் என்றெல்லாம்...
வெளியூர் செல்கிறோம் என்ற வெறுப்பு பிரியாவை பார்க்க முடியாத தவிப்பு என அனைத்தும் படுத்த நொந்தவனாகவே கோவைக்கு பயணமானான்.

அங்கு கல்லூரியில் தங்கள் சான்றிதழ்களை சமர்ப்பித்து அனைத்து சம்பிரதாயங்களையும் முடித்துக்கொண்டு...

சில காரணங்களால் காலேஜ் ஹாஸ்டல் வேண்டாம் என முடிவு செய்து பிரைவேட் ஹாஸ்டலில் சேர்ந்தனர். அங்கு சகல வசதிகள் இருக்க அது போக பாலாவின் உறவினர் மகன் அங்கு தங்கியே படிக்க அவர் வழியுறுத்தலின் பேரில் அந்த ஹாஸ்டலிலே சேர்த்தனர் கார்த்தி பாலாவின் பெற்றோர்கள்.

அங்கு அவர்களுக்கு வேண்டியதை செய்து கொடுத்துவிட்டு அவர்கள் படிக்க போகும் இன்ஜினியரிங்

சிலபஸை விட அதிகமான அறிவுரைகளை கொடுத்துவிட்டு அவர்களது அம்மா அப்பா மதுரைக்கு கிளம்பினர்.

கார்த்திக் பாலா இருவருக்கும் நாளை முதல் நாள் கல்லூரி போக போகிறோம் என்ற ஆர்வம் அதிகமாய் இருக்க அதையே நினைத்து உறங்கியவர்கள் மறுநாள் காலை வேகமாய் எழுந்து அழகாய் கிளம்பி மகிழ்ச்சியாய் காலேஜ்ஜிற்கு சென்றனர்...

முதல்நாள் காலை வெல்கம் பார்ட்டி, முடிந்து மதியத்திற்கு மேல் வகுப்புகள் பிரித்து அமரவைக்கப்பட்டனர்...

தங்கள் அருகில் அமர்ந்தவர்களிடம் அறிமுகமாகி உடனே நண்பர்கள் ஆனார்கள் கார்த்தியும் பாலாவும், அவர்களும் இவர்கள் தங்கியிருக்கும் விடுதியில் இருக்கவே இன்னும் நெருக்கமாகினர் பின், கல்லூரி முழுவதும் நண்பர்களுடன் இணைந்து சுற்றி பார்த்தவர்கள் அரட்டையடிக்க தங்களுக்கென ஒரு "டாப்பை" தேர்வு செய்து பிடித்து கொண்டனர்...

மாலை விடுதிக்கு திரும்பியவர்கள் அங்கிருந்த போன் மூலம் தங்கள் வீட்டிற்கு அழைத்து முதல்நாள் கல்லூரிக்கு சென்ற அனுபவத்தை பகிர்ந்து கொண்டனர் இருவரும்.

ஏண்டா.. கார்த்தி இன்னைக்கு காலேஜ் நல்லாருந்துச்சுல என பாலா கேட்க?

ம்ம் ஆமா மச்சி இன்னைக்கி நல்லா ஜாலியா போச்சு, ஆனா எல்லா நாளும் இப்படி இருக்குமான்னு தெரியல என கார்த்திக் சொல்லவும்,

எதையும் பாப்போம் மச்சி என சொன்ன பாலா நாளைக்கு பிரபுக்கு மறக்காம போன் பன்னனும் மச்சி

ஆர்ட்ஸ் காலேஜ் எப்படி இருக்கும்னு கேக்கனும் என சொல்லிவிட்டு படுக்க,

கண்கள் மூடாமல் இங்கு படுத்திருந்த கார்த்திக்கின் நினைவு முழுதும் மதுரையில் இருந்தது.

தனது அம்மா அப்பா அக்கா ஆகியோரை நினைத்தபடி இருந்தவனுக்கு அவர்கள் அனைவரையும் விலக்கி முந்திக்கொண்டு முன் வந்து நின்றாள் பிரியா...

அவள் வரவும் அதுவரை இருந்த உணர்வு மாறி இதயத்தை கூசும் சுக உணர்வு வர அவளை நினைத்தப்படியே விழி மூடாமல் கிடந்தான் கார்த்திக்...

இது ஒன்றும் புதிதில்லை மதுரையில் இருந்த நாட்களிலும் தினமும் பிரியாவை நினைத்தபடி தூக்கம் தொலைத்திருக்கிறான்... அன்றைய நாட்கள் அவள் நினைவு சுகமாய் இருக்க இன்று ஏனோ அதை தாண்டிய வருத்தமும் இருந்தது.

மறுநாள் சரியான நேரத்தில் எழுந்த நண்பர்கள் இருவரும் நேர்த்தியாய் தயாராகி கல்லூரிக்கு கிளம்பினர்... இவர்கள் தங்கியிருக்கும் விடுதியில் இருந்து அவர்களது கல்லூரி பத்து இருபது நிமிட நடக்கும் தூரமே இருக்க நண்பர்கள் இருவருமாய் பேசியபடியே நடந்து கல்லூரிக்கு சென்றவர்கள் அங்கு கேண்டீனில் காலை உணவை முடித்துக்கொண்டு நேராய் வகுப்பிற்கு சென்று அமர்ந்தனர்.

அறிமுக படலம் எல்லாம் நேற்றே முடிந்துவிட இன்று வந்த ஆசிரியர்கள் அனைவரும் நேராய் பாடத்திற்குள் போய் விட கார்த்தியும் பாலாவும் பொறுப்பாய் கவனித்தனர், பின் மதிய உணவையும் கேண்டீனில் முடித்து கொண்டவர்கள் தங்கள் டாப்பிற்கு சென்று நண்பர்களுடன் அரட்டை அடிக்க ஆரம்பித்தனர்..

பின் மாலை கல்லூரி முடியவும் தங்கள் ஹாஸ்டல் நண்பர்களுடன் பேசியவாறு தங்கள் ரூமிற்கு சென்றனர்... அன்றும் தங்கள் வீட்டிற்கு போன் பேசிவிட்டு இரவு உணவை முடித்துக்கொண்டு ரூமிற்கு வந்தவர்கள் சிறிது நேரம் பேசிவிட்டு படுக்கையில் சாய்ந்தனர் வழக்கம் போல் பிரியாவின் நினைவிலே உறங்கி போனான் கார்த்திக். இதுவே இவர்களது அன்றாட நடவடிக்கைகள் ஆனது.

பாய்ஸ் ஸ்கூலில்லே படித்திருந்த கார்திக்கும் பாலாவுக்கும் இங்கு காலேஜில் பெண்களுடன் படிப்பது என்ன மாதிரியான மனநிலையை ஏற்படுத்தியதோ தெரியவில்லை ஆனால் பேச்சில் சுதந்திரம் இல்லாததாய் உணர்ந்தனர்..

பசங்களுடன் ஜாலியாய் சகஜமாய் சில பல கருத்துக்களை சத்தமாய் பேசிக்கொள்ள முடியாத சூல்நிலையாய் இருந்தது, நாட்கள் நகர நகர இதுவும் அவர்களுக்கு பழகிப்போனது.

காலேஜ் முழுக்க பெண்கள் கூட்டம் இருக்க அவர்களை சைட் அடித்து மாப்ள செம்மல, சூப்பர்ல , ஆகா , ஓகோ என தனது நண்பர்கள் சொல்லும் போதெல்லாம் ஏனோ கார்த்தியின் முன் பிரியாவே தெரிவாள் அவளை மனதில் நினைத்தவாறு அமைதியாய் இருப்பான் கார்த்திக், அவனுக்கு எந்த பெண்ணையும் எந்த கண்ணோட்டத்திலும் பார்க்க தோன்றவில்லை கண்ணுக்குள்ளவே நிற்கும் பிரியாவை தாண்டி...

ஆனால் பாலாவுக்கு அப்படியில்லை சினிமாவில் காட்டிய கல்லூரி வாழ்க்கையை அனுபவிக்க நினைத்தவனாய் ஜாலியாய் சுற்றி திரிந்தான்...

நாட்கள் நகர நகர நண்பர்களுடன் நெருங்கி பழகியதில் கோவையும் பழகிவிட லீவு நாட்களில் வெளியில் சுற்ற ஆரம்பித்தனர். சினிமாக்கள் செல்வது, கிரிக்கெட் விளையாடுவது, சீனியர்களுடன் அரட்டை என இவற்றையும் தங்கள் வழக்கமாக்கி கொண்டனர் கார்த்தியும் பாலாவும்...

அதே நேரத்தில் படிப்பிலும் கவனமாய் இருந்தனர் மாதம் ஒருமுறை இருவர் வீட்டில் இருந்தும் அவர்களுக்கு வேண்டியதையும் பிடித்ததையும் வாங்கி கொடுத்துவிட்டு அறிவுரைகளும் வழங்கிவிட்டு போக அதை கேட்டவர்களாய் யாரிடமும் எந்த கெட்ட பெயரும் வாங்காமல் நடந்து நன்றாய் படித்து தங்களது முதல் செமஸ்டர் தேர்வுகளை எழுதி முடித்து மதுரை கிளம்பினர் இருவரும்.

என்னம்மா ஞாயித்து கிழமை நாளைக்குத்தானே..? பறக்குறது, ஓடுறது, தாவுறது, நீந்துறது எல்லாம் இன்னைக்கே குழம்பு சட்டில கொதுச்சுக்கிட்டு இருக்கு என்னவாம்.. மகன் வரானாக்கும் என தனது அம்மா தேவியிடம் கேட்டவாரே சமயலறைக்கு வந்த திவ்யாவிற்கு பதில் ஏதும் சொல்லாமல் தேவி சமையலில் பரபரப்பாக இருக்க...

காலைல நான் ஒரு முட்டை கேட்டதுக்கு போட்டு தர மாட்டேன்னுட்டு இப்ப மகன்னோன மொத்தத்தையும் செஞ்சுக்கிட்டு இருக்க,நடத்து தேவி நீ நடத்து என கேலியாய் சொன்ன திவ்யா...

கார்த்தி எப்ப கிளம்புனானாம் அப்பா அஞ்சு அஞ்சரை மணி நேரம் ட்ராவல் இருக்கும்னு சொன்னாரு இன்னும் வராம இருக்கான் என கேட்க?

இன்னும் கொஞ்ச நேரத்துல வந்துருவான்னு உங்க அப்பா இப்பதான் போன் பண்ணி சொன்னாரு.., இடையில எங்கேயோ பஸ் நிக்கையில போன் பண்ணானாம் அத கணக்கு பண்ணி சொல்லிருக்காரு என தேவி சொல்லவும்...

ம்ம்... ஆரப்பாளையம் வந்து அங்க இருந்து நம்ம டவுன் பஸ் ஏறி இங்க மெயின்ல இறங்கி நடந்துலம்மா வரனும் கார்த்தி, இவரு அப்பா பெர்மிஷன் போட்டு கூட போய் அவன கூட்டிட்டு வரலாம்லம்மா என கரிசனையாய் திவ்யா சொல்ல..

அம்மாடி உன் தம்பிய நடக்க விடாம நான்தான்மா போயி கூட்டு வந்துருக்கேன்.., எங்க உன் தம்பி நடந்து வந்தா உனக்கு கஷ்டமா இருக்கும்னு நானே போயி கூப்பிட்டு வந்துட்டேன் என சொன்னவாரு அவள் அப்பா சங்கர மூர்த்தி உள்ளே வர அவருக்கு பின்னாலே சிரித்த முகமாய் கார்த்திக் வந்தான்.

வேகமாய் அவன் அருகில் போன திவ்யா கார்த்தி.. என சொல்லி அவன் தலை கோதியவள் அவனிடம் இருந்த பேக்கை வாங்கி கொண்டு அவனை சேரில் அமர வைத்தாள்.

பின் சம்புரதாய நலன் விசாரிப்புகளுக்கு பிறகு அம்மாவின் அன்பை வயிறு முட்ட வெட்டியவன் தனது அறைக்கு சென்று பெரிய தூக்கத்தை போட்டான்.

தூங்கி எழுந்து கீழே வந்தவனிடம் அவன் அக்கா திவ்யா காபியை கொடுக்க அக்காவுடன் கல்லூரியை பற்றி ஜாலியாய் பேசியவன் பின் அவளிடம் சொல்லிவிட்டு வெளியே கிளம்பினான்...

பிரியாவை டியூஷன் சென்றாள் பார்த்து விடலாம் என எண்ணி தனது சைக்கிளை எடுத்து கொண்டு நேராய் டியூஷன்க்கு கிளம்பினான்....

அங்கு நேரமே போனவன் வாசலில் நிற்க அப்போதுதான் மாணவர்கள் ஒருவர் ஒருவராக வந்துக்கொண்டிருந்தனர்... இன்னும் பிரியா வரவில்லை என்று தெரிந்துகொண்டவன் ஆவலாய் பிரியாவிற்காக காத்திருந்தான் கார்த்திக்...

அப்போது அங்கு ஜெனி வர, அவளை கண்டு சிறிது உற்சாகமானவன் ஜெனி வருது வந்துருவா என்று மனதிற்குள் எண்ணியபடி..,

ஹே... ஜெனி என அழைத்து சிரித்த முகமாய் கையசைக்க...

கார்த்தியை அங்கு பார்த்து ஆச்சரியமான ஜெனி.. கார்த்தி நீங்களா ஹாய்... எப்படி இருக்கீங்க என உற்சாகமாய் ஜெனி கேட்கவும்..

ம்ம் நல்லாருக்கேன் ஜெனி நீ எப்படி இருக்க என்றான்..?

ம்ம் நல்லா இருக்கேன் கார்த்திக் என்றவள்... ஆமா கார்த்தி என்ன பண்றீங்க? பாலாவை எங்க அவரை காணோம்? என ஜெனி கேட்கவும்?

நானும் பாலாவும் கோயம்புத்தூர்ல இன்ஜினியரிங் பன்றோம்... அவன் வீட்ல இருக்கான், நான் இங்கிட்டு கடைக்கு வந்தேன் அதான் அப்படியே உங்களலாம் பார்க்கலாம்னு என சொன்ன கார்த்திக் ஆமா எங்க பிரியாவ காணோம் இன்னியாரம் டியூஷன்க்கு வந்துரும்ல என எதிர்பார்ப்புடன் கேட்க?

ஹோ அப்படியா கார்த்தி.., பிரியாவும் ஜனனியும் டியூஷன்க்கு வரதில்லை கார்த்திக் அவுங்க ரெண்டு பேரும்

தேர்ட் குரூப்ல எடுத்துருக்காங்க... நான் மட்டும்தான் பர்ஸ்ட் குரூப் எடுத்துருக்கேன்... என ஜெனி சொல்ல

அதிர்ச்சியானான் கார்த்திக் பிரியாவை இங்கு காணலாம் என்று வந்தால் அவள் இங்கு வருவதில்லை என்று தெரிய ஏதோ ஒரு கவலை நெறிக்க என்ன ஜெனி சொல்ற என்று கேட்டான்?

ம்ம் ஆமா கார்த்திக் நானே அவளுகள இப்பக்குள்ள பார்க்கலை... நான் வேற ஸ்கூல் மாறிட்டேன் கார்த்திக் என ஜெனி சொல்ல...

பிரியாவை ஆசையாய் பார்க்க வந்து பார்க்க இயலாமல் போக கவலை அவனை கட்டிக்கொண்டது... அதை வெளிகாட்டாது, அப்படியா ஜெனி சரி நீ பாரு, பாப்போம் கிளம்புறேன் என சொல்லிவிட்டு அங்கிருந்து கிளம்பினான் கார்த்திக்.

அவனுக்கு தலையசைத்து விடை கொடுத்த ஜெனி சிரித்த முகமாய் டியூஷன்க்குள் சென்றாள்.

அங்கிருந்து வீடு நோக்கி கிளம்பிய கார்த்திக் வழி நெடுகிலும் பிரியாவை பற்றியே யோசித்தவாறு வந்தான், அவள் வீடுதான் தெரியவில்லை டியூஷன்க்கு வருவாள் பார்த்து விடுவோம் என்று எண்ணி வந்தவனின் கணக்கு பொய்யாக மனதில் வெறுமை குடியேறியது...

பிரியாவை பார்த்தே ஆக வேண்டும் என அவன் மனது அடம்பிடிக்க எங்கடா? எப்படிடா? போயி பார்க்க என புத்தி முரண்டியது...

மதுரையில் இருந்த ஒருவாரமும் பிரியாவை பார்த்தே ஆக வேண்டும் என்ற நோக்கில் அவள் தெருவையே சுற்றி திரிந்தான் கார்த்திக் எல்லாவற்றிற்கும் ஒரு நேரம்

இருக்கிறது போல. விதியோ எதுவோ அவள் இவன் கண்ணில் படவேயில்லை. அவளை காணாது கவலை கார்த்தியின் கண்ணில் ஈரமாய் தெரிந்தது.

இந்தா ஒரு நிமிஷம்மா... குடுக்குறேன், பிரியா... பிரியா... இந்தா உன் ப்ரெண்ட் ஜெனி பேசுது பாரு என தன் மகளை அழைத்த சக்திவேல் போனை பிரியாவிடம் நீட்ட,

போனை வாங்கி கொண்ட பிரியா, ஹலோ ஜெனி என்று சொல்லி முடிக்கும் முன் ஹாப்பி நியூ இயர் என்று எதிர் முனையில் ஜெனி கூவ...

சிரித்தவாறு ஹாப்பி நியூ இயர் ஜெனி என்று சொன்னவள் , என்ன ஜெனி எப்படி இருக்க? ஸ்கூல் மாறவும் எங்களை எல்லாம் மறந்துட்ட போல என்று பிரியா கேட்கவும்...

ம்ம் ஆமா.. ஆமா.. மறந்துட்டோம், மறக்காத நீங்க போன் அடுச்சிருக்கலாம்ல இப்ப மறந்த நான்ல அடுச்சிருக்கேன் என்று வேகமாய் சொன்ன ஜெனி கிறிஸ்மஸ்க்கு கூட விஷ் பண்ணலேயேடி நீங்க என்று ஜெனி கடிய...

கண்களை இடுக்கி நெளிந்த பிரியா, ஹே உன் ஞாபகம்லாம் இருந்துச்சுப்பா எப்படியோ மறந்துட்டேன் என்றவள்.., சரி சரி வீட்ல எல்லாரும் எப்படி இருக்காங்க என்று கேட்கவும்

ம்ம் எல்லாரும் நல்லாருக்கோம் நீ அப்பா அம்மா எல்லாரும் எப்படி இருக்கீங்க என்று ஜெனி கேட்க இங்கேயும் எல்லாரும் நல்லயிருக்கோம் என்றவள் ஆமா ஸ்கூல்லாம் எப்படி போது பர்ஸ்ட் குரூப் வேற வருங்கால என்ஜினீர் என்று பிரியா சொல்ல...

ம்ம்ம் போது.. நம்ம ஸ்கூல் மாதிரிதான் , ஆமாமா.. என்ஜினீர் தான் , என்ன படிக்கத்தான் நமக்கு கஷ்டமா இருக்கு என்று ஜெனி சொல்லவும்...

ம்ம் பர்ஸ்ட் குரூப் கொஞ்சம் கஷ்டம்தான ஜெனி.. அங்க டியூஷன் போக வேண்டிதான என்று பிரியா சொல்ல..

ம்ம் அங்க நம்ம டியூஷன்தான் பிரியா போறேன் டியூஷன் போகலனா நம்மளாளயெல்லாம் முடியுமா என்று சொன்னவள் ஏதோ முக்கியமான ஒன்று ஞாபகம் வந்தவளாய்...

ஹேய்.. பிரியா கார்த்திய அன்னைக்கு பார்த்தேன்டி... உன்னையே கேட்டாரு என்று ஜெனி சொல்ல...

கார்த்தி என்ற பெயரை கேட்கவும் அனைத்தும் மறந்து கார்த்தியின் முகம் முன் வந்து நின்று புது உணர்வை தர சிறகில்லாமல் உயர பறந்த பிரியா, கார்த்தியவா எப்ப என ஆவலாய் கேட்க.?

கிறிஸ்துமஸ்க்கு ரெண்டு நாளைக்கு முன்னாடி, அன்னைக்கு டியூஷன்க்கு வந்தாரு பார்த்து பேசுனாறு உன்ன கேட்டாரு...,

அவரும் பாலாவும் கோயம்புத்தூர்ல இன்ஜினியரிங் படிக்கிறாங்களாம் என்று சொன்னவள்.., பரவாயில்லை நம்மளையெல்லாம் மறக்காம இருக்கார் என்று ஜெனி சொல்லவும்,

ம்ம் மறக்காமதான்.. இருக்கார் என்று அழுத்தமாய் சொல்லி உள்ளுக்குள் எதையோ நினைத்து மகிழ்ந்த பிரியா பின் ஜெனியிடம் சிறிது நேரம் பேசிவிட்டு போனை வைத்தாள்..

போனை தனது அப்பாவிடம் கொடுத்துவிட்டு தனது அறைக்கு சென்று படுக்கையில் விழுந்தவள் மனது முழுதும் கார்த்தியே இருந்தான்...

கார்த்தியை இத்தனை நாளாய் பார்க்காது கவலையாய் இருந்த பிரியாவிற்கு அவன் தன்னை தேடி வந்து கேட்டது மகிழ்வை தர அவனை நினைத்து நினைத்து மகிழ்ந்தாள்...

அவன் கோவையில் படிப்பதால்தான் ஒருவருக்கொருவர் பார்த்து கொள்ள இயலவில்லை என்பது புரிய அவன் மேல் இருந்த சிறு வருத்தம் இல்லாமல் போனது.

கோவைக்கு போவதற்கு முன் கார்த்திக் பிரியாவை தேடி அவள் தெருவை சுற்றி வந்ததை பார்த்திருந்த ஜனனி...

ஹே பிரியா... கார்த்திக்க நம்ம தெருக்குள்ள பாத்தேண்டி, நீ பார்த்தியா ரெண்டு மூணு நாளா இங்கிட்டு வராரு பார்த்தேன் என்று ஜனனி சொல்லியிருக்க கார்த்திக் தன்னை பார்க்க எண்ணிதான் வந்திருப்பார் என்று நினைத்து மகிழ்ந்தாள் ஆனால் அவள் பார்க்கவில்லை என வருந்தியவள் ஜனனி சொல்லியிருந்த நேரத்தில் வெளிய வந்து நிற்க ஆரம்பித்தாள்... ஆனால் அவன் வராமல் இருக்க வருத்தத்துடன் அவன் மேல் கோபமாய் இருந்தவளுக்கு இப்போது நிலை புரிந்தது அவன் கோவைக்கு சென்றதால் தன்னை பார்க்க இயலவில்லை.. இப்போது லீவிற்கு வரவும் தன்னை காண டியூஷன் தேடி சென்றிருக்கிறான் என்பது தெளிவாய் விளங்க கொண்டாட்டமானாவளுக்கு கார்த்திக்கை இப்போதே பார்த்தாக வேண்டும் என்ற ஆவல் தொற்றி கொண்டது.

கடந்த ஐந்தாறு மாதத்தில் கார்த்திக்கை ஒருநாள் கூட நினைக்காமல் இருந்ததில்லை என்பது அவளுக்கே தெரியாத உண்மை... கார்த்திக் என்ற பெயர் கேட்டாலே

முகம்மலர்ந்து திரும்பி பார்ப்பதாய் இருந்தாள், ஏதோ ஒன்று தினமும் கார்த்திக்கை நினைவூட்ட அவனை நினைத்தபடியே இருந்தாள்... இப்போது எல்லாம் அவளுக்கு பிடித்த கடவுள் கார்த்திக்கேயன் ஆனார், பிடித்த மாதம் கார்த்திகை ஆனது, பிடித்த நடிகர் கார்த்திக் ஆகிவிட தலையில் சூட கார்த்திகை பூவை தேடினாள்... கிரிக்கெட் பார்பவளாய் இருந்தால் நிச்சயம் பிடித்த பிளேயர் தினேஷ் கார்த்திக் என்றிருப்பாள்...

ஏனோ அவளுக்கு பிடித்தது எல்லாம் கார்த்திக் ஆனது இல்லை அவையெல்லாம் கார்த்திக்கை நினைவு படுத்த பிடித்து போனது.

கார்தியையே நினைத்தபடி கிடந்தவளுக்கு அடிமனதில் இருந்த நேசப்பூ... வாசம் வீச மலர்ந்தவள் கொண்டாட்டமாய் எழுந்து ஹாலிற்கு வந்து டிவியை ஆன் செய்து சேனலை மாற்றி பாடலை வைக்க...

இதுவரை இல்லாத உணர்விது..!!
இதயத்தில் உண்டான கனவிது..!!
பலித்திடும் அந்நாளை தேடிடும்
பாடல் கேட்டாயோ...!!

மூடாமல் மூடி மறைத்தது....
தானாக பூத்து வருகுது....
தேடாமல் தேடி கிடைத்தது இங்கே....

இங்கே ஒரு இன்பம் வந்து நிறைய..
எப்போது என் உண்மை நிலை அறிய..
தாங்காமலும் தூங்காமலும் நாள் செல்லுதே..

இல்லாமலே நித்தம் வரும் கனவு
கொல்லாமல் கொல்ல...
சுகம் என்னென்று சொல்ல...
நீ துணை வர வேண்டும் நீண்ட வழி என் பயணம்......

🎶 🎶 ❤ 🎶 🎶

என்ற பாடல் ஓட அதை ரசித்து பாடியபடி அங்குமிங்கும் ஓடியாடி இந்த நியூ இயர்ரை மகிழ்ச்சியாய் தொடங்கினாள் பிரியா.

ஆனால் கார்த்திக்கிற்கு அப்படி இருக்கவில்லை பிரியாவை காண முடியாத கவலையுடனும் மனதில் ஒரு வெறுமையுடனும் கோவைக்கு கிளம்பினான்...

கோவைக்கு வந்த கார்த்திக் பாலவுடன் கல்லூரிக்கு செல்வது.. அங்கு நண்பர்களுடன் அரட்டை அடிப்பது.. பாடங்களை கவனிப்பது.. வெளியே சுற்றுவது என வழக்கமான தன் வேலைகளை செய்தாலும் அதில் பழைய துள்ளல் இல்லை எதையோ இழந்தவனாகவே இருந்தான்.

பார்க்கும் சினிமா கேட்கும் பாடல் பேசும் பேச்சு என அனைத்தும் பிரியாவையே ஞாபக படுத்த அவளை மிஸ் பண்ணிட்டோம் பிரியாவை மிஸ் பண்ணிட்டோம் என உள்மனது குமுற நேசம் கொண்ட நெஞ்சம் கலங்கி தவித்தது.

முதல் முறை கோவிலில் அவளை பார்த்த நாளில் இருவரும் பார்வையை நிலைக்க விட்ட அந்த நொடியில் அந்த பார்வை வழியாகவே இவன் இதயத்துக்குள் புகுந்து இம்சை செய்ய ஆரம்பித்த பிரியா அவனது இதயமாகவே ஆகிப்போனாள்...

அந்த இதயத்தை , தனது இதயத்தை தொலைத்து விட்டேன் தொலைத்து விட்டேன் என எண்ணி எண்ணி கசிந்தான் கார்த்திக்.

பிரியாவிற்கும் கார்த்திக்குமான பழக்கம் கொஞ்ச நாள்தான் அதிலும் ஒருவருக்கொருவர் பார்த்துக்கொள்வது கொஞ்ச நேரம் தான் ஆனால் அது இப்போது இல்லாமல் போக அவனுக்கு தன் வாழ்க்கையில் ஏதோ பெரிய பங்கை இழந்தது போல் தோன்றியது...

தான் நேசம் கொண்டு தன் சுவாசமானவளை காணாது நாட்கள் நகர எதிலும் பிடிப்பில்லாமல் இருந்தான் கார்த்திக்...

அரட்டை, வெளியே சுற்றுவது , சினிமா போன்றவற்றை வெகுவாய் தவிர்த்தவன் பாலாவிடம் பேசுவதை கூட குறைத்திருந்தான்.

முதல் செமெஸ்டரில் பெர்சேண்டஜ் குறைந்ததால்தான் இவற்றை தவிர்க்கிறான் என அவன் நண்பர்கள் அனைவரும் எண்ணிக்கொள்ள அது கார்த்திக்கிற்கு தொந்தரவு இல்லாமல் போனது.

படிக்கிறேன் என்ற பேர்வலி புக்கை திறந்து வைத்து பிரியாவையே நினைத்தபடி கவலையானான்...

அதுநாள் வரை அவனை சரியாய் கவனிக்காத பாலா...

அன்று வீட்டில் இருந்து தங்களை பார்க்க வந்தபோது இயல்பானவனாய் இருந்த கார்த்திக் அவர்கள் போகவும் எதையோ தொலைத்தவனாய் இருக்க அவனை கண்டுகொண்டான்.

ஏதோ சரியில்லை... இவன் வழக்கமான கார்த்தியும் இல்லை நமக்கு பழக்கமான கார்த்தியும் இல்லை ,வேற ஏதோ பிரெச்சனை என சரியாய் கனித்தான் பாலா.. இதை

பற்றி அவனிடம் பேச வேண்டும் என்று முடிவெடுத்திருந்தான்...

அன்று மாலை தன் அறைக்கு வந்த பாலா...

🎶 🎶 ❤ 🎶 🎶

அடிக் காவக்கார கிளியே..
முட்ட கண்ணு முழியே..
என்ன திருடி போக வந்தாயோ...

அடிக் கருவாட்டு உடம்பே...
நடுக்காட்டு உடும்பே...
என்ன கிறுக்கி புடிக்க வந்தாயோ...

ரொம்ப முட்டதாடி நான் உடஞ்சு போவேனே...
தள்ளி நிக்காதடி நான் வாடி போவேனே...

🎶 🎶 ❤ 🎶 🎶

என்ற பாடலை பாடியபடி மகிழ்ந்த முகமாய் வர...

அதை கவனித்த கார்த்திக், என்னா மச்சி மூஞ்சி சிரிப்புல சீரியல் லைட்டா ஜொலிக்குது என கேட்க?

எத்தனையோ நாட்களுக்கு பிறகு இப்படி பேசிய கார்த்திக்கை பார்த்த பாலா அவனிடம், உனக்கு அப்படியா தெரியுது என்று கேட்டவன்.. என் பிரண்டு கார்த்தி மூஞ்சியும் இப்படித்தான் ஜொலிக்கும் இப்பதான் என்னமோ பீஸ் போன மாதிரி கிடக்கான் என்னன்னே தெரியல என்று சொல்ல..

உனக்கு அப்படியா மச்சி தெரியுது என்று அவனைப் போலவே கேட்ட கார்த்திக்..., டேய் நான் எப்போவும் போலதான் இருக்கேன் நீதான் எனக்கு இன்னைக்கு

வித்தியாசமா தெரியுற என்று அவனை குறையாய் சொல்வது போல் சொல்லிவிட்டு மௌனமானவனாய் நகர,

டேய் கார்த்தி நில்லுடா என்று அவனை நிறுத்திய பாலா.. நீயா சொல்லிகிட்டா எப்படி?எப்பவும் போல இருக்கேன்னு.. இல்ல மச்சி நீ முந்தி மாதிரி இல்லை.. நானும் நீ படிக்கிறதுக்காண்டி இப்படி இருக்கேன்னு நெனச்சேன் ஆனா அது இல்லை. எதையோ மறைக்கிற என்ன பிரச்சினைன்னு சொல்லு டா எங்கிட்ட ஏண்டா சொல்ல மாட்ற என்று கார்த்திக்கிடம் கேட்க?

அவன் அமைதியாய் நிற்கவே கோபமானவனாய்..

டேய் என்னத்தடா நெனச்சுக்கிட்டு இப்படி இருக்க சொல்றா... சொல்லித் தொலைடா என்று பாலா வேகமாய் கத்தவும்...

நான் எதையும் நெனச்சுக்கிட்டு இப்படி இல்லை, என் மொத்த நெனப்பும் பிரியாதான்டா... என் மொத்தமும் பிரியாதான்டா... என்று இறைந்தபடி தலையை அழுத்தி பிடித்தவனாய் படுக்கையில் அமர்ந்தான் கார்த்திக்.

என்னடா மச்சி சொல்ற என்று புரியாமல் கேட்டு கார்த்தியை பாலா பார்க்க...

ஆமா மச்சி.., எனக்கு பிரியா நினப்பாவே இருக்குடா... அவக்கிட்ட பேசனும் போல இருக்கு.... அவளை பார்க்கணும் போல இருக்கு... அவ இல்லாதது நானே இல்லைன்ற மாதிரி பீலா இருக்குடா... என்று கண்களில் ஈரத்துடன் சொன்ன கார்த்திக்

இப்ப அவள தொலைச்சிட்டு... தொலைச்சிட்டேன், தொலைச்சுட்டேன்னு, நெனச்சு நெனச்சு கிறுக்கு புடிச்சி கிடக்கிறேண்டா என கலங்கியவன்... தொலைச்சிட்டேன்

மச்சி என் பிரியாவை தொலைச்சிட்டேன் என உடைந்தவனாய் கார்த்திக் சொல்ல...

தன் நண்பனின் கலக்கத்தை கண்ட பாலாவிற்கு கவலை பற்ற அவன் சொல்லியதில் அவன் பிரியாவை காதலிக்கும் விஷயம் தெளிவாய் புரிய ஆனால் அவன் தொலைச்சிட்டேன் என்று சொல்லுவது எதை என்று தெரியாமல் குழம்பினான், ஒருவேளை பிரியாகிட்ட லவ்வ சொல்லி அவ மாட்டேன்னு ஏதும் சொல்லிட்டாளா என இவனாக யோசித்தவன் அதை அவனிடமே கேட்டு விடலாம் என்று எண்ணி...

டேய் மச்சி பிரியாவை லவ் பன்றியாடா... என ஆச்சரியம் போல் கேட்டவன்..? நான் அப்பவே நெனச்சன்டா பிரியாவே நீ பாக்கிறதா வச்சு ஏதோ இருக்கும்னு.., அப்படி எதும்னா நீ சொல்லுவன்னு நெனச்சு கண்டுக்காம விட்டேன்.. கேடி பயலே என்று பாலா சொல்ல கார்த்தியின் முகத்தில் புன்முறுவல் வந்து போனது.

சரி இப்ப என்ன மச்சி பிரியாவை தொலைச்சிட்டேன்னு சொல்ற எனக்கு ஒன்னும் புரியல... பிரியாகிட்ட லவ்வ சொல்லி அது மாட்டேன்னு சொல்லிருச்சா என பாலா தன் குழப்பத்தை கேட்க?

கண்களை அழுத்தமாய் மூடி திறந்து மூச்சை இழுத்து வெளியே விட்ட கார்த்திக், இல்ல மச்சி, லவ்வ நான் சொன்னதானா மாட்டேன்னு சொல்றதுக்கு... சொன்னாலும் மாட்டேன்னு சொல்லாது என சொல்லி பிரியாவை மனதில் நினைத்தவனாய் அமர்ந்து இருந்தான்.

அப்பறம் என்னடா... என்று இன்னும் குழப்பம் தீராதவனாய் பாலா கேட்க..?

பிரியாவை சந்தித்த நாளில் இருந்து அவளை தேடி திரிந்து இன்று தொலைத்து விட்டதாய் வேதனைப்படுவது வரை அனைத்தையும் கார்த்திக் சொல்ல...

அவன் சொல்வதையெல்லாம் கேட்ட பாலா அவன் சொல்லி முடிக்கவும் அவனை முறைத்தவாறு இருந்தான்

என்னடா மச்சி என முறைப்பாய் இருந்த பாலாவிடம் கார்த்திக் கேட்க?

உன்னை முறைக்காம என்ன பன்ன? லவ் பன்றேன்றத அப்பவே பிரியாகிட்ட சொல்லியிருந்தா இப்ப இப்டி அவ எங்கன்னு தெரியாம இருக்க தேவயில்லைல என்றவன் போடா.. என நொந்து கொண்டான் பாலா.

நான்தான் மச்சி இப்பதைக்கு லவ்வ சொல்ல வேணாம்னு முடிவு பண்ணேன் என்று கார்த்திக் சொல்ல மீண்டும் புரியாதவனாய் அவனை பார்த்த பாலா.., சொல்ல வேணாம்னு முடிவு பண்ணிய ஏண்டா? லவ் பன்றலடா அத சொல்றதுக்கு என்னடா என்று கேட்க...

லவ் பன்றேந்தான் மச்சி... ஆனா அந்த வயசுல வர லவ்வ யார்டா லவ்வுன்னு ஏத்துக்கிறா.. அது வெறும் அட்ராக்ஸன் அப்டின்னு அசால்டா சொல்லிட்டு போயிர்ராங்க... அத யாரும் லவ்வுன்னு ஒத்துக்க மாட்றாங்க அதான் அப்பதைக்கு சொல்ல வேணாம்னு மட்டும் முடிவு பண்ணேன், லவ்வ வேணாம்னு இல்லை.., பிரியாவும் ஸ்கூல் முடிக்கட்டும் அப்பறம் அவகிட்ட சொல்லிக்கலாம்னு நினைச்சிருந்தேன்.. மதுரைலதான இருப்போம் பக்கத்து பக்கத்து ஏரியா தான அப்டின்னு இருந்தேன் இப்படி ஆகும்னு நினைக்கல மச்சி என கலக்கமாய் கார்த்திக் சொல்ல...

அவனையே பார்த்திருந்த பாலா கார்த்திகை தன்னோடு இழுத்து கட்டிக்கொண்டான்...

பின்பு, டேய் லூசு மாதிரி யோசிக்காத... பிரியா வீடு அங்கதான் இருக்கும் அந்த நேரம் அவ உன் கண்ணுல படலை அவ்வளவுதான், கோவில்ல பார்த்தவள டியூஷன்ல பார்க்கலையா.. அதே மாதிரி இப்பவும் பார்ப்ப. நைட்டு கீழ போகையில பிரபுக்கு போன போட்டு விஷயத்தை சொல்லி பிரியா வீட கண்டுபிடிடானு சொல்லுவோம்.. பய எப்படி கண்டுபிடுச்சு உனக்கு சொல்றான்னு மட்டும் பாரு என்று பாலா சொல்ல...

பாலா சொன்னதை கேட்ட கார்த்திக்கிற்கு உள்ளுக்குள் இருந்த வெறுமை விலகி புது தெம்பை தர இரவு உணவை கீழே சென்று முடித்துக்கொண்டு பிரபுவுக்கு போனை போட்டு எல்லாத்தையும் சொல்ல அடுத்து பிரபு கிண்டலாய் பேச பேச நெளிந்துக் கொண்டிருந்தான் கார்த்திக்.

மறுநாள் மதியம் தங்கள் நண்பர்களுடன் காலேஜ் கேண்டீனில் கார்த்தியும் பாலாவும் அமர்ந்து சாப்பிட்டு கொண்டிருக்க ..

டேய் மச்சி வேகமா சாப்ட்ரா லைப்ரரி வரைக்கும் போனும் என்று பாலா கார்தியிடம் சொல்ல அவன் இவனை பார்த்து லைப்ரரிக்கு என்னடா இப்ப என்று கேட்க?

அங்கிருந்த அவர்களின் மற்றொரு நண்பன் மதன், மாப்ள பெரிய.. படிப்பாளி ஆயிட்டான் தினமும் லைப்ரரிதான் என பாலாவை காட்டி கார்தியிடம் சொல்ல அவனை லேசாய் முறைத்த பாலா, நீ வாடா மச்சி என்று கார்தியிடம் சொல்லி எழுந்து கொண்டான்.

பின் இருவரும் லைப்ரரிக்கு போக அங்கு உள்ளே நுழைந்ததும் ஃபேன்க்கு நேராய் கீழ் இருந்த பெஞ்சிற்கு வாடா மச்சி என கார்த்திக்கை அழைத்து கொண்டு வந்து அமர்ந்தான் பாலா.

டேய் என்னடா, கூப்ட்டு வந்து இங்க உட்கார வச்சிருக்க நான் நீ ஏதோ புக் எடுக்க வந்தேன்னு நெனச்சேன் என்னடா என்று கார்த்திக் கேட்க..?

அப்போது லைப்ரரியின் நுழைவாயிலை பார்த்தவாறு முகம்மலர்ந்த பாலா, டேய் கார்த்தி அங்க பாரேன் என சொல்லி கை காட்ட...

கார்த்தியும் அவன் சொன்ன திசை பக்கம் திரும்பி பார்க்க அங்கு இரண்டு பெண்கள் என்ட்ரி ரெஜிஸ்டரில் கையெழுத்து போட்டுக்கொண்டிருந்தனர்...

அவர்களை பார்த்தவன் பாலாவிடம் என்னடா மச்சி என கேட்டு கேள்வியாய் அவனை பார்க்க..?

முகத்தில் லேசான புன்னகையுடன் அதுல அந்த பிங்க் ச்சுடி இருக்குல்ல மச்சி அந்த பிள்ளைய நான் லவ் பன்றேண்டா என ஒருமாதிரி நெளிந்தவாறு பாலா சொல்ல...

ஆச்சரியமா அதிர்ச்சியா என்று தெரியாத ஒரு டோனில் என்னடா மச்சி சொல்லுற என்று கேட்டு வியப்புடன் கூடிய புன்னகையில் பாலாவை பார்த்தான் கார்த்திக்.

ஆமா மச்சி, என்று பாலா நெளிய..

அந்த பிங்க் ச்சுடியை மீண்டும் ஒருமுறை பார்த்து திரும்பிய கார்த்திக்.., அப்ப அந்த காவக்கார கிளியே... முட்ட கண்ண முழியே... இதுதானா என்று சிரிப்புடன் கேட்க, சிரித்தவாறு ம்ம் என்று தலையசைத்தான் பாலா.

டேய் மச்சி இதுலாம் எப்ப இருந்துடா நானும் உன் கூடத்தானடா இருந்தேன் என்று கார்த்தி கேட்கவும்?

இப்பதான் மச்சி செம் ஸ்டார்ட்ல இருந்து என்ற பாலா...

நீ எங்கடா கூடவே இருந்த எங்க கூப்பிட்டாலும் நீ போயிட்டு வா மச்சி நான் இருக்கேன், நீ போய்ட்டு வா நான் வரலனு , தேவையில்லாம யோசிச்சு பீல் பண்ணி என்ன கூட சரியா கண்டுக்காம இருந்த அப்பறம் எப்படி உனக்கு தெரியும் என்று சொல்லி பேசிக்கொண்டிருக்கையிலேயே...

ரெஜிஸ்டரில் சைன் போட்ட இரு பெண்களும் இவர்கள் அருகில் வரவும் பேச்சை நிறுத்திய பாலா அவர்களை நிமிர்ந்து பார்த்து புன்னகைக்க அந்த பெண்களும் புன்னகைத்தவாறு அங்கிருந்த இருக்கையில் அமரவும்...

டேய் மச்சி இது ரேவதி, இது ஸ்வேதா என் அந்த இரு பெண்களையும் கார்த்திக்கிற்கு அறிமுகப்படுத்த அப்போதுதான் நிமிர்ந்து அவர்களை தெளிவாய் பார்த்தான் கார்த்திக்.

அவர்களை புன்னகையுடன் பார்க்க இருவரும் சிரித்த முகமாகவே அவனை எதிர்நோக்கினர்..

ரேவதியும் ஸ்வேதாவும் பார்த்தவுடன் அனைவர்க்கும் பிடித்து போகும் முகம் கொண்டவர்கள்... காலேஜின் அழகிகள் என பார்க்கையில் முதலாம் ஆண்டின் முதல் மூன்று இடங்களுள் ஸ்வேதா இருப்பாள்... ரேவதிக்கு டாப் த்ரீயில் இடம் இல்லையே தவிர அழகுதான்.

19 வயதிற்கு உரிய வளர்ச்சியும் தோற்றமும் கொண்ட இரண்டு தோழிகளும் அனைவரிடத்திலும் எளிமையாக பழகுபவர்கள்..

ரேவதியையும் ஸ்வேதாவையும் புன்னகை முகத்துடன் நோக்கி நான் கார்த்திக் என்று இருவரிடத்திலும் தன்னை அறிமுக படுத்தி கொண்டவன் ஏனோ ஸ்வேதாவை அழுத்தமாய் பார்த்துவிட்டு திரும்பினான் கார்த்திக்.

என்ன ஸ்வேதா நேத்து லீவு என்று பாலா கேட்க..?

கொஞ்சம் வேலை அதான் என்றவள் நான் லீவு போட்டது உங்களுக்கு ஜாலியாதான இருந்துருக்கும் என ரேவதியை ஒரு பார்வை பார்த்துவிட்டு பாலாவிடம் கேலியாய் சொல்ல..

சிரித்த முகமாய் இருந்த பாலா தனது முகத்தை பாவமாய் வைத்து கொண்டு என்ன ஸ்வேதா இப்படி சொல்லிட்ட நீ இல்லாம ஒரே போர் என சொல்லி ஸ்வேதாவை பார்க்க..

ம்ம் நம்பிட்டேன் நம்பிட்டேன் என இழுவையாய் கேலி மாறாமலே ஸ்வேதா சொல்லவும்

பாலாவும் ரேவதியும் ஒன்றாய் சிரித்தவாறு ஸ்வேதாவை பார்த்தனர்..

அவ நம்ப மாட்டா பாலா விடு, இந்தா எம்-டூ *(M-2)* கொஸ்டின் பேங்க் என்று சொல்லி கத்தையாக ஜெராக்ஸ் பேப்பரை பாலாவிடம் ரேவதி கொடுக்க...

உங்களதான நம்ப சொல்ற நம்புறேன்... என்று சொல்லியவாறு எழுந்த ஸ்வேதா தனக்கு வேண்டிய புக்கை எடுக்க புத்தக அலமாரியை நோக்கி போனாள்...

இதை அனைத்தையும் அமைதியாய் வேடிக்கை பார்த்துக்கொண்டிருந்த கார்த்திக்..,

ரேவதியுடன் ஏதோ பாடம் சம்பந்தமாக பேசிக்கொண்டிருந்த பாலாவிடம் சரி மச்சி நான் கீழ போறேன் நீ பேசிட்டு வா என்று சொல்லிவிட்டு எழ..

இரு மச்சி போவோம் என்று சொன்ன பாலாவிடம் பேசிட்டு வாடா என கண்ணடித்து ஏதோ சிக்னல் செய்தவன், ரேவதியிடம் சரி பாப்போம் என தலையசைத்து சொல்லிவிட்டு நகர்ந்தான்...

அங்கிருந்த புத்தக அலமாரியை தாண்டி போகையில் எதார்த்தமாய் ஸ்வேதாவை பார்த்துவிட வர்றேன் என்பதுபோல் சிரித்தவாறு அவளிடத்தில் தலையசைத்து கார்த்திக் சொல்ல..

உடனே, என்ன கிளம்பியாச்சு... பிரேக் முடிய டைம் இருக்குல என்று கேட்ட ஸ்வேதாவிடம் இல்ல கிளம்புறேன் ஆபீஸ் ரூம் வரைக்கும் போனும் அதான் என.... கார்த்திக் சொல்லவும்

ஹோ.. ஓகே ஓகே பாய் என்று சகஜமாய் சொல்லி கையசைத்தாள் ஸ்வேதா புன்னகையாய்.

அவள் புன்னகை முகத்தை கண்ட கார்த்திக் தனக்குள் அந்த புன்னகையை பதிய அனுமதித்தபடி நகர போகையில்...

அவன் தோள் மேல் கை போட்ட பாலா ஸ்வேதாவிடம் பாய் ஸ்வேதா என சொல்லிவிட்டு கார்த்தியுடன் வெளியே வந்தான்.

ஏன்டா வந்துட்ட... பேசிட்டு வர வேண்டிதான என்று கார்த்திக் கேட்க?

ம்ம் வாடா பேசிட்டேன்.. இந்தா எம்-டூ கொஸ்டின் பேங்க் ஆனந்தி மேம் கொடுத்ததாம் என்று சொல்லி அவனிடம் பாலா கொடுக்க,

அதை வாங்கியவன் ரேவதியும் ஸ்வேதாவும் சி.எஸ்.சி டிப்பார்ட்மெண்டா என்று கேட்க..?

ம்ம் ஆமா மச்சி.. என்று பாலா சொல்லவும் இருவரும் பேசியபடி தங்கள் வகுப்பிற்கு வந்தனர்.

தங்கள் மற்ற நண்பர்கள் இன்னும் வராமல் இருக்க பெஞ்சில் அமர்ந்தார்கள்..

சரி மச்சி சொல்லு எப்பயிலிருந்து இதுலாம் நடக்குது என கார்த்திக் கேட்க?

அவன் எதை கேட்கிறான் என்பது புரிந்தாலும் தெரியாதது போல் எது மச்சி என்றான் பாலா..

டேய் நடிக்காதடா என்ற கார்த்திக்.. இந்த லவ்லாம் எப்ப இருந்து ரேவதிய எப்படி தெரியும் எனக் கேட்டு அவனை பார்க்க..

அதான் சொன்னேன்ல மச்சி இந்த செமஸ்டர்லதான் என்ற பாலா, இது லவ்வானே எனக்கு தெரியல மச்சி ஆனா இது லவ்வ தவிர வேறையா இருக்காதுன்னு நினைக்கிறேன் என சொல்ல..

அவன் பேசுவதையே பார்த்திருந்த கார்த்திக் லேசான சிரிப்புடன் ஆனா மச்சி நீ இப்டிலாம் பேசுவேன்னு நான் கனவுல கூட நினைச்சது இல்லடா மச்சி என்று கேலியாய் சொல்லவும்

பாலாவும் லேசான சிரிப்புடன் எனக்கே தெரியல மச்சி இதெல்லாம் எப்படின்னு ஆனா இது கூட நல்லாத்தான் இருக்கு மச்சி என பாலாவும் சொல்லி மெலிதாய் சிரிக்க...

சிரிப்பு மாறாமலே, ம்ம்.. என்ற கார்த்திக் ரேவதி எப்படி பழக்கம் என்று கேட்க?

அது மச்சி என்ற பாலா தனது காதலின் தொடக்கத்தை சொல்ல ஆரம்பித்தான்...

முதல் செமஸ்டர் லீவு முடித்துவிட்டு கோவைக்கு திரும்பிய முதல் வாரத்தில் ஒரு நாள் காலேஜில் பாலா எதையோ பரபரப்பாக தேடிக் கொண்டிருந்தான்...
அப்போது அங்கு வந்த கார்த்திக் என்னடா மச்சி என்னத்தடா தேடிக்கிட்டு இருக்க என கேட்க..

தேடுவதை நிறுத்திய பாலா... மச்சி என்னோட ஐடி கார்ட காணோம்டா ரோப் மட்டும்தான் இருக்கு நீ பார்த்தியாடா என அவனிடம் கேட்கவும்..

உனக்கு வேற வேலை மயிறு இல்ல... எப்பப்பாரு அதை எங்கையாவது போட்டு தேடிக்கிட்டிருக்கிறது... அதான் அடிக்கடி கழண்டு விழுதுன்னு தெரியுது பாக்கெட்ல வைக்க வேண்டியதுதான என்றவன் நான் கிளாஸ்க்கு போறேன் நீ தேடி எடுத்திட்டு வா என்று சலித்தபடி சொல்லிவிட்டு நகர்ந்தான் கார்த்திக்..

பாலா மீண்டும் தனது தேடுதல் வேட்டையை தொடங்கினான்...

அப்போது ரேவதியும் ஸ்வேதாவும் படியேறி யார் வேகமாய் மேலே கிளாஸ்க்கு போறாங்கன்னு பாப்போம் என போட்டி வைத்து படிகளில் விறுவிறுவென ஏற...

படிகளில் விறுவிறுவென ஏறிய ரேவதியின் கண்ணில் தனக்கு மேல் உள்ள படியில் ஐடி கார்ட் போல் ஏதோ கிடந்ததை பார்த்தவள் நின்றாள்....

நின்றவள் அதை எடுத்து பார்க்க ஐடி கார்ட் தான் என்று தெரியவும் ஹே ஸ்வேதா யாரோட ஐடி கார்டோ கிடக்குடி என்று சொல்ல ஸ்வேதாவோ மேலே சென்றிருந்தாள்...

பொறுமையாய் படியேறி மேலே வந்த ரேவதியிடம் நான்தான் ஜெய்ச்சேன் என்று சொல்ல வந்த ஸ்வேதா அவள் கையில் ஐடி கார்ட் இருப்பதை பார்த்தவள் அதை சொல்லாமல் யார்து ரேவா அது என்று கேட்க..

தெரியலடி கீழ கிடந்துச்சு என ரேவதி சொல்லவும் அதை ஏன் எடுத்துட்டு வந்த அங்கயே போட்டுட்டு வந்திருக்க வேண்டியதுதான என்று ஸ்வேதா சொன்னாள்..

என்னடி இப்படி சொல்ற, பாவம் யாரோட ஐடி-யோ தொலைச்சிட்டு இன்னியாரம் தேடிக்கிட்டு இருப்பாங்க.. என்றவள் யார்துன்னு பாத்து குடுத்துட்டு வருவோம் என ரேவதி சொல்லிவிட்டு ஐடி கார்டை பார்க்க அதில்

Balamurugan.A
Mechanical (2011 - 2015)
என்று புகைப்படத்திற்கு கீழ் இருக்க ...

ஏய் பாலமுருகன் மெக்கானிக்கல் போலடி என்று ஸ்வேதாவிடம் சொல்ல அவள், ம்ம் இப்ப அந்த பாலமுருகன தேடிப்போயி இந்த ஐடிய கொடுக்க போற என கேட்க?

தேடி போகவேணாம் அவுங்க மெக்கானிக்கல் டிபார்ட்மெண்ட்ல கொடுத்துட்டு வந்துருவோம் வா என ஸ்வேதாவை அழைக்க...

தேவையில்லாதது நீ வேணா போயிட்டு வா நான் உன் பேக்கையும் எடுத்துக்கிட்டு கீழ லேப்க்கு போறேன் என சொல்லிவிட்டு ஸ்வேதா கிளம்ப...

தேவையில்லாதது என விட மனமில்லாமல் உரியவரிடம் கொடுக்க எண்ணி ஐடியை மீண்டும் ஒருமுறை பார்த்தவள் வா ரேவா கொடுத்துட்டு வந்துருவோம் என தனக்குள் சொல்லிவிட்டு திரும்ப அங்கு இவளுக்கு சிறிது தூரத்தில் தனது ஐடி கீழே கிடக்கிறதா என தேடியபடி பாலா வந்துக்கொண்டிருந்தான்...

இன்னைக்கு நாம வேற எங்கேயும் போகலையே இங்கிட்டுத்தான இருந்தோம், இவிங்க எவனும் எடுத்து வச்சுக்கிட்டு நம்மள தேடவிட்டு விளையாடுறாங்களா என்று தனது நண்பர்களை நினைத்தபடி புலம்பியவன்...

இப்ப அடுத்த பீரியட் காக்கையன் வேறயே ஐடி கார்ட் இல்லைனா கடுச்சுருவானே என தனக்குள் பேசியவாறே தேட...

ஐடியில் இருப்பவன் தன் முன்னால் இருப்பதை கண்ட ரேவதிக்கு ஒரு மலர்ச்சி தொற்றிக்கொள்ள உடனே அவனை நோக்கி போனாள்.., போனவள் பாலா என்று அழைக்க,

தனது ஐடியை தீவிரமாய் தேடிக்கொண்டிருந்த பாலா தன் பெயரை சொல்லி யாரோ அழைக்கவும் தலையை நிமிர்த்தி பார்த்தவன் உள்ளுக்குள் லேசாய் பதட்டமானான் அதற்கு காரணம் தன்னை பெயர் சொல்லி அழைத்தது பார்த்தறிந்திடாத பெண் என்பதால்...

ம்ம் சொல்லுங்க என்ன? என் பேரு உங்களுக்கு எப்படி தெரியும் என எழும்பிய பதட்டத்தை மறைத்தவனாய் பாலா கேட்க?

உங்க ஐடி கார்ட் எங்க என்றாள் ரேவதி?

அததாங்க தேடிக்கிட்டு இருக்கேன் என்றவன் நீங்க எதும் எங்கேயும் பார்த்தீங்களா என கேட்டு கேள்வியாய் அவளை பார்க்க..

ம்ம்.. இந்தாங்க உங்க ஐடி கார்டு என லேசான புன்னகையுடன் அவனிடம் நீட்டினாள் ரேவதி.

தன் ஐடியை வாங்கிக்கொண்டவன் ரொம்ப தேங்க்ஸ்ங்க, காக்கையண்ட இருந்து என்ன காப்பாத்திட்டீங்க என்று பாலா ஆனந்தமாய் சொல்ல

அவன் அப்படி சொன்னதில் லேசாய் சிரித்த ரேவதி யாருங்க அந்த காக்கையன் என கேட்க?

காக்கையனா அது எங்க மேக்ஸ் வாத்தியார்ங்க, மேக்ஸ்க்கு கால்குலேட்டர் தான முக்கியம் அது இல்லைனா கூட விட்ருவாரு ஆனா இந்த ஐடி கார்ட் இல்லைனா அவ்வளவுதான் என பாலா சொல்லவும்.

யாரை வேல்முருகன் சார்ர சொல்றீங்களா என்று சிரித்தவாறு கேட்டவள் அவன் ஆம் என்பதாய் தலையசைக்கவும், சரிங்க நான் கிளம்புறேன் இனிமே ஐடிய மிஸ் பண்ணாம வச்சுக்கோங்க என சொல்லிவிட்டு ரேவதி கிளம்ப..

தலையசைத்து சரி என்றவன் அவள் கிளம்பவும் அவள் போவதையே சில நொடிகள் நின்று பார்த்தவன் பின் தனது ஐடி கார்டை ரோப்பில் சொருகி மாட்டியவாறு திரும்ப..

டேய் மாமா என தலையை ஆட்டியபடி உற்சாக டோனில் அழைத்தவாறு அங்கு வந்தான் அவன் உடன் படிக்கும் நண்பன் மதன்..

வந்தவன் யார் மாமா அந்த பொண்ணு என பாலாவிடம் கேட்க?

அதுவா ஐடி கார்ட காணாம்னு தேடிக்கிட்டு இருந்தேன்ல அந்த பிள்ளதான் கீழ கெடந்துச்சுன்னு சொல்லி எடுத்து கொடுத்துட்டு போது என்று பாலா சொல்ல

அவன் சொன்னதை நம்பாதவனாய், பார்த்தா.. அப்படி தெரியலையே, சிரிச்சு சிரிச்சு வேற எதோ பேசிக்கிட்டு இருந்த மாதிரி இருந்த்துச்சே மாமா, என்ற மதன் டேய்... என்று இழுக்க...

டேய் மதனு நீயா என்னத்தையாவது சொல்லாதடா... உண்மையிலேயே ஐடி கார்ட தாண்டா கொடுத்துட்டு போது நான் வாங்கிட்டு வரேன் என பாலா சொல்லவும்,

ம்ம் சரி மாமா, நீ ஏதோ சொல்ற நான் கேட்டுக்கிறேன் என்று மதன் சொல்லவும் இருவரும் தங்கள் வகுப்புக்கு சென்றனர்.

பின்பு அதே வாரத்தில் ...

அன்று ரேவதியும், ஸ்வேதாவும் கேண்டீனில் தங்களுக்கு பிடித்த உணவை வாங்கி கொண்டவர்கள் சாப்பிட அமர்வதற்கு டேபிள் தேட அனைத்திலும் அமர்ந்து மாணவர்கள் சாப்பிட்டுக்கொண்டிருக்க கடைசியில் கிடந்த டேபிள் காலியாய் இருக்க அங்கே போனார்கள்..

அந்த டேபிள் மேல் மூன்று ரெக்கார்டு நோட்டுகளும் ஒரு விலை உயர்ந்த வாட்ச்சும் இருக்க, அதை கண்ட ரேவதி , ஏய்

ஸ்வேதா இங்க யாரோ வந்து உட்காருவாங்க போலடி பாரேன் என டேபிளை காட்ட..

அதை தூக்கி கீழ சேர்ல வச்சிட்டு சும்மா உட்கார்ந்து சாப்டு, ஆள் வந்தா பாத்துக்குவோம் என்ற ஸ்வேதா அமர்ந்து சாப்பிட ஆரம்பித்தாள்.

டேபிள் மேல் இருந்த நோட்டையம் வாட்ச்சையும் எடுத்து தனக்கருகில் இருந்த சேரில் வைத்துவிட்டு ரேவதியும் சாப்பிட ஆரம்பித்தாள்.

அப்போது சாப்பிட்டு கை கழுவிவிட்டு ஈரத்தை தனது கர்சீப்பால் துடைத்தபடி தனது டேபிளிற்கு திரும்பிய பாலா அங்கு இரண்டு பெண்கள் உட்கார்ந்து இருப்பதை கண்டு சற்று தொலைவிலேயே தயங்கி நின்றான்.

யார்னு தெரியலையே , இப்ப போயி நோட்ட எடுக்கணுமே.. ஏண்டா பாலா பன்னெண்டு வருசமா பாய்ஸ் ஸ்கூல்ல படுச்ச..?? இப்ப பாரு உன் நோட்ட எடுக்க பொம்பளை பிள்ளைக உக்காந்துருக்குன்னு போக சங்கடப்பட்டுட்டு நிக்கிற என்று தனக்குள் பேசியவன் ஒரு முடிவுக்கு வந்தவனாய் டேபிளை நெருங்க அங்கு நோட்டு இல்லாததை கண்டவன் திகைத்தவனாய் என்னடா நோட்ட காணோம் என்று நினைத்தபடி சற்று தள்ளி நின்று தன் பார்வையால் தேட....

சாப்பாட்டில் கவனமாய் இருந்த ரேவதி எதார்த்தமாய் சற்று தள்ளி நின்ற பாலாவை காணவும்..

ஹாய் பாலா என மலர்ந்த முகமாய் கையசைத்தாள்

சாப்பிட்டு கொண்டிருந்த ஸ்வேதா, ரேவதி யாருக்கு ஹாய் சொல்றா என நிமிர்ந்து திரும்பி பார்த்தவள்... பாலாவை பார்த்துவிட்டு தனது சாப்பாட்டில் கவனமானாள்.

அங்கு ரேவதியை காணவும் இது ஐடி கார்ட எடுத்து கொடுத்த பிள்ளைல என ஆச்சரியமான பாலா ஹாய்-ங்க என்றுவிட்டு இல்லங்க நோட்ட காணோம் அதான் பாத்துக்கிட்டு இருந்தேன் என சொல்லவும்

என்ன பாலா அடிக்கடி எதையாவது தொலைக்கிறதுதான் வேலையா.. என்று கேலியாய் ரேவதி கேட்க?

ஏங்க தொலைக்கலாம் இல்லங்க சாப்பிட்டு இங்கதான் வச்சிட்டு போனேன் என்றான் பாலா.

உடனே, ஹோ... இது உங்கதுதானா என தன் அருகில் இருந்த சேரில் எடுத்து வைத்த நோட்டையும் வாட்ச்சையும் எடுத்து அவனிடம் நீட்டினாள் ரேவதி.

ம்ம் இதுதாங்க என்ற பாலா, ரொம்ப தேங்க்ஸ்ங்க என சொல்லிவிட்டு தனது வாட்ச்சை கையில் கட்டியபடி அப்பறம் உங்க பேரு என்னாங்க என கேட்க?

அதுவரைக்கும் அமைதியாய் சாப்பிட்டிருந்த ஸ்வேதா, எதுக்கு நேம்லாம் என வெடுக்கென கேட்டவாறு எழுந்தாள்...

அதுவரை ரேவதியை மட்டும் கவனித்து பேசிய பாலா , ஸ்வேதா வெடுக்கென அப்படி கேட்கவும் அவள் பக்கம் திரும்பியவன் தப்பா ஏதும் கேட்டுட்டோமோ என சங்கட்டமானவனாய்

இல்லங்க என் நேம் அவுங்களுக்கு தெரியும் அவுங்க நேம் எனக்கு தெரியாது அதான் என்றவன் அதுவுமில்லாம நேம் தெரிஞ்சுக்கிறதுல என்னங்க இருக்கு என ஸ்வேதாவிடம் சொல்லிவிட்டு ரேவதியின் முகத்தை பார்த்தான்.

ஸ்வேதா எதுவும் சொல்லாமல் கைகழுவ நகர்ந்து போக ரேவதியிடம் யார்ங்க உங்க ப்ரெண்டா என பால கேட்க?

ம்ம் ஆமாங்க என் பெஸ்ட் ப்ரெண்ட் என்றவள் அவ அப்படிதான் என்றாள் ரேவதி.

ம்ம்.. அழகா இருந்தாலே இப்படிதான் ரொம்ப கோபப்படுவாங்க போல என சொன்ன பாலா ரேவதியிடம் ஆனா நீங்க அப்படி இல்ல அமைதியா இருக்கீங்க என சொல்ல...

உடனே, என்ன பாலா.. அவ அழகா இருக்கா கோவப்படுற நான் அமைதியா இருக்கேன் அழகா இல்லைனு சொல்றீங்கலா என ரேவதி கேட்க?

அய்யய்யோ நான் அப்படி சொல்லலங்க உங்கள மாதிரி அமைதியான அழகதான் எனக்கு பிடிக்கும்னு சொல்றேன் என சொல்ல

அவனை வித்தியாசமாய் பார்த்த ரேவதி சிறு சிரிப்புடன் தலையசைக்க உங்க பேரு.. என்று இழுத்தான் பாலா..

ம்ம் என் பேரு ரேவதி பஸ்ட் இயர் சி.எஸ்.சி என ரேவதி செல்லவும்

ம்ம் ரேவதி நல்ல பேருங்க என எதார்த்தமாய் பாலா சொல்ல அவனையே பார்த்தாள் ரேவதி.. பின் சரிங்க பாப்போம் என சிரித்த முகமாய் பாலா சொல்ல அவளும் பாய் பாலா என சொல்லிவிட்டு அவனுக்கு முன்னதாய் நகர்ந்தாள் ரேவதி.

பாலா ரேவதியுடன் பேசிவிட்டு திரும்ப இன்றும் அவனது நண்பன் மதன் அங்கு நின்றிருந்தான், அவனை

கண்டு திகைத்த பாலா அய்யயோ இவனா என மனதிற்குள் நினைத்தவாறு அவனை நோக்கி போக...

ரைட்டு ரைட்டு நீ நடத்து நடத்து... என தலையை ஒருவாறு ஆட்டியபடி மதன் சொல்லிவிட்டு நடக்க

டேய் டேய் நில்லுடா என சொல்லியவாறு அவனருகில் போன பாலா அவன் தோளில் கை போட்டபடி அவனோடு ஒட்டி நடக்க...

டேய் மாமா.., அன்னைக்கு என்னமோ ஐடி எடுத்து கொடுக்க வந்துச்சு அப்டி இப்டின்னு என்னமோ சொன்ன... இன்னைக்கு அந்த பிள்ளை கூடவே கேண்டீன்ல ஒண்ணா உட்கார்ந்து பேசிக்கிட்டு இருக்க என்ற மதன், இன்னைக்கு என்ன கதை சொல்ல போற என கேட்கவும்..?

டேய் மாமா இதுவும் எதார்த்தமாதான்டா நடந்துச்சு... வச்சிட்டு போன நோட்டை எடுத்துக் கொடுத்துச்சு அவ்வளவுதான்டா நீ நினைக்கிற மாதிரிலாம் எதுவும் இல்லைடா.. என பாலா சொல்ல..

இவன் சொன்னதை நம்ப மறுத்தவனாய் மதன், சரியில்லை மச்சி சரியில்லை என இழுக்க..

வாடா வாடா அப்டிலாம் ஒன்னும் இல்லைடா என சொன்ன பாலா, சரி இங்க நடந்ததை பத்தி யார்கிட்டயும் சொல்லாதடா என மெல்லமாய் சொல்ல

டேய்.. இப்ப இங்க என்ன நடந்துச்சு...? அந்த பிள்ளை நோட்டதான எடுத்து கொடுத்துச்சுன்னு சொன்ன, இப்ப வேற ஏதோ நடந்த மாதிரி யார்ட்டையும் சொல்லாதனு சொல்ற என கேட்டு கேள்வியாய் பாலாவை பார்த்தான் மதன்..

இல்ல மாமா இதை நம்ம பயல்ககிட்ட சொன்ன அவிங்க அவிங்க ஒரு கதை கட்டிருவான்ங்கடா அதான் சொல்றேன் என பாலா சொல்லவும்

சரி என்ற மதன், ஆமா ஏன் கார்த்தி இப்பல்லாம் எங்க கூப்பிட்டாலும் வரமாற்றான் என்னவாம் என மதன் கேட்க?

தெரியல மச்சி ஒரு வேளை நம்மள மாதிரி வெட்டியா சுத்தமா படுச்சு மார்க் கூட எடுக்கனும்னு நெனைக்கிறான் போல என்று பாலா சொல்ல இருவரும் பேசியபடி நடந்தனர்.

இதற்கு பின் ரேவதியை காலேஜில் எதேச்சையாய் எங்கயாவது கண்டால் முகம் மலர்ந்து மரியாதையாய் தலையசைத்து பாலா புன்னகைக்க அவளும் மலர்ந்த முகத்துடனே தலையசைப்பாள், இப்படியே போக அன்று ஒருநாள் லைப்ரரியில்...,

என்னடா இது ஒரு லோக்கல் ஆத்தர் புக்க கூட காணோம் ஃபுல்லாம் பாரின் ஆத்தரா இருக்கு, பூரா பயலும் படிப்பாளியா இருப்பானுக போலயே ஒரு புக் விடாம எல்லா புக்கையும் எடுத்துட்டானுக, ஒன்ன கூட காணோம் என புலம்பியபடி தனக்கு தேவையான புக்கை தேடிக்கொண்டிருந்தான் பாலா.

அப்போது ஒரு குரல் பாலா என அழைக்க..

எங்கேயோ கேட்ட குரல் என உள்ளுக்குள் சொல்லியவாறு குரல் வந்த திசையை பார்த்த பாலாவின் முகம் புன்னகையை பூசிக்கொண்டது..

புன்னகை முகமாகவே ஹாய் ரேவதி என கையசைத்தான் பாலா...

ஹாய் பாலா என ரேவதியும் கையசைத்துவிட்டு என்ன பாலா தனியா ஏதோ பேசிக்கிட்டிருக்கீங்க என கேட்க...?

அது ஒரு புக்க தேடிக்கிட்டு இருக்கேன் காணோம் அதான் என புத்தக அலமாரியின் மேல் பார்வையை செலுத்தியவாறு பாலா பதில் சொல்ல...

என்ன பாலா நான் பார்க்கிறப்பல்லாம் எதையாவது தேடிக்கிட்டே இருக்கீங்க என மெல்லிய சிரிப்புடன் கேலியாய் ரேவதி கேட்கவும்,

ம்ம்ம் ஆமா ரேவதி அது என்னமோ சரிதான் என லேசாய் நெளிந்தவனாய் பதில் சொன்னான் பாலா.

சரி என்ன புக் தேடுறீங்க என ரேவதி கேட்க அதற்கு கெமிஸ்ட்ரி-2 லோக்கல் ஆத்தர் என அந்த ஆத்தர் பெயரையும் பாலா சொல்லவும்,

ஹோ.. கெமிஸ்ட்ரி-2வா வாங்க என்கிட்ட இருக்கு தரேன் என சொல்லி அவனை அழைத்துக்கொண்டு ஸ்வேதா அமர்ந்திருந்த டேபிள்க்கு வந்தாள் ரேவதி.

ஸ்வேதாவை பார்த்த பாலாவிற்கு அய்ய்யயோ என்றிருந்தது. வெறும் நேம் கேட்டதுக்கே எதுக்கு என்னனு கேக்கும் இன்னைக்கு புக்குக்கு என்ன கேக்க போதோ எதுக்கும் தயாரா இருடா பாலா என தனக்குள் பேசியவனாய்... அங்கு டேபிள்க்கு சென்று சேரில் அமர்ந்தான்.

மும்முரமாய் நியூஸ் பேப்பரில் எதையோ படித்துக்கொண்டிருந்த ஸ்வேதாவிற்கு தன் எதிரில் யாரோ வந்து அமர்ந்தது போல் இருக்க பேப்பரில் இருந்து தலையை நிமிர்த்தி பார்க்க ரேவதியும் பாலாவும் அமர்ந்திருந்தனர், பாலாவை பார்த்த ஸ்வேதா

சம்பிரதாயமாக புன்னகை முகத்துடன் தலையசைத்துவிட்டு மீண்டும் பேப்பரில் கவனமானாள்..

அப்பாடி என்ன அதிசயமா நம்மள பார்த்து சிரிக்குது என மனதில் நினைத்து பாலா ரேவதியிடம் புக் என கேட்க...?

ஹேய்.. ஸ்வேதா நம்ம கிட்ட அந்த லோக்கல் ஆத்தர் புக் இருக்குல அத தாடி பாலாவுக்கு தேவப்படுதான் என சொல்லி ரேவதி கேட்கவும்

உடனே நிமிர்ந்து ரேவதியை பார்த்த ஸ்வேதா எந்த புக்டி? சப்ஜெக்ட் நேம் சொல்லுடி மொத என்க..

கெமிஸ்ட்ரி-2ங்க லோக்கல் ஆத்தர் என ரேவதிக்கு முன்னாக பாலா சொல்ல சட்டென திரும்பி அவனை பார்த்தாள் ஸ்வேதா.

அவள் சட்டென திரும்பவும் லேசாய் பதட்டமான பாலா நம்ம சொல்லிருக்க கூடாதோ என மனதினுள் நினைத்தவனாய்... என்னங்க இப்படி பார்க்கிறீங்க, அந்த புக்தான் இருக்கா இல்லையாங்க இப்டி கூப்ட்டு வந்து பார்வையாலேயே பயமுறுத்திரிங்க என பாலா சொல்லவும் லேசாய் சிரித்த ஸ்வேதா என்ன பார்த்தா உங்களுக்கு பயமாவா இருக்கு என சிரித்த முகம் மாறாமல் கேட்க?

இப்படி சிரிச்ச முகமா இருந்தா எதுக்கு பயமா இருக்க போது வெடுக்கு வெடுக்குனு திரும்பயிலதான் உள்ள படக்கு படக்குன்னு இருக்கு என காமெடி போல் பாலா சொல்ல

ரேவதியும் ஸ்வேதாவும் சிறிது சத்தமாய் சிரித்தனர்... அவர்கள் சிரிப்பை பார்த்து பாலாவும் சிரித்தபடி இருந்தான்.

தனது பேக்கில் இருந்து பாலா கேட்ட புக்கை எடுத்த ஸ்வேதா, பாலாவிடம் நீட்டி இந்தாங்க பார்த்து பத்திரமா

படுச்சிட்டு திரும்பி கொடுத்திருங்க... இது என் புக் என கரராய் சொல்வது போல் சொல்லி கொடுக்க சிரித்த முகமாய் புத்தகத்தை வாங்கி கொண்டான் பாலா.

புத்தகத்தை திருப்பி முதல் பக்கத்தை பார்த்த பாலா அதில் ஸ்வேதாராமன் என்றிருக்க..

ராமன் உங்க அப்பா பேராங்க என்க..?ஸ்வேதா ஆம் என்பதாய் புன்னகைத்தாள்.

பின்பு ரேவதியிடம், ரொம்ப தேங்க்ஸ் ரேவதி புக்குக்கு என சொல்ல இதுல என்ன பாலா இருக்கு எங்ககிட்ட இருக்கு கொடுத்தோம் என ரேவதி சொல்ல

இருந்தாலும் என்ற பாலா சரி கிளம்புறேன் என்று சொல்லவும்,

சிரித்த முகத்துடன் மௌனமாய் சரி என்பது போல் ரேவதி தலையசைக்க அதை கண்டவனுக்கு ஏனோ கிளம்ப மனமின்றி போனது.

பின்பு ஸ்வேதாவிடமும் சொல்லிவிட்டு அங்கிருந்து நகர்ந்த பாலா, மதன் அங்கு எங்கும் இருக்கிறானா என ஒருமுறை சுற்றி பார்த்துவிட்டு கிளம்பினான்.

பின் வந்த நாட்களில் வழக்கம்போல் ரேவதியை எங்கு கண்டாலும் புன்னகைப்பவன் அவள் உடன் இருக்கும் ஸ்வேதாவிற்கும் சிறு தலையசைப்பை கொடுத்தான், தன் உடன் நண்பர்கள் யாரும் இல்லாத போது அவர்களிடம் சென்று பேசவது என்றிருந்த பாலா, லன்ச் ப்ரேக்கில் தோழிகள் இருவரும் லைப்ரரிக்கு சென்று நேரம் செலவலிப்பதை அறிந்தவன் இவனும் அந்த நேரத்திற்கு லைப்ரரிக்கு போக ஆரம்பித்தான் இதை தனது வழக்கமாக்கி கொண்டான் பாலா.

அங்கு ரேவதி, ஸ்வேதாவுடன் அமர்ந்து கதை பேசி நட்பை வளர்க்க ஆரம்பித்தான்...

இந்த நாட்களில் அதிகமாய் ரேவதியும் பாலாவும்தான் பேசிக்கொள்வார்கள்....

இங்க பாரு ஸ்வேதா என கூப்பிட்டு அவர்கள் ஏதும் சொல்லையிலேயே ஸ்வேதாவும் அவர்களுடன் பேச்சில் இணைந்து கொள்வாள்..

மற்றபடி ரேவதியும் பாலாவும் நகைச்சுவையாய் ஏதும் கூறுகையில் மௌனமாய் சிரிக்க மட்டும் செய்வாள்.

பாலாவின் எதார்த்தமான பேச்சும் வெளிப்படையான மனதும் ரேவதிக்கு மிகவும் பிடித்துபோக தன்னை பற்றி முழுவதையும் அவனிடம் பகிர்ந்து கொண்டாள், வீட்டில் பிரச்சனை, தோழியுடன் கோபம், மதியம் தக்காளி சாதம் என அன்றைய நாளில் நடக்கும், நடந்த சிறு சிறு விஷயத்தையும் பாலாவிடம் சொல்ல ஆரம்பித்திருந்தாள்.

பாலாவும் தன்னை பற்றி அவளிடம் பகிர்ந்து கொள்ள இருவரும் நட்பெனும் நூல் பிடித்து வேறொரு பாதையில் அதிவேகமாய் பயணித்தனர்...

சிறிது நாளிலே இது நட்பு இல்லை அதைத்தாண்டிய ஒரு ஈர்ப்பு என அறிந்து கொண்ட பாலா அதற்க்கு நேசம் என அழகாய் பெயர் வைத்திருந்தான். தன் மனதில் நேசம் துளிர்விட்டதை அறிந்து கொண்டவன் அடுத்த நாளில் இருந்து ரேவதியை நேசப் பார்வை பார்க்க ஆரம்பித்தான்...

அவன் பார்வையில் வித்யாசத்தை கண்டுக்கொண்ட ரேவதி அதை வெகுவாய் விரும்ப அவள் மனதிற்குள் கூச்செறிந்தது, அந்த சமயத்தில் அவள் முகத்தில் இருக்கும் ஒருவித புது புன்னகை பாலாவை படுத்தி எடுக்கும் போல... இதயம் முழுதும் இன்பம் நிறைத்து அதில் மிதந்தவனாய்

இப்படித்தான் மச்சி என தன் காதலை பற்றி கார்த்தியிடம் சொல்ல...

பாலாவின் காதல் கதையை கேட்ட கார்த்திக் டேய் மச்சி இதுலாம் எப்படா? நான் இல்லாம கொள்ள வேலை பார்த்திருக்க என்று சொல்லவும் வெட்கமாய் சிரித்தான் பாலா.

அப்பறம் மச்சி லவ்வ ரேவதிட்ட சொல்லிட்டியா என கார்த்திக் கேட்க..?

ம்ம் இன்னும் இல்லை மச்சி சொல்லன்னும், சீக்கிரமாவே சொல்லனும்... நீ நேத்து பிரியாவை பார்க்காம இருக்க முடியலைன்னு சொன்ன பாரு.. அப்ப சும்மா யோசிச்சேன் ரேவதியை பார்க்காம பேசாம இருக்க முடியுமான்னு...?

நீ என்ன வேணாம் நெனச்சுக்கோ மச்சி அப்படி நெனச்ச அடுத்த நொடி இதயத்தை அழுத்துற மாதிரி ஏதோ ஆயிருச்சு மச்சி.. என பாலா ஒருவித உணர்ச்சியில் சொல்ல...

தன் நண்பன் சொல்லுவதில் அவனது உணர்வு சரியாய் புரிந்தது, இந்த தவிப்பையும் அவஸ்தையையும் தினமும் அனுபவிப்பதால்.. உடனே அவனை அணைத்து கொண்டான் கார்த்திக்.

பாலாவின் வற்புறுத்தலால் அவனுடன் கார்த்திக்கும் லைப்ரரிக்கு போக ஆரம்பித்தான்.. அங்கு பாலா ரேவதியுடன் பேச அதில் ஒட்டாது தனது வேலையை பார்க்கும் ஸ்வேதாவிற்கு கம்பனி கொடுக்க ஆரம்பித்த கார்த்திக் அடுத்தடுத்து வந்த நாட்களில் ஸ்வேதாவும் கார்த்திக்கும் சிறிது சிறிதாய் பேசி நன்கு பழக்கமாகினர்... ஏனோ ஸ்வேதாவை கண்டதும் தெரியாத பெண் என்ற உணர்வெல்லாம் தோன்றாமல் உடனே தோழியாய் அவனது மனம் ஏற்றுக்கொள்ள, அவளும் அவனிடம்

உரிமையாய் பேச ஆரம்பித்தாள்... இப்போதெல்லாம் ரேவதி பாலாவை தாண்டி அதிகமாய் ஸ்வேதா கார்த்திக் பேச தற்போது நால்வருமாய் சேர்ந்து கொண்டு அரட்டை அடிக்க ஆரம்பித்தனர்.

அன்று டேய் மச்சி உன் ஆளு பிரியா வீட்டை பார்த்தாச்சு நீ சொன்ன தெருவேதான்... இனிமே பொடி பய மாதிரி அழுகாம ஜாலியா படிக்கிற வேலைய பாரு என்று பிரபு போனில் சொல்ல மகிழ்ச்சியில் மிதந்தான் கார்த்திக். அடுத்து பிரியாவை நினைத்து எந்த கவலையுமின்றி ஸ்வேதா, பாலா, ரேவதியுடன் ஜாலியாய் இருக்க இரண்டாவது செமஸ்டர் தேர்வு நெருங்க நால்வரும் படிப்பில் கவனம் செலுத்தினர்... அரட்டை அடித்த நேரத்தில் இப்போது ஒருத்தருக்கொருத்தர் தெரியாத ஒன்றை கேட்டு படிக்க ஆரம்பித்தனர்...

இரண்டாவது செமெஸ்டரின் மூன்று தேர்வை மட்டும் எழுதி முடித்திருந்த கார்த்தியும் பாலாவும் அடுத்த தேர்விற்கு நான்கு நாட்கள் லீவு இருக்கவே சித்திரை திருவிழாவிற்காக கோவையில் இருந்து மதுரைக்கு கிளம்பினர்...

மதுரைக்கு வருஷத்துல எல்லா மாசமும் எல்லா நாளும் திருவிழானாலும் மதுரைன்னு சொன்னா சித்திரை திருவிழாதான்.. சும்மா ஊரே கூடி கொண்டாடுவாங்கே...

அதுலயும் வைகை ஆத்துல அழகர் எறங்குறது இருக்கே... எப்பா... அன்னைக்கு சும்மா பட்டைய கிளப்பிருவானுக நம்ம பயல்க...

மொத்த பயலுகளும் காலையில அழகர் ஆத்துல எறங்குறதுக்கு நைட்டே போயி ஊர சுத்திட்டு ஆத்துக்குள்ளேயே கிடந்து காலையில அழகரை பார்த்துட்டு அவருக்குன்னு போடுற அந்த பாட்டுக்கு ஆடி... கொண்டாடி தீத்துட்டு வீட்டுக்கு போவாங்கே...

அப்படிதான் கார்த்தியும் பாலாவும் அவிங்க ப்ரெண்ட்ஸ்ஸோட நைட்டே போயிட்டு காலையில அழகரை பார்த்துட்டு வருவாங்க, இந்த வருசமும் அத மிஸ் பண்ணாம லீவு கிடைக்கவே உற்சாகமாய் சித்திரை உற்சவத்திற்கு கிளம்பினர்.

கோவையில் இருந்து வீட்டிற்கு வர இரவு பன்னிரண்டு மணிக்கு மேல் ஆக களைப்பாக இருக்கவும் தனது அறைக்கு சென்று உறங்கினான் கார்த்திக்.

நீண்ட நாட்களுக்கு பின் தன் வீட்டில் தன் அறையில் படுத்த கார்த்திக்கிற்கு தூக்கம் நன்றாய் வந்தது... காலை மணி பத்தை தாண்டவும் எழுந்து கீழே வந்தவன் டீயை குடித்தவாறு மண்டையில் இருந்த திட்டத்தை யோசிக்க ஆரம்பித்தான்...

இப்ப குளிச்சுட்டு சாப்ட்டு கொஞ்ச நேரம் படிப்போம் அப்பறம் சாயங்காலம் பிரபுட்ட கேட்டு பிரியாவை போயி பார்க்கணும் அடுத்து அப்படியே நைட்டு பயல்களோட அழகரை பார்க்க போக வேண்டிதான் என யோசித்தவன் அதை செயல் படுத்த தயாரானான்...

மணி நான்கை தாண்ட தன் அறையில் படித்து கொண்டிருந்த கார்திக்கிற்கு வெளியில் வானிலை மாறி மழை வருவது போல் இருப்பது தெரிய எழுந்தவன் தன் அறையை விட்டு வெளியே வந்து மாடியில் நின்றவாறு பார்க்க

அனல் தணிந்து மழை பெய்யும் அறிகுறியாய் குளிர் காற்று வீச உடனே தனது அறைக்கு திரும்பியவன் புத்தகத்தை ஓரமாய் வைத்துவிட்டு டி.வி.டி பிலேயரை ஆன் செய்தான் அதில் தனக்கு பிடித்த பாடலை ப்ளே செய்ய இரண்டு ஸ்பீக்கரிலும் சத்தமாய் ஒலித்தது... பாடலை கேட்டவாறு கார்த்திக் வெளியில் மாடியில் நிற்க,

அழகர் நகருக்குள் வந்ததன் அறிகுறியாக வானத்தில் மேகங்கள் ஒன்றோடு ஒன்று இடித்து கொண்டு உருண்டோட இடியும் மின்னலுமாக மழை சரசரவென்று இறங்கி பூமியை நனைக்க ஆரம்பித்தது...

கொட்டும் மழையை பாட்டுடன் ரசித்தவாறு தனது அறையின் வாசலில் நின்ற கார்த்திக் ஏதோ சத்தம் கேட்கவும் பக்கத்து மாடியை எதேச்சையாய் திரும்பி பார்க்க...

அங்கு...

நனையலம்மா..!! வரேன்..!! எடுத்துட்டேன்..!! என கத்தி சொல்லியபடி நனையும் துணிகளை அவசர அவசரமாய் கொடியில் இருந்து எடுத்து கொண்டிருந்தாள் பிரியா...

பிரியாவை பார்த்த மாத்திரத்தில் கார்த்திக்கிற்கு இதயத்தில் ஆனந்த இடி இடித்து மின்னலாய் முகத்தில் ஆச்சரிய புன்னகை மிளிர இன்ப மழையில் நனைந்தவன் அவளையே பார்த்தவாறு கொட்டிய மழையில் நின்றான்...

துணியை அரக்க பரக்க எடுத்தவள் திரும்ப போகையில் ஏதோ உருவம் போல் பக்கத்து மாடியில் தெரிகிறதே என்று பார்க்க அங்கு கொட்டும் மழையில் இவளையே பார்த்தபடி நின்றிருந்த கார்த்திக்கை காணவும் விழிவிரித்து ஆச்சரியமானவளாய் புன்னகை பூத்த முகத்துடன் நின்றாள் பிரியா...

பாட்டு பாட்டு பாடாத பாட்டு
மழைதான் பாடுது கேட்காத பாட்டு
உன்னை என்னை சேர்த்து வச்ச
மழைக்கொரு சலாம் போடு..
என்னை கொஞ்சம் கானாலயே
உனக்குள்ள தேடி பாரு...

மந்திரம் போல இருக்கு..
புது தந்திரம் போல இருக்கு..
பம்பரம் போல எனக்கு..
தல மத்தியில் சுத்துது கிறுக்கு..

தேவதை எங்கே.. என் தேவதை எங்கே..
அது சந்தோசமாய் ஆடுது இங்கே..

🎶 🎶 ❤ 🎶 🎶

ஏய் பிரியா துணியை எடுத்துட்டியா இல்லையா..? மழைல நனையாம வாடி வேமா என கீழிருந்து அவளது அம்மாவின் குரல் அதட்டலாய் கேட்கவும்,

துணியுடன் தானும் மழையில் நனைவது புரிய அய்யோ என்றவள் குடுகுடுவென படிகளில் இறங்கி ஓடினாள்...

அவளையே பார்த்திருந்த கார்த்திக்கிற்கு எல்லையில்லா ஆனந்தம், அவள் எப்படி இங்க என்று ஆச்சரியமானவன் அவளை பார்த்ததில் சந்தோஷத்தில் பறக்க ஆரம்பித்தான்...

🎶 🎶 ❤ 🎶 🎶

பட்டாம்பூச்சி பொண்ணு..!!
நெஞ்சு படபடக்கும் நின்னு..!!

பூவும் இவளும் ஒன்னு..!!
என்ன கொன்னுபுட்டா கொன்னு..!!

போவது எங்கே!? நான் போவது எங்கே!?
மனம் தள்ளாடுதே போதையில் இங்கே..!!!

🎶 🎶 ❤ 🎶 🎶

பாடல் சத்தத்திற்கு மழையில் துள்ளி குதித்தான் கார்த்திக்...

பின்பு எட்டி எட்டி பிரியாவின் வீட்டை பார்த்தவாறு இருந்தவன் மழை நிற்கவும் தனது அறைக்கு சென்று வேறு உடை மாற்றி விட்டு பிரியாவை நினைத்தபடி இருந்தான்...

பிரியா இங்க எப்படி..??நம்மள பார்த்தோன ஆச்சரியமானா..!! அப்பறம் எப்பவும் போல பார்த்தா..!! நம்மள கொல்லுற அந்த பார்வை..!! உதட்டோரம் அந்த அழகான சிரிப்பு..!! என பிரியாவை பற்றி நினைத்தவனுக்கு

அவளது அந்த சிவந்த கன்னத்தை கொஞ்சி விளையாட அவன் மனம் குழந்தையாய் ஏங்கி அவனை படுத்தியது...

இந்த சந்தோஷத்தை உடனே யாரிடமாவது சொல்லணும் போல் இருக்க, பாலா வீட்டிற்கு போவோம் என முடிவெடுத்து வேகமாய் கீழே போன கார்த்திக்கை அவனது அம்மா தேவி அழைத்து நிறுத்தினார்..

கார்த்தி பால் பாக்கெட் வாங்கிட்டு வாப்பா அம்மா காபி போட்டு தரேன் என சொல்லி அவனிடம் காசை கொடுத்தவர் உனக்கும் அக்காக்கும பிஸ்க்ட் இல்ல ஏதாவது ஸ்னாக்ஸ் வாங்கிக்கோ என்று தேவி சொல்லவும்,

சரிம்மா என்று சொல்லியவாறு அவர்களது தெரு முகனையில் உள்ள கடைக்கு செல்ல அங்கு பிரியா நின்றிருந்தாள்...

அக்கா ஒரு சின்ன பால் ஒன்னு என அவள் சொல்லிக்கொண்டிருக்க... அக்கா அப்படியே எனக்கும் ஒன்னு என்று சொல்லியவாறு அவள் அருகில் போயி நின்றான் கார்த்திக்.

கார்த்திக்கை அங்கு பார்க்கவும் ஆச்சரியமான பிரியா புன்னகைக்க கார்த்தியும் அவளை பார்த்து புன்னகைத்தான்... பின் பாலை வாங்கிவிட்டு சற்று நகர்ந்து வந்தவர்கள்...

என்ன கார்த்திக் எப்படி இருக்கீங்க.. ஊர்ல இருந்து எப்ப வந்தீங்க.. என இயல்பாய் பிரியா கேட்க?

ம்ம் நல்லாயிருக்கேன் பிரியா.. நைட்டு வந்தேன் நீ எப்படி இருக்க..? நீ இங்க எப்படி..? நான் ஊருல இருக்கேன்னு எப்படி தெரியும்..? என அடுத்தடுத்து கார்த்திக் கேட்க அவனையே பார்த்திருந்தவள்..

அவன் வீட்டின் பக்கத்து வீட்ற்கு இரு மாததிற்கு முன் குடி வந்தது.., அவன் வீட்டிற்கு போகையில் அங்கிருந்த அவனது போட்டோவை கண்டு இது கார்த்திக் வீடா என ஆச்சரியத்தில் மகிழ்ந்தது இதற்கு முன்னாக ஜெனி மூலம் கோவையில் படிக்கிற விஷயம் தெரிந்தது என அவன் கேட்டதற்கு அனைத்துக்கும் பதில் சொன்ன பிரியா..

இப்ப என்ன செமஸ்டர் லீவா எத்தனை நாள் என கேட்க..?

இல்லை இல்லை இன்னும் எக்ஸாம் முடியல.. அழகர் ஆத்துல இறங்குறது பார்க்க வந்தேன் நாளைக்கு மதியம் கிளம்பிருவேன் என கார்த்திக் சொல்லவும்,

ஹோ... என்றவள் போன லீவுக்கு வந்தப்ப என்ன கேட்டீங்களாம் ஜெனி சொன்னா.. என்று கேட்க?

ம்ம்.. ஆமா என்றவன்.., உன்மேல எனக்கு செம்ம கோவம் என கார்த்திக் சொல்ல..

கோபமா என்மேலயா.... எதுக்கு என்னா கோபம் என வேகமாய் கேட்டாள் பிரியா?

ம்ம்..., கோபம்தான் வீட்ட விட்டு வெளியவே வர மாட்டியா நீயி... என கேட்க அவனை புரியாது பார்த்தவள் வீட்டை விட்டு வெளியவா ஏன் என்றாள்...

அவள் முகத்தில் குழப்பத்தை கண்ட கார்த்திக், ஏன் வீட்டை விட்டு வெளியனா..? ம்ம் உன்ன பார்க்குறதுக்குத்தான் என சொல்லவும் அவன் சொன்னதை கிரகித்து புரிந்தவள் இதயம் சில்லிட முகம் மலர்ந்தாள்.

உன்ன பார்க்க டியூஷன் போன அங்க நீ போறது இல்லை.., வீட்ல பாக்கலாம்னா வீடு தெரியல உன்ன தேடி தேடி உங்க தெருவவே ரவுண்டடுச்சும் உன்ன காணோம்... உன்ன பார்க்காம எவ்வளவு டென்ஷன் ஆச்சு தெரியுமா கோயம்புத்தூர் போனதே தப்புன்ற அளவுக்கு டென்ஷன் ஆயிருச்சு... என கார்த்திக் சொல்ல..

கார்த்திக் தேடியதுதான் அவளுக்கு தெரியுமே இப்போது அவன் தவித்ததும் புரிய...

இனி டென்ஷன் ஆகவேண்டிய அவசியம் எதும் இல்லைல.. இப்ப ரொம்ப பக்கத்துலதான இருக்கேன் என அர்த்தமாய் சொல்லிவிட்டு மெலிதாய் பிரியா புன்னகைக்க.

அவளது புன்னகை முகத்தை ரசித்து தனக்குள் பதித்தவாறு இப்படி பக்கத்துலேயே இருந்தா சந்தோஷம்தான் என சிரிப்புடன் கார்த்திக் சொல்ல அழகாய் சரி என்பதை போல் தலையாட்டியவள்..

சரி கார்த்திக் பாப்போம் என சொல்லிவிட்டு அவள் முன்னால் போக.. சிறிது இடைவெளிவிட்டு இவன் பின்னால் சென்றான்..

பின் பாலாவிடம் பிரியாவை பார்த்ததை சொல்லி கார்த்திக் மகிழ... பாலாவும் மகிழ்ச்சியானவனாய் மச்சி நான் சொன்னேன்ல கோவில்ல பார்த்தவள டியூஷன்ல பார்த்த அதுமாறி பார்ப்பனு சொன்னேன்ல இப்ப பக்கத்து வீட்லயே உன்ன தேடி வந்த மாதிரி இல்ல என பாலா சொல்ல

ம்ம் ஆமா மச்சி எல்லாமே மேஜிக் மாதிரி இருக்கு என்று கார்த்திக் சொல்லிவிட்டு அடுத்து தன் நண்பர்களுடன் கிளம்பி கொண்டாட்டமாய் காலையில் அழகரை தரிசித்துவிட்டு கொண்டாட்ட மன நிலையிலே அன்று மாலையே கோவைக்கு கிளம்பினர்.

மதுரையில் இருந்து கிளம்பும் முன் பிரியாவிடம் பார்வையாலயே போய்ட்டு வரேன் என சொல்லிவிட்டு கிளம்பியவன் அவளை நினைத்து நினைத்து மகிழ்ந்தபடி இருந்தான்.. உற்சாகமாகவே தனது மீதமிருந்த மூன்று தேர்வையும் எழுதியவன் இருபது நாட்களுக்கு மேல் விடுமுறை இருக்க ஆனந்தமாய் இருந்தான்.

கடைசி தேர்வை எழுதி முடித்துவிட்டு கார்த்தியும் பாலாவும் ஸ்வேதா ரேவதியை பார்த்து ஊருக்கு போவதை பற்றி சொல்லி பேசிக்கொண்டிருக்க பாலா ஒரு வித தவிப்புடனே இருந்தான்.

பாலாவை பார்த்த கார்திக்கிற்கு நிச்சயம் ஏதோ புரிந்திருக்க வேண்டும், ஸ்வேதா வா நாம கேண்டீன்க்கு போயி ஏதாவது வாங்கிட்டு வருவோம் இனி லீவ் முடுஞ்சுதான் பாப்போம், இன்னைக்கு செலிப்ரேட் பண்ணிட்டு போவோம் என ஸ்வேதாவை கேண்டினுக்கு அழைக்க..

அவளும் ம்ம், சூப்பர் கார்த்திக் வா போவோம் என அவன் கூப்பிடவும் அவனுடன் கிளம்ப..

பாலாவிடம் மச்சி நீயும் ரேவதியும் இருங்க நாங்க வாங்கிட்டு வரோம் என்றுவிட்டு கார்த்தியும் ஸ்வேதாவும் கேண்டினுக்கு கிளம்பினர்.

பாலாவும் ரேவதியும் ஏதோ ஒரு சிறு கவலையை சுமந்தவாறு ஒருவரை ஒருவர் ஆழமாய் பார்த்தபடி இருக்க...

ரேவா... என அவளை மென்மையாய் அழைத்தவன்..

லீவ் முடிஞ்சு இனி நாம பார்த்துக்க ரொம்ப நாள் ஆகும்ல... இந்த லீவ்ல நாம பார்த்துக்க முடியாது பேசிக்க முடியாதுன்னு நினைச்சாலே... எனக்கு ஒருமாதிரி ஆகுது.. வலிக்குதா எப்படின்னு சொல்ல தெரியல..

அதான் இந்த லீவ்ல உன்கூட பேசுறதுக்கு உன் போன் நம்பர் கேக்கலாம்னா கேக்குறதுக்கு ஒரு மாதிரி கூச்சமா இருக்கு ஆனா உங்கிட்ட பேசாம இருக்க முடியாது அப்டின்னு எனக்கு தெளிவா தெரியுது...

இது ஏன் என்னன்னு கேட்டா...

இதுநாள் வரைக்கும் நான் எந்த பொண்ணுக்கிட்டையும் அதிகமா பேசி நெருக்கமா பழகி பெரிசா புரிஞ்சுகிட்டது கிடையாது.., அதுல விருப்பமும் இருந்தது இல்லை , ஆனா நான் அதிக அன்பால நேசிக்கிற முதல் நட்பும்..!! அதை தாண்டிய நேசம் கொண்ட நம்பிக்கையான உறவும்..!! நீதான் ரேவதி..!! நான் ஒவ்வொரு தடவையும் என்னோட எதையாவது தேடையில கிடைச்சது அது மட்டும் இல்ல நீயும்தான்..!! நீ கிடைக்கணும்னுதான் நிறையா தேடுனனோ என்னமோ...

எனக்கு கிடைச்ச என் தேவதை உன்ன தொலைக்கவே கூடாதுன்னு என் மனசு கிடந்து தவிக்குது..!!

என சொல்லி நிறுத்திய பாலா தன்னையே விழிவிரித்து பார்த்துக்கொண்டிருந்தவளின் கண்களை ஆழமாய் பார்த்து..

எனக்கு கிடைச்சிட்டதான ரேவா... என கேட்டு காதலாய் பார்க்க...

பாலா பேசுவதையே லேசான திகைப்புடன் கேட்டுக்கொண்டிருந்த ரேவதி அவன் எனக்கு கிடைச்சிட்டதான ரேவா என கேட்ட அடுத்த நொடி பாலா... என கேவியவாறு அவனை இறுக அணைத்துக்கொண்டாள் ரேவதி. அவளுக்கு அவனை போல் பெரிய வார்த்தைகள் தேவை படவில்லை தானும் காதல்பட்டதை சொல்ல.. அந்த அணைப்பிலே புரியவைத்தாள்...

ரேவதியிடம் கேட்டுவிட்டு சிலை போல் நின்றிருந்த பாலா அவள் அணைக்கவும் உயிர் பெற்றான்... உயிர் பெற்றவன் ரேவதியை மேலும் தன்னோடு இறுக அணைத்து கொண்டான்.. இருவரும் அது காலேஜ் என்று மறந்து இருவரும் கட்டிக்கொண்டு இருக்க சில நொடிகளில் இயல்பு புரியவே இருவரும் வெட்கமாய் விலகி நின்றனர்.

நானி தலை குனிந்து நின்றிருந்த ரேவதியை ரேவா.. என காதலாய் அழைக்க நிமிர்ந்தவள் கண்களால் என்னவென கேட்டாள்..? அவள் கையை எடுத்து தன் கைக்குள் வைத்தவன் அதில் மென்மையாய் தன் உதட்டை பதித்து எடுத்தான்...

அவன் முத்தமிட்டதும் வெட்கமாய் சட்டென தன் கையை ரேவதி உருவிக்கொள்ளவும்

தப்போ என்று எண்ணி சிறிது பதட்டமான பாலா.. சாரி ரேவதி என்க,

அதுவரை வெட்கமாய் இருந்தவள் இப்போது அவனை கோபமாய் முறைத்தாள்...

அவள் முறைப்பை பார்த்தவன் ஏன் ரேவா முறைக்குற அதான் சாரி சொன்னேன்ல என அப்பாவியாய் பாலா சொல்ல

ம்ம்... சாரி சொன்னத்துக்குத்தான் முறைக்குறேன் என்று சொல்லவும் பாலா புன்னகைக்க ரேவதியும் புன்னகைத்தாள்.

எதிர்பாராமல் சந்தித்து பேசி பழகிய பாலாவின் எதார்த்தமான பேச்சும், அவனின் குணங்களும் பிடித்து போய் அவன் மேல் ஒரு ஈர்ப்பு வர அவனுடன் நட்பாய் பழகியவளுக்கு நாளடைவில் அவன் தன்மீது காட்டும் அன்பையும் பாசதத்தையும் உணர்ந்தவளின் மனது அவன் மீது நேசம் கொண்டது. ஏனோ தன் மனம் பாலவுடனவே ஒன்றியிருக்க அவன் காதலை சொல்லவும் நொடி தாமதிக்காது ஏற்றுக்கொண்டாள் என்பதை விட தன் உயிரில் கலந்தாள்...

முதல் முறை ரேவதி வந்து பாலாவிடம் பேசி போன அந்த நிமிடமே அவள் மேல் இவனுக்கு ஒரு ஈர்ப்பு வர அதன் பின் அவளை சந்தித்து பேசி பழக.. அவளின் குழந்தை போல் பேசும் விதமும் தன்னிடம் அனைத்தையும் பகிரும் மனமும் அவள் மேல் அன்பையும் அக்கறையையும் எடுத்து கொள்ள வைத்தது... இதில் அவன் மனது அவள் மேல் காதல் கொள்ள தன் காதல் கொண்ட மனதை அவளிடம் சொல்லி தன்னவளை கிடைக்க பெற்றான் பாலா.

கேண்டின் போன கார்த்தியும் ஸ்வேதாவும் சிரித்து பேசியவாறு பப்ஸ், ஜூஸ் என வாங்கிவர நால்வரும் சிரிப்பும் பேச்சுமாய் சாப்பிட்டுவிட்டு கிளம்பினர்.

மறக்காமல் பாலாவிடம் தனது வீட்டு போன் நம்பரை கொடுத்து கண்களால் ஏதோ பேசிவிட்டு கிளம்பினாள் ரேவதி...

ஸ்வேதாவும் கார்த்தி பாலாவிடம் பாய் சொல்லிவிட்டு லீவ்ல ரொம்ப போர் அடிக்க போது உங்கள எல்லாம் மிஸ் பண்ணுவேன் போல கார்த்திக் என சொல்லி அவளும் கிளம்பினாள்...

பாலாவிற்கு ஏக மகிழ்ச்சி கார்த்தியிடம் நடந்ததை சொல்ல அவனும் ஆனந்தமானவனாய் அவனை அணைத்து கொண்டான்.. பின்பு தங்கள் ரூம்களுக்கு சென்று கிளம்பி மதுரை நோக்கி பயணமானார்கள்.

கோவையில் இருந்து இரவுக்கு மேல் வீட்டிற்கு வந்த கார்த்திக் தூக்கம் வராமல் தன் படுக்கையில் புரண்டு கொண்டிருந்தான் மனம் முழுதும் பிரியாவே இருக்க அவளை பார்க்க வேண்டும் என ஏங்கியது பின் அவளை நினைத்தவாறே எப்போது உறங்கினான் என்று தெரியவில்லை.

மறுநாள் காலையில் தூக்கம் கலைந்து எழுந்தவன் மணி எத்தனை என பார்க்க அது ஆறை நெருங்கி காட்டவும் விழித்து எழுந்து அமர்ந்தான். பின் அப்படியே அறையை விட்டு வெளியே வர வானத்தில் அப்போதுதான் சூரியன் மெல்லமாய் தோன்றி கொண்டிருக்க கார்த்திக்கிற்கு இந்த உலகமே தனக்காகத்தான் விடிந்தது போல் இருந்தது.

உடம்பை நெளித்தப்படி எப்ப பிரியா.. வெளிய வரும் எப்ப பார்க்க என யோசித்தப்படி இருந்தவன் கீழே வாசல் தெளிக்கும் சத்தம் கேட்கவும்.. அம்மா எந்திருச்சிட்டாங்களா என எண்ணியவாறு தடுப்பு சுவர் அருகே போயி நின்று கீழே எட்டி பார்க்க அங்கு அவனது

அக்கா திவ்யா வாசல் தெளித்து முடித்து கோலம் போட தயாரானாள்.

சற்று பார்வையை நகர்த்தி பக்கத்து வீட்டை பார்க்க அங்கு அவனது தேவதை பிரியா குத்தாங்காலிட்டு அமர்ந்து முன்னால் முகத்தில் விழுந்த முடியை தனது புறங்கையால் பின்னுக்கு தள்ளியவள் கோலப்பொடியை அள்ளி புள்ளிகளை இணைத்து கோலம் போட்டுக்கொண்டிருந்தாள்...

பிரியாவை காணவும் மனது துள்ளி குதிக்க உற்சாகமானவன் தன் தேவதை கோலம் போடுவதையே தடுப்புச்சுவர் மேல் கையூன்றியபடி கண்கொட்டாமல் பார்த்து ரசித்தபடி இருக்க...

எதேச்சையாய் நிமிர்ந்து மேலே மாடியை பார்த்த திவ்யா அங்கு அவள் தம்பி கார்த்தி இருப்பதை காணவும் ..

என்ன கார்த்தி எந்திருச்சிட்டியா.. என கீழிருந்தபடி திவ்யா கேட்க?

தன் அக்காவின் குரல் கேட்கவும் அவர் பக்கம் திரும்பிய கார்த்திக், ம்ம் இப்பதான்க்கா எந்திரிச்சேன் என சொல்ல..

பிரியா என் தம்பி கார்த்தி... கோவைல இன்ஜினியரிங் படிக்கிறான்னு சொன்னேன்ல என்று இவள் எந்திருச்சிட்டியா கார்த்தி என்று கேட்கும்போதே மாடியில் நின்ற கார்த்தியை பார்த்தபடி இருந்த பிரியாவிடம் திவ்யா சொல்ல

அவனை பார்த்து சிரித்த பிரியா திவ்யாவிடம் ம்ம் என்பதாய் தலையசைத்துவிட்டு கோலம் போட ஆரம்பித்தாள்.. கோலம்போட்டு முடிக்கும் வரை அவனை

அடிக்கடி நிமிர்ந்து பார்த்து சிரிக்க அவளை ரசித்தப்படி இருந்தான் கார்த்திக்.

பின் பிரியா கோலம்போட்டு முடித்து வீட்டிற்குள் போக அவளை பார்த்த சந்தோஷத்தில் இருந்தவன் தனது அறைக்கு வந்து டி.வி.டி பிலேயேரை ஆன் செய்து பாடலை ரசிக்க ஆரம்பித்தான்...

மனசு முழுக்க ஆசை...
என்னடி நானும் பேச...
நாக்கு குள்ள கூச...
தடுமாறிப் போனேன்...

காணாத கானகத்தில்
அலஞ்சு திரிஞ்சேன் நானும் தான்
காத்தாக என்ன உரசி சாச்சு புட்ட நீயும் தான்

உள்ளங்கால் நிழலாட்டம் நிழலாட்டம்
ஒட்டிக்கிட்டேன் நான்...
உன் பேர உசுரு மேல உசுரு மேல
வெட்டிக்கிட்டேன் நான்...

இத்தனை நாள் ஒருவருக்கொருவர் பார்த்து கொள்ள இயலாத நிலை இருந்த நிலையில் இப்போது பக்கத்து பக்கத்து வீடாய் போய் விட இருவருக்கும் பேசி பழக ஏதுவாய் போனது...

கார்த்திக்கிற்கு தனது அறை மாடியிலே இருக்க, பிரியா அவள் வீட்டு மாடிக்கு வரும்போதெல்லாம் இருவரும் சைகையால் பேசிக்கொள்ள ஆரம்பித்தனர்...

சாப்டாச்சா என அவள் சைகையால் கேட்க ம்ம் சாப்டாச்சு நீ என இவனும் சைகையாலே கேப்பான்... இப்படி இருவரும் கண்களாலும் கையசைவுகளாலும் கதைகள் பேச, அவ்வப்போது அக்கம் பக்கத்து மாடிகளில் யாரும் இல்லாத நேரம் இருவரும் அவர் அவர் மாடி தடுப்புச்சுவர் அருகே வந்து பக்கத்தில் நின்றவாறு பேசிக்கொன்டனர்.

கார்த்திக் அவன் கல்லூரியில் நடந்த கலாட்டாக்கள், காமெடியான விஷயங்கள், கோவை எப்படி என அனைத்தையும் பிரியாவிடம் பகிர்ந்தான்...

அவளும் அவன் சொல்வதை கேட்டு, ரசித்து, சிரிப்பவள் அவளை பற்றியும் சொல்லுவாள்...

இருவரும் ஒருவரை ஒருவர் பார்த்துக் கொள்ளும் போதெல்லாம் சாப்பிட்டிய என அக்கறையாய் விசாரித்து கொண்டனர்...

அந்த விடுமுறை நாள் முழுதும் பல கதைகள் பேசிய இருவரும் ஒருவருக்கொருவர் பார்த்து பார்த்து ரசித்து மனதிற்குள் பதித்து கொண்டனர், இந்த நாட்களில் பிரியாவிற்கு பிடித்த அந்த சாக்லெட்டை வாங்கி கொடுத்து அதை மீண்டும் தன் வழக்கமாக்கி கொண்டான் கார்த்திக்.

இந்த முறையும் தன் காதலை பிரியாவிடம் தற்போதைக்கு சொல்லிக்கொள்ள போவதில்லை என திடமாக முடிவெடுத்தவனாய் தன் காதலை வாய்விட்டு பிரியாவிடம் சொல்லாமலே கோவைக்கு கிளம்பினான்.

விடுமுறை முடிந்து மீண்டும் கோவைக்கு வந்த கார்த்திக் பிரியாவின் போட்டோ ஒன்றை கையோடு கொண்டு வந்திருந்தான், உள்ளத்தில் மட்டும் நினைத்து பார்த்து

ரசித்தவளை உருவமாய் புகைப்படத்தில் பார்த்து ரசிக்க வேண்டி...

கார்தியுடன் பேச மாடிக்கு படிப்பவளை போல் தனது புக் ஒன்றை தூக்கி கொண்டு வந்தவளின், புக்கில் இருந்த பஸ்-பாஸை பார்த்தவன் அதில் இரட்டை ஜடை போட்டிருந்த பிரியாவின் போட்டாவை பார்த்துவிட்டு, அவள் ஸ்கூல்லிற்கு சைக்கிளில் தான் போவாள் பஸ்-பாஸ் சும்மா ஒரு இதுக்கு என எடுத்து வைத்திருப்பது அவனுக்கு தெரிந்திருக்க அவளுக்கே தெரியாமல் அவள் போட்டோவை பஸ்-பாஸோடு தூக்கி வந்திருந்தான்.

விடுமுறை முடிந்து இரண்டாம் ஆண்டு கல்லூரி ஆரம்பிக்க கார்த்தியும் பாலாவும் தங்கள் வழக்கமான சூழலுக்கு பொருந்திக் கொண்டு போய் வர ஆரம்பித்தனர்...

காதலைச் சொல்லி கொண்ட பிறகு இப்போது பாலாவும் ரேவதியும் காதலர்களாகவே காலேஜில் சுற்றி திரிந்தனர்..

வெளிநாட்டில் இருக்கும் தனது அப்பாவிடம் இருந்து கேட்டு வாங்கிய கேமரா போனில் இருவரும் ஜோடியாய் பல போட்டோக்கள் எடுத்து கொள்ள ஆரம்பித்தனர்.

காலேஜில் காதல் கதை பேசியது போதாது என வீட்டிற்கு போய் போன் மூலம் கதை பேசி காதல் வளர்த்தனர் இருவரும்...

பாலா போனில் பேசிக்கொண்டிருக்கயில் கார்த்திக் தனது பர்சில் இருக்கும் தன்னவள் பிரியாவின் போட்டோவை பார்த்து கதை பேசிக்கொண்டிருப்பான்...

அந்த வார இறுதியில் வெளியே போகலாம் என நினைத்திருந்த பாலாவும் ரேவதியும் எங்கு போகலாம் என பேசி இறுதியில் சினிமா போகலாம் என்று முடிவு

செய்திருந்தனர் ரேவதி ஸ்வேதாவை நீயும் வா என்று அழைக்க வர சம்மதித்தவள் கார்த்தி நீயும் வா என அவனை அழைத்தாள் பின் நால்வருமாய் போய் படம் பார்த்து வந்தனர். இது அடுத்தடுத்த வாரமும் தொடர வார இறுதியில் சினிமா, பார்க், பஜார் என அனைத்திற்கும் நால்வருமாய் போய் வர ஆரம்பித்தனர் இப்படி நாட்களை ஜாலியாய் கடத்த அந்த மகிழ்ச்சியான தருனங்களை எல்லாம் அழகிய நினைவுகளாய் போட்டோ பிடித்து கொண்டனர்.

மூன்றாவது செமஸ்டர் லீவுக்கு போன போது பிரியாவை அவ்வளவாக பார்க்க முடியவில்லை பன்னிரெண்டாம் வகுப்பு என்பதால் அவளுக்கு ஸ்பெஷல் க்ளாஸ் இருக்க இருவரும் பார்த்து கொள்வதில் கஷ்டமாய் போனது. ஆனால் பார்த்துக்கொண்ட நேரங்களில் எல்லாம் அன்பாய் காதலாய் பிரியாவிடம் பேசினான் கார்த்திக்.

கார்த்தியின் அக்கா திவ்யா தனது மாஸ்டர் டிகிரியை முடித்திருந்த நிலையில் வீட்டில் திருமணத்திற்கு ஏற்பாடு செய்ய ஆர்பித்தனர், தங்களது உறவிலேயே மாப்பிளை பார்த்து திருமணத்திற்கு நாள் குறித்திருந்தனர்.

இரண்டாம் வருட தேர்வை முடித்து வீட்டில் இருந்த கார்த்திக் தனது அம்மா அப்பாவிற்கு கல்யாண ஏற்பாட்டு வேலைகளில் உதவியாக இருந்தான்.

டேய்.. ஆமடா, ஆரப்பாளையத்துல இறங்குனோன அங்க இருந்து த்ருவாவே பஸ் இருக்குடா... திருமங்கலம் வண்டில ஏறி திருப்பரங்குன்றம் கோவில் ஸ்டாப்ன்னு சொல்லி இறங்குங்கடா இந்த நம்பர் என் கையிலதாண் இருக்கும் நீங்க பஸ் ஸ்டாப்ல இறங்கிட்டு கால் பண்ணுங்க நானோ இல்ல பாலாவோ வரோம்... என கோவையில் இருந்து வரும் தனது கல்லூரி நண்பர்களுக்கு

மண்டபத்திற்கு வர வழி சொன்ன கார்த்திக் போனை வைக்கவும்.

டேய் கார்த்தி உன்னை மாப்ளை அழைப்புக்கு கூப்ட்ராங்கா வாடா என சொல்லி பாலா அழைக்க இருவரும் வேகமாய் கிளம்பினர்..

அன்று திடமான முகூர்த்த நாள் கோவில் முழுவதும் ஏகப்பட்ட திருமண ஜோடிகளும் அவர்களது உறவுகளும் கோவிலை நிறைத்து இருக்க... நல்ல முகூர்த்த நேரத்தில் முருகன் சன்னிதானத்தில் உறவுகள் சூழ திவ்யாவின் கழுத்தில் தாலியை பூட்டவும் அடுத்த நொடி அச்சதை அவர்கள் மேல் வாரியிரைக்கப்பட்டது..

மாப்பிள்ளை சிவாவின் நண்பர்கள் ஏகபோகமாய் கத்த சந்தோஷமான தருணம் கொண்டாட்டமாய் மாறியது...

அதன் பின் மணமக்கள் இருவரும் உறவுகளுடன் ஸ்வாமியை தரிசித்துவிட்டு ஏற்பாடு செய்யப்பட்டிருந்த திருமண மண்டபத்திற்கு அழைத்து வரப்பட்டனர்..

மணமக்கள் சிவாவும் திவ்யாவும் அங்கு போடப்பட்டிருந்த மேடையில் ஜோடியாக நிற்க வாழ்த்த வந்த உறவுகளும், தெரிந்தவர்களும் நண்பர்களும் வாழ்த்துச்சொல்லி புகைப்படம் எடுத்துக்கொள்ள ஆரம்பித்தனர்...

சங்கரமூர்த்தி தேவி தம்பதியினர் மண்டபத்தின் வசாலில் நின்று வருபவர்களை வரவேற்று சாப்பிட போங்க என்று அன்பாய் உபசரிக்க கார்த்தியும் பரபரப்பாய் அங்கும் இங்கும் ஓடி தனது அம்மா அப்பா சொன்ன வேலைகளை செய்தவாறு வந்தவர்களை வாங்க என்று கேட்டு பந்தி நடக்கும் இடத்திற்கும் அழைத்து சென்று கொண்டிருந்தான்.

அந்த பரபரப்பிலும் தனது உறவு கூட்டத்திற்கு நடுவில் அவனது கண்கள் பிரியாவை தேடியது...

காலையில் தனது அக்காவுக்கு வீட்டில் வைத்து அலங்காரம் செய்யையில் அவளை பார்த்தது.. என எண்ணியவனாய் வேலையின் ஊடே அவளை தேட அவளது அம்மா மற்றும் ஜனனியுடன் வந்து கொண்டிருந்தாள் பிரியா.

பச்சை பட்டு பாவாடையும் பிங்க் நிற தவாணியும் உடுத்தி காதுகளில் பெரிய ஜிமிக்கியும், கைகளில் கண்ணாடி வளையலும், நெற்றியில் புருவத்திற்கு மத்தியில் சிறு பொட்டும் அதற்கு சிறிது மேலாய் திருநீர் கீற்றும், கூந்தலை தளர பின்னி அதில் மல்லிகை சரத்தை படர சூடி அவனுக்கு பிடித்தவாறு அவனை கொள்ளை கொண்ட அந்த பிரியாவாக நடந்து வர...

அவளை பார்த்தவுடன் திகைத்த கார்த்திக் விழிவிரித்து அவள் வருவதையே பார்த்தபடி இருக்க..

தாவணி போட்ட தீபாவளி வந்தது
என் வீட்டுக்கு
கை மொளச்சி கால் மொளச்சி ஆடுது
என் பாட்டுக்கு

கண்ணா கண்ணா மூச்சு
என் கன்னா பின்னா பேச்சு
பட்டாம் பட்டாம் பூச்சி
என் பக்கம் வந்து போச்சு

இரவும் வருது பகலும் வருது
எனக்கு தெரியல
இந்த அழகு சரிய மனசு எரிய
கணக்கு புரியல

முட்டுது முட்டுது மூச்சு முட்டுது
அவள கண்டாலே
கொட்டுது கொட்டுது அருவி கொட்டுது அருகில்
நின்னாலே
விட்டிடு விட்டிடு ஆள விட்டிடு பொழச்சு போறான்
ஆம்பள..!!

என்ற பாடல் மண்டபத்தை சுற்றி வைக்கப்பட்டிருந்த ஸ்பீக்கரில் ஒலிக்க மேடையின் அருகே நின்றிருந்தவாறு அவளை ரசித்து பார்த்தவனுக்கு என்றை காட்டிலும் இன்று பிரியா அவனின் கண்களுக்கு கூடுதல் அழகாய் தெரிந்தாள்..

தேவதையாய் ஜொலித்து கொண்டிருந்த பிரியாவை ரசனையாய் பார்த்தபடி இருந்த கார்த்திக்கை அவன் பாக்கெட்டில் இருந்த போன் சிணுங்கி களைத்தது.

ஹே.. கார்த்திக் எங்க இருக்க நாங்க இங்க கோவில் ஸ்டாப்ல இறங்கிட்டோம் என ஸ்வேதா போனில் சொல்ல...

இந்தா.. அங்கேயே நில்லு ஸ்வேதா இந்தா வந்திட்டேன் என சொல்லியவாறு போனை வைத்தவன் அங்கு இருந்த பாலாவிடம் டேய் ஸ்வேதா ரேவதி வந்துட்டாங்க வாடா என அவனை அழைத்து கொண்டு ஆளுக்கொரு பைக்கில் கிளம்பினார் இருவரும்.

பஸ்டாப்பில் ரேவதியை காணவும் பைக்கை நிறுத்திவிட்டு வேகமாய் அவளிடம் போயி அவளை தோளோடு அணைத்து கொண்ட பாலா

என்ன ரேவா.. இப்ப பரவாயில்லைல.., இல்ல இன்னும் வாமிட் வர மாதிரி இருக்கா என சிறிது சோர்வாய் இருந்தவளிடம் கேட்க?

இல்லை என்பதாய் ரேவதி தலையசைக்க ஏண்டா அப்டி கேக்குற ஏன் பஸ் டிராவல் எதும் சேரலையா என பாலாவிடம் கார்த்திக் கேட்கவும்

இல்லை மச்சி காலைல போன் பேசயில வாமிட் வர மாதிரி இருக்குன்னு சொன்னா அதான் என்று பாலா சொல்லவும்..

ஹோ.. அப்படியா சரி சரி என்ற கார்த்திக், பின்னாடிதான் மதனு, தினேஷ், தாமு, எங்க மெக்கானிக்கல் பசங்க எல்லாரும் வராணுக நீங்களும் அவிங்க கூட சேந்து வந்துருக்கலாம் என்று சொல்லிவிட்டு பைக்கில் ஏறி அமர்ந்து ஸ்டார்ட் செய்தான்.

பாலாவின் பின்னால் ரேவதியும், ஸ்வேதா கார்த்தியின் பின்னாலும் பைக்கில் ஏறி கொள்ள கிளம்பி மண்டபத்திற்கு வந்தனர்...

மண்டபத்தின் வாயிலில் தனது அம்மா அப்பா நிற்க அவர்களிடம் இவர்களை அழைத்து சென்ற கார்த்திக், அம்மா.. காலேஜ் ப்ரெண்ட்ஸ் கோயம்புத்தூர்ல இருந்து வந்துருக்காங்க என ஸ்வேதாவையும் பின்னால் இருந்த ரேவதியையும் காட்டி கார்த்திக் சொல்வும்...

வாங்கப்பா..வாங்க.. என இருவரையும் மலர்ந்த முகமாகவே சங்கரமூர்த்தியும் தேவியும் வரவேற்றனர்...

பின் அவர்கள் உள்ளே போகவும் யோசனையாகவே இருந்தார் தேவி..

தனது மகன் கார்த்திக் இதுநாள் வரை ஒரு பெண்ணை தனது தோழி என சொல்லி அழைத்து வந்தது இல்லை... தனக்கு தோழிகள் இருக்கிறார்கள் என்றும் சொன்னதில்லை... இதுதான் முதல் முறை, இப்போது ஏனோ அவருக்கு ஏதோ உறுத்தலாய் இருந்தது போலையோ என்னமோ..

உள்ளே போனவர்களை மீண்டும் திரும்பி பார்க்க அங்கு கார்த்திக்கையும் அருகில் நின்று சிரித்து பேசிக்கொண்டிருந்த ஸ்வேதாவையும் பார்த்தவருக்கு ஏதோ தோன்ற.., தனது கணவரிடம், ஏங்க... அங்க கார்த்திய பாருங்களேன்... கூட அந்த பொண்ணை பார்த்தீங்களா என மெல்லமாய் அவரிடம் சொல்லயில் உறவுக்காரர் ஒருவர் வரவும் சொல்ல வந்ததை விடுத்து அவர்களை இருவருமாய் வரவேற்க ஆரம்பித்தனர்.

ஸ்வேதாவும் ரேவதியும் மணமகள் அறைக்கு சென்று அழகாய் கிளம்பி வர அவர்களை அந்தக் கல்யாண கூட்டத்தில் இருந்த பல இளவட்டங்களின் கண்கள் மொய்க்க ஆரம்பித்தது.

ரேவதியையும் ஸ்வேதாவையும் பாலா கோவிலுக்கு அழைக்க...

இல்ல நான் வரல ரேவதியும் நீயும் போய்ட்டு வாங்க என்று ஸ்வேதா சொல்ல, ஏன் ஸ்வேதா இங்க வந்துட்டு கோவிலுக்கு வராம என பாலா வினவ அவனிடம் அவளால வர முடியாது நீ வா என்று சொன்ன ரேவதி அவனுடன் முருகனை தரிசிக்க கிளம்பினாள்.

மேடையின் அருகே வந்தவர்களை சாப்டீங்களா, சாப்பிட போங்க , போட்டோ எடுக்க வாங்க என புன்னகை முகமாய் அழைத்தப்படி கார்த்திக் நிற்க அவனுடன் பேசியவாறே அவன் அருகில் நின்றாள் ஸ்வேதா.

வந்தவர்கள் அனைவரையும் வாங்க மாமா, வாங்க மச்சான், வாங்க சித்தப்பா, வாங்க பெரிப்பா,தாத்தா, அண்ணேன், மதினி, பெரிம்மா, சித்தி, அத்தை, ஆச்சி, அப்பத்தா, அக்கா என உறவு முறை சொல்லி கார்த்திக் அழைக்க...

எத்தனை உறவுகள், எவ்வளவு சொந்தம் என அவன் அருகில் நின்றிருந்த ஸ்வேதா ஆச்சரியத்துடன் பார்த்தபடி, நமக்கு இப்டிலாம் இல்லையே என வருந்தியவள் கார்த்தியின் உறவு கூட்டத்தை ஏக்கமாய் பார்த்தாள், இப்படி சொந்தங்களோட வாழனும் என எண்ணியபடி நின்றிருந்தாள்.

அப்போது அங்கு விபூதி தட்டு எங்க என மேடையில் நின்று ஒருவர் கேட்க கீழிருந்த ஒருவர் ஸ்வேதாவிடம் எம்மா இத கொடுமா என சொல்லி தட்டை கொடுக்க அதை கொடுக்க மேலே போன ஸ்வேதாவிடம் தட்டை வாங்காமல் அதில் இருந்த விபூதியை எடுத்து மணமக்களுக்கு பூசி ஆசிர்வாதம் செய்துவிட்டு போட்டா எடுக்கவும் கீழ் இறங்கி போய் விட்டார்..

பின் அடுத்து வந்தவரும் தட்டில் இருந்த விபூதியை எடுத்து மணமக்களுக்கு பூச ஸ்வேதாவின் வேலை விபூதி தட்டு புடிப்பதாய் ஆகி போனது அவளுக்கு அது பிடித்திருந்தாலும் அவளது சூழ்நிலை ஏதோ ஒன்று தடுக்க எங்கோ போய்விட்டு மேடை அருகே வந்த கார்த்திக்கை மெல்லமாய் அழைத்தாள்.

அவன் இவளை பார்த்து உன்ன யாரு இத பிடிக்க சொன்னா என்றவன் தள்ளி நின்றிருந்த ஒரு சிறுமியிடம் தட்டை வாங்கி கொடுத்து விட்டு தனது அக்கா மாமாவிடம் அவளை அறிமுகம் செய்து வைத்தான்.

மண்டபத்தில் அத்தனை முகங்கள் இருந்தும் பிரியாவின் பார்வை கார்திக்குடன் இருந்த ஸ்வேதா மேலேயே இருந்தது, அவள் யார் என்று தெரியாமல் அவள் மனது கிடந்து ஏனோ அடித்தது.

கோவிலுக்குப்போன ரேவதி வரவும் ஸ்வேதாவும் அவளும் இருவருமாய் சாப்பிட போய், சாப்பிட்டு முடிக்கவும் மணமக்களுடன் போட்டோ எடுத்துவிட்டு ஊருக்கு போக நேரமாகிவிடும் என சொல்லிவிட்டு கிளம்ப ஆரப்பாளையம் பஸ்சில் அவர்களை ஏற்றி விட்டு வந்தான் பாலா.

கார்த்திக் கூட இருந்த பொண்ணு யாரு? அது யாரா இருக்கும்? கார்த்திக் கூடவே இருந்துச்சு யாரு? யாரு? என யோசித்தவளாய் மண்டபத்தில் போடப்பட்டிருந்த சேரில் கடைசி வரிசையில் பிரியா அமர்ந்திருக்க...

எப்பா எவ்வளவு கூட்டம்... ஒருவழியா சாமியை பாத்தாச்சு நீ ஏண்டி வரமாட்டேன்னு சொன்ன என கேட்டபடி பிரியாவின் அருகில் இருந்த சேரை இழுத்துபோட்டு அமர்ந்தாள் ஜனனி.

கார்த்தியுடன் இருந்தவள் யார் என்ற கேள்வி மனதில் வண்டாய் குடைய அவஸ்தையாய் இருந்த பிரியா அதை வெளியில் காட்டாது ஜனனியுடன் பேசியபடி இருந்தாள்... அப்போது அங்கு எதற்கோ வந்த பாலாவிடம்,

என்ன பாலா ரொம்ப பிஸி போல... வந்த எங்களை கண்டுக்க மாட்றீங்க என ஜனனி கேட்க?

அப்போதுதான் அவர்களை கவனித்த பாலா, ஹே.. வா ஜனனி, எப்படி இருக்க, எங்க ஜெனி வரலையா... என்றவன் பிரியாவிடம் என்ன பிரியா ஜெனிட்ட சொன்னைல கல்யாணத்துக்கு வான்னு.. என்று கேட்க.?

ம்ம் அவளுக்கு ஏதோ வேலை இருக்கான் அதான் வரலை என்று பிரியா சொல்லவும்,

ஹோ.. சரி சரி.. நீங்க ரெண்டு பேரும் சாப்டீங்களா என்று பாலா கேட்டான்

ம்ம் சாப்பிட்டோம் என்று பிரியாவும் ஜனனியும் சொல்ல....

அப்பறம் யாரு பாலா அது.. கோவில்ல உங்க கூட ஒருத்தவங்க இருந்தாங்க.. என்று ஜனனி கேட்க யாரு என்று புருவம் சுருக்கினான் பாலா.

அதான் பாலா உங்க கூட இருந்த அந்த பொண்ணு நீங்க கூட அவுங்கள கோவில் வாசல்ல போட்டோ எடுத்துக்கிட்டு இருந்தீங்கள என ஜனனி சொல்லி அவனை பார்க்க,

ரேவதியதான் கேட்கிறாள் என்று புரிந்தவுடன் பாலாவின் முகத்தில் புன்னகை பூக்க, அது.. ஜனனி அது அவ ரேவதி, காலேஜ்ல கூட படிக்கிற பொண்ணு ப்ரெண்டு என நெளிந்தவனாய் ஒருமாதிரி சொல்லவும்,

அவன் முகத்தில் என்னத்தை கண்டாளோ அவன் சொன்ன போக்கிலயே ஏதோ அர்த்தம் செய்து கொண்டவளாய் ஜனனி, ஓ.., ஓ...... என இழுத்தவளாய் ம்ம் சூப்பர் பாலா எப்பல இருந்து? என கேட்டு அவனை பார்க்க

அவள் சொல்லவும் பாலாவுக்கு வெக்கம்தான் வந்தது போல சிரித்தவனாய் நெளிந்து கொண்டிருந்தான்.., அப்போது அவனது போன் அடிக்க எடுத்து பேசினான்,

ம்ம் சரி ரேவா... பாத்து போங்க... நீ தூங்கிக்கிட்டு போ... அப்பதான் வாமிட் வராம இருக்கும்... புரியுதா... மாத்திரை போட்டுக்கல.. ம்ம் சரி அங்க இறங்குனோன எனக்கு கால் பன்னு ம்ம் .. என்று போனில் பேசியவன் சட்டென

சினிங்கியவனாக ரேவா நான் இங்க ப்ரெண்ட்ஸோட பேசிக்கிட்டு இருக்கேன் என்று சொல்ல எதிர் முனையில் ரேவதி என்ன சொன்னாளோ இல்லை இவனிடம் கேட்டதை அவளே தந்தாளோ மலர்ந்தவனாய் லவ் யூ ரேவா என மெல்லமாய் சொல்லிவிட்டு போனை வைத்தான் பாலா.

அவன் போனை பேசிமுடித்து வைக்கவும் 'என்ன பாலா அவுங்கதானா என ஜனனி கேட்க?

ம்ம் ஆமா ஜனனி என்றவன் .. அங்க காலேஜ் போனப்பதான் அப்படியே.. பழக்கம் என சொல்லவும்,

பாலா காதலிக்கிறான் என்ற விஷயம் புரிந்த பிரியா அப்போதைக்கு கார்த்திக்கையும் அவனுடன் இருந்த பெண்ணையும் மறந்து, யார் பாலா அது நான் பார்க்கல என அவனிடம் லேசான சிரிப்புடன் கேட்டவள் ஜனனியிடம் திரும்பி யாரு ஜனனி அது என கேட்க?

என்னடி சொல்ற நீ பார்க்கலையா பாலா கூடவேதான் இருந்தாங்க நான் கோவிலுக்கு போகையில அவுங்கள பாத்தேன் என ஜனனி சொல்ல, இல்லை நான் கவனிக்கல என்றாள் பிரியா.

உடனே தனது மொபைலை எடுத்து அதில் போட்டோஸ் ஓப்பன் செய்து இந்தா பிரியா என சொல்லி அவளிடம் நீட்டினான் பாலா

அதை வாங்கிய பிரியா பார்க்க... அதில் பாலாவும் ரேவதியும் ஜோடியாக நின்றிருந்தனர்.. அதை பார்த்தவள் ம்ம் சூப்பர் பாலா நல்லா இருக்காங்க என்றாள்.

ம்ம் ஆமா பாலா சூப்பர் என்ற ஜனனி, ஏம்.. பாலா இங்கிருந்து அங்க போனோன லவ்தானா... என்றுவிட்டு நீங்க மட்டும்தானா இல்லை உங்க பிரெண்டுமா என பாலாவிடம் கேட்க?

யாரு கார்த்திய கேக்குறியா... அவன்லாம் எனக்கு இதுல சீனியர் என சிரித்தவாறு சொன்ன பாலா.. அங்க கோயம்புத்தூர்ல எங்க ரூம்ல ரெண்டு பேரும் பேசிக்கிட்டு இருக்கையில.. டேய் மச்சி நான் லவ் பன்றேனு கொடுத்தான் பாரு சாக்கிங் சர்ப்ரைஸ என பாலா சொல்லவும் பிரியாவின் மூளை வேகமாய் கார்தியையும் ஸ்வேதாவையும் ஏனோ சேர்த்து பார்த்து சிந்திக்க .. தலையை சிலிப்பியவள் இருக்காது.. இருக்க கூடாது என்று தனக்குள்ளே சொல்லி கொண்டாள்.

நான் சும்மா கேட்டேன் உண்மையிலுமேவா... என விழி விரித்த ஜனனி, பார்த்தியா பிரியா கோயம்புத்தூர் போயி படிக்கிறேன்னு ரெண்டுபேரும் என்ன பன்றாங்க பாரு என கேலி போல் சொன்னவள், பிரியாவின் கையில் இருந்த போனை காட்டி இந்த போட்டோ எங்க கோயம்புத்தூர்ல எடுத்ததுதானா என்று கேட்க?

ம்ம் ஆமா ஜனனி கோயம்புத்தூர் தான் அடுத்தடுத்து போட்டோஸ் பாருங்க எங்க காலேஜ் போட்டோ அங்க இருக்குற பார்க் போட்டோ, மால்ல எல்லா போட்டாஸும் இருக்கும் என பாலா சொல்ல..

ம்ம் அப்ப கோயம்புத்தூர்ல படிக்கல... என ஜனனி கேலி சொல்ல,

சிரித்தவன் ம்ம் நீங்க பாத்துக்கிட்டு இருங்க வந்துட்றேன் என சொல்லிவிட்டு ஒரு வேலையாய் நகன்றான் பாலா.

பிரியாவும் ஜனனியும் அந்த டச் போனில் ஒவ்வொரு போட்டாவாக தள்ளிவிட்டு பார்க்க ஆரம்பித்தனர்...

அதில் ரேவதி பாலா ஜோடியாய் நிற்க அடுத்தடுத்து நகற்ற அதில் ரேவதி, பாலா, ஸ்வேதா, கார்த்தி என

நால்வரும் ஒரு சினிமா போஸ்டர் முன் எடுத்திருந்த புகைப்படம் இருக்க அதில் கார்த்தியும் ஸ்வேதாவும் அருகருகே நிற்க அதை பார்க்கவும் உள்ளுக்குள் அதிர்ந்தாள் பிரியா.. அடுத்தடுத்து கார்த்தி ஸ்வேதா இருவர் மட்டும் எடுத்து கொண்ட புகைப்படம் வர பாலா ரேவதி காதல் ஜோடி போல் கார்த்தியும் இந்த பெண்ணும் என்று அவள் மூளை வேறு விதமாய் யோசிக்க மின்சாரம் தாக்கியவளாய் போனை தவறவிட்டாள் பிரியா...

ஏய் பிரியா.. ஏண்டி போனை கீழ போட்ட என பதறியவளாக வேகமாய் கீழே விழுந்த போனை எடுத்தவள் நல்ல வேளை போனுக்கு ஒன்னும் ஆகலை என்ற ஜனனி, ஹே பிரியா இதுதான் கார்த்தி லவ் பண்ற பொண்ணு போல நல்லா அழகா இருக்காங்கள என கார்த்தியும் ஸ்வேதாவும் இருந்த போட்டோவை பார்த்தபடி சொல்ல

ஏற்கனவே இதை எண்ணி கலங்கி போய் இருந்த பிரியா மேலும் கலங்கிப் போனாள்..

அப்போது கார்த்தியும் பாலாவும் ஏதோ பேசியபடி அங்கு இவர்கள் அருகில் வந்தனர்,

பிரியாவையும் ஜனனியையும் பார்த்து சாப்டீங்கள ரெண்டு பேரும், என சிரித்த முகமாய் கார்த்திக் கேட்க?

பிரியா அமைதியாய் தலையை கீழே குனிந்தபடி அமர்ந்திருக்க.

ம்ம் சாப்பிட்டோம் கார்த்திக் என்ற ஜனனி..., ஆமா கார்த்திக் பாலா சொன்னது எல்லாம் உண்மைதானா என்று கேட்டாள்?

அவள் கேட்டது புரியாதவனாக, என்ன ஜனனி உண்மைதானா? என்ன சொன்னான் இவன் என பாலாவை காட்டி ஜனனியிடம் கார்த்திக் கேட்க..?

ம்ம் இல்ல நீங்க லவ் பன்றீங்கலாம்ல அதைத்தான் பாலா சொன்னாரு அதான், என்னனு கேட்டேன் என ஜனனி சொல்லவும்,

சட்டென பிரியாவை திரும்பி பார்த்த கார்த்திக் அவள் இவனை காணாது தலையை குனிந்தபடியே இருக்கவும். உடனே பாலா பக்கம் திரும்பியவன் அவனை முறைக்க.....

டேய் லவ் பன்னிக்கிட்டு இருக்கேன்னு தான் சொன்னேன் யாரை பன்றேன்லாம் சொல்லல என அவனுக்கு மட்டும் கேட்கும் குரலில் பாலா சொல்ல,

ஜனனியிடம் திரும்பி, ஆமா.. ஜனனி லவ் பண்றேன் என பிரியாவை ஓரக்கண்ணால் பார்த்தவாறு புன்னகை முகமாய் சொன்னான் கார்த்திக்..

கார்த்திக் ஆமா லவ் பண்றேன் என சொல்லவும் பிரியாவின் மனக்கண் முன்னால் கார்த்தியும் ஸ்வேதாவும் ஜோடியாய் நிற்பது தெரிய உள்ளுக்குள் நொறுங்கி போனாள், பொசுக்கென கண்ணில் ஈரம் பூக்க மூச்சை இழுத்து பிடித்து கண்ணீர் வராமல் தடுத்த பிரியா வெடுக்கென எழுந்து விறுவிறுவென மண்டபத்தின் வாசலை நோக்கி ஓடினாள்...

அவள் சட்டென எழுந்து போக கார்த்தி பாலா ஜனனி மூவரும் என்னவென்று புரியாமல் பார்க்க, இந்தா வரேன் என சொல்லி பாலாவிடம் அவன் போனை கொடுத்துவிட்டு ஜனனி அவள் பின்னால் ஓடினாள்.

அவர்கள் போவதையே குழப்பமாய் பார்த்தபடி இருந்தனர் கார்த்தியும் பாலாவும்.

மண்டபத்தில் இருந்து வேகமாய் தனது அப்பாவுடன் கிளம்பி வீட்டிற்க்கு வந்த பிரியா, தனது அறைக்குள் ஓடி படுக்கையில் விழுந்து குமுறினாள்...

விழுந்தவளின் மனது முழுவதும் கார்த்திக்தான் ஸ்வேதாவுடன் சிரித்த முகமாய்... இருவரும் காதலர்கள் காதலிக்கிறார்கள் என்று நினைக்க நினைக்க உள்ளம் குமுறி அழுதாள்..

கார்த்தியின் காதல் பார்வைகள் காதல் பேச்சுக்கள் அனைத்தையும் மறந்து போனவளாய்.

கார்த்திக் வேறொருவளை காதலிக்கிறான் என நினைக்கையில் அவளது இதயத்தில் ஈட்டி பாய்ந்தது போல் வலியாய் உணர்ந்தாள்..

அவ்வளவுதானா!? கார்த்திக் எனக்கில்லையா!? கார்த்திக் என்ன லவ் பண்ணவே இல்லையா!? வேறொருத்திக்கு சொந்தமானவளா என்னோட கார்த்திக்!? அய்யோ... எல்லாம் முடிஞ்சு போச்சா..... என்று கதறி துடித்து அழுதாள்.

இவளாகவே கார்த்தியும் ஸ்வேதாவும் நட்பாய் எடுத்து கொண்ட புகைப்படத்தை பார்த்து இருவரும் காதலர்கள் என தவறான விஷயத்தை சரியாய் யூகித்து கவலையில் அது தந்த வலியில் துடித்து கொண்டிருக்கிறாள்....

ஏனோ அவளது பொஸஸிவ் மனது கார்த்தியை வேறொரு பெண்ணுடன் பார்த்ததை ஏற்க்கமாட்டாமல் தவறாய் புரிந்து இப்போது வருந்தியது.

திருமணநாளில் இருந்து அடுத்த நான்கு நாட்களும் விருந்து மறுவிருந்து மறுவீடு என கார்த்திக் வேலையாகவே இருக்க பிரியாவை பார்க்க சந்தர்ப்பம் இல்லாமல் போனது.

நான்கு நாட்களுக்கு பின் அன்றுதான் அவன் வீட்டில் இருக்க மாடியில் தனது அறை வாசலில் நின்றபடி பிரியாவை காண நினைத்து அவள் வீட்டையே பார்த்தபடி இருந்தான்.

பிரியா வீட்டை விட்டு வெளியே வருவதாய் தெரியவேயில்லை, இவன் வழக்கமாய் அவளை அழைக்க கொடுக்கும் விசில் சத்தத்திற்கும் அவள் வராமல் போகவே அவள் வீட்டில் இல்லையோ என்று நினைத்தான் கார்த்திக்.

அன்று முழுவதும் அவளை பார்க்க முடியாமல் போக மறுநாள் வேகமாய் எழுந்து அவளுக்காக காத்திருந்தான்.. காலை வாசல் தெளித்து கோலம் போட வந்தவள் மறந்தும் மேல் நிற்கும் இவனை நிமிர்ந்து பார்க்கவில்லை. அவள் தன்னை கண்டுக்காமல் இருக்க என்னவென்று புரியாமல் இருந்தவனை மேலும் குழப்ப மாடிக்கு ஏதோ வேலையாய் வருகையிலும் இவன் இருக்கும் திசை பக்கமே திரும்பவில்லை பிரியா.

என்ன பாக்க மாட்டிது, என்ன ஆச்சு என ஏதும் தெரியாதவனாய் கார்த்திக் இருக்க அப்போது அவள் வீட்டை விட்டு வெளியே போவது தெரிய வேகமாய் கீழிறங்கி அவள் பின்னாலே போனான்.

அவர்கள் தெருவை விட்டு தாண்டவும் மதிய நேரம் என்பதால் ரோட்டில் அவ்வளவு ஆட்கள் இல்லாமல் இருக்க அவளை பிரியா பிரியா என அழைக்க அவள் நிற்காமல் போகவே வேகமாய் அவள் முன் போய் கையை குறுக்காக நீட்டி அவளை தடுத்தான்..

அவன் தடுக்கவும் முகத்தை கோபமாய் வைத்தபடி விலக முயல அவன் கையை நீட்டி மறிக்கவே செய்தான்.

வழிய விடுங்க கார்த்தி.. நான் போகணும் என கோபத்தை அடக்கியவளாக பிரியா சொல்ல..

ஏய் பிரியா உனக்கு என்னாச்சு, நான் கூப்டா கூட பார்க்க மாட்ற.. என்னாச்சு இப்ப பேசணும்னு கூப்ட்டா வழிய விடுங்க போனும்ன்ற என ஒன்றும் புரியாதவனாய் கார்த்திக் கேட்க.?

என்கிட்டயா..!? என்கிட்ட என்ன பேசப்போறீங்க..!? என்னைவிட முக்கியமான ஆளுலாம் இருப்பாங்க அவுங்ககிட்ட பேசுங்க..! நான் பேசுனா பிடிக்குமா..!? அப்படி மினிக்கிக்கிட்டு பேசுரவதான் பிடிக்கும்.... என பிரியா படபடவென பொரிந்து தள்ளினாள்.. கார்த்திக் வேறு ஒருவளை காதலிக்கிறான் என்பதை அவளால் ஏற்று கொள்ள முடியவில்லை அதில் அவன் மேல் உன்டான கோபம் வெளிவர பேசியவள் மேல் மூச்சு கீழ் மூச்சு வாங்கினாள்.

ஏய் பிரியா என்ன எதோ லூசு மாதிரி பேசுற என ஒன்றும் விளங்காதவனாய் அவளை பார்த்தான் கார்த்திக்.

ஆமா நான் லூசுதான்... இப்ப சொன்னீங்க பாருங்க கரெக்ட்டு.. நான் லூசுதான்... என்று கோபமாய் அவள் சொல்லவும்

அவள் பேசுவது என்ன என்று புரியாமல் தலை வெடிக்க.. பிரியா இப்ப நீ ஏன் கோபமா பேசுற நான் என்ன பண்ணேன் என கார்த்திக் கேட்க?

கோபமாவா...? நான் கோபமாலாம் பேசலப்பா..! எனக்கு எதுக்கு கோபம் வர போது.., நீங்க என்னமும் பன்னுங்க எனக்கு என்ன வந்தது

என சொல்லிவிட்டு அவனை தாண்டி விறுவிறுவென நடந்த பிரியாவின் முகத்தில் அப்படியொரு கோபம் அதே அளவு அவள் கண்ணில் ஈரமும்...

கடைசி வரை எதுவும் விளங்காமல் ஒன்றும் புரியாமல் விழி பிதிங்கியவனாய் போகும் பிரியாவையே பார்த்திருந்தான் கார்த்திக்.

அடுத்து மதுரையில் இருந்த ஒருவாரமும் அவள் கண்டுகொள்ளாமல் இருக்கவே, என்ன எதுவென எதுவுமே தெரியாதவனாகவே கோவைக்கு கிளம்பினான் கார்த்திக்.

கோவைக்கு வந்தவனுக்கு என்ன ஏது என்று புரியாமல் குழம்பியவனுக்கு குழப்பம் நீடிக்கவே ஆத்திரம் ஆத்திரமாய் வந்தது.

என்னனு சொல்லிட்டு கோபப்பட்டலும் பரவாயில்லை என்னவென்று தெரியாமல் அவள் பேசாது இருக்கவே இவனை கொன்றது..

காலேஜ்ஜிற்கு போகவே பிடிக்காமல் இருந்தது கார்த்திக்கிற்கு.. எதை கண்டாலும் ஒரு வெறுப்பு எரிச்சல் உள்ளம் விரக்தியில் கிடக்க இயல்பை தொலைத்தான்.. பாலாவை கூட தவிர்த்தான்.

நேராய் மதுரைக்கே போயி அவளிடம் என்ன பிரெச்சனை என்று கேட்கலாம் என ஆத்திரமாக அது அவன் இயல்பு இல்லாமல் போக நொந்தவனாய் தன்னையே வெறுத்தான்...

செமஸ்டர் ஆரம்பித்து நான்கு நாட்களுக்கு பின் வந்த ஸ்வேதா நேராய் அவர்கள் வழக்கமாய் அமரும் கேன்டீன் டேபிளுக்கு வந்தாள்.

அங்கு ரேவதியும் பாலாவும் மட்டும் அமர்ந்திருக்க கார்த்திக்கை பார்க்க ஆவலாய் வந்தவள் அவன் இல்லாது இருக்க...

ஹேய்.. கார்த்திய எங்கப்பா என்று ஆர்வமாய் அவர்களிடத்தில் கேட்க?

அவன் க்ளாஸ்க்கு போய்ட்டான்... ஆமா நீ என்ன நாலு நாள் லீவு என பாலா கேட்க..?

அவனுக்கு பதில் சொல்லாமல் இந்தா வந்திர்றேன் என சொல்லிவிட்டு வேக வேகமாய் கார்த்தியின் வகுப்பு நோக்கி ஓடினாள் ஸ்வேதா.

அங்கு கார்த்திக் அவனது வகுப்புக்கு வெளியே வேடிக்கை பார்த்தவாறு நின்று கொண்டிருக்க அவன் அருகே வந்த ஸ்வேதா கார்த்தி என அழைக்கவும் அவளை திரும்பி பார்த்த கார்த்தியிடம்..

திவ்யா அக்கா கல்யாணத்திற்கு சென்று வந்த பின்னால் தனக்குள் நடந்த மாற்றத்தை எப்போது கார்த்தியிடம் சொல்லுவோம் என்று இருந்த ஸ்வேதா இன்று பலவித கனவுகளோடும் எதிர்பார்ப்புகளோடும் அலாதி ஆசையுடனும் தனது மனதில் இருப்பதை சொல்ல வர, ஸ்வேதா அப்பறம் பேசுவோமா என்றான் கார்த்திக்.

இல்லை கார்த்தி அது.. வந்து என்னனா..? இந்த லீவ்ல எனக்கு உன்ன பார்க்காம இருக்க முடியல தெரியுமா, எப்படா காலேஜ்க்கு வருவோம் உன்ன பார்ப்போம் மனசுல இருக்குற விஷயத்தை உன்கிட்ட சொல்லுவோம் நீ என்ன சொல்லுவனு ஒரே தவிப்பா இருந்துச்சு கார்த்தி என அவள் தன் மனதில் உள்ளதை ஆசையாய் சொல்ல வர,

இடை மறித்த கார்த்தி. ஸ்வேதா அப்பறம் பேசுவோமே... கொஞ்சம் தலை வலியா இருக்கு என சொல்ல..

அவன் தலை வலிக்குது என சொல்லவும் உள்ளுக்குள் சட்டென கவலை வர என்னாச்சு கார்த்தி தலை ரொம்ப வலிக்குதா.. என்னா நீ பார்க்கவே இன்னைக்கு ரொம்ப டல்லா இருக்க என ஒருவித பரிதவிப்புடன் ஸ்வேதா கேட்க..?

ஒன்னுமில்ல ஸ்வேதா லைட்டான தலை வலிதான் நாம அப்பறம் பேசுவோம் என சொல்லிவிட்டு கார்த்திக் வகுப்பிற்குள் போய்விட

ஆசையாய் அவனிடம் பேச வந்தவளுக்கு அது சப்பென்று ஆகிவிட தவிப்பாய் அவனையே பார்த்தவள் பின் கிளம்பி போனாள்.

அடுத்தடுத்த நாளும் ஸ்வேதா கார்த்தியிடம் பேச முயல ஏதோ ஒரு காரணம் சொல்லி கார்த்திக் அவளை தவிர்க்க... தன் மனதை அவனிடம் சொல்ல முடியாமல் ஸ்வேதா தவித்தாள் அதை தாண்டி அவன் முகத்தில் உள்ள கவலையை கண்டு இவளும் கவலைப்பட்டாள்.

ஹே.. பாலா கார்த்திக்கு என்னாச்சு அவன் ஏன் ஒரு மாதிரியாவே இருக்கான்.. நம்மகிட்ட பேச மாட்றான் என்ன பிரெச்சனை அவனுக்கு என கவலையும் குழப்பமுமாய் ஸ்வேதா கேட்க..?

எனக்கும் தெரியல ஸ்வேதா , அவன் என்கிட்டவே அப்படிதான் இருக்கான்.. லீவு முடிஞ்சு வந்ததுல இருந்து அப்படிதான் இருக்கான்.. எப்பவும் அங்க எங்க ஊருக்கு போய்ட்டு வந்தோனே ரெண்டு நாள். வீட்ட நெனச்சு டல்லாதான் இருப்பான் அப்பறம் சரி ஆயிருவான் ... இப்பதான் இப்படி என்னனு எனக்கும் தெரியல என பாலா சொல்லவும்..

கோபமானவளாய் ரெண்டு பேரும் உயிர்ன்னுவீங்க இப்ப அவனுக்கு என்ன பிரச்சனைன்னு தெரியாம இருக்க என பாலாவிடம் ஸ்வேதா சிறிது எரிச்சலாய் கேட்க.? பதிலில்லாதவனாய் இருந்தான் பாலா.

அடுத்து வந்த அந்த வாரத்தின் இறுதியில் விடுமுறை நாளில் தங்களது ரூமில் தனியாய் அமர்ந்திருந்த கார்த்தியிடம் என்ன பிரச்சனை ஏன் இப்படி என கேட்டு விடும் நோக்கில் வந்த பாலா,

டேய் கார்த்தி என்னடா பிரச்சனை? ஏண்டா இப்படி இருக்க? சொல்றா... அவன் அமைதியாக இருக்க, டேய் வாயதிறந்து பேசேண்டா... என இரைந்து கத்திய பாலா...

டேய் பிரியா கூட ஏதும் பிரச்னையா..? இல்ல பிரியாவை நெனச்சு அப்ப பீல் பண்ண மாதிரி இப்பவும் நீயா லூசுத்தனமா ஏதாவது நெனச்சுக்கிட்டு இருக்கியா சொல்ற என இப்படியாக இருக்க கூடும் என யூகித்தவனாய் பாலா கேட்க...?

அவன் பிரியா என்று சொன்னதுமே தனது கண்களை இறுக்கி அழுத்தி மூடிய கார்த்திக் ஏதும் பேசாமலே இருக்க,

டேய் வாயதிறந்து சொல்ட்றா.. நீ சொன்னாதான் எனக்கு தெரியும் , இல்ல என்கிட்ட கூட சொல்ல வேணாம்னு நினைக்கிறியா.. சொல்லி தொலைடா என கண்களை முடி இருந்தவனை அழுத்தி தள்ளிவிட்டு பாலா கத்த...

டேய் என்னன்னு எனக்கே தெரியலடா.. என உரக்க கத்திய கார்த்திக், எனக்கே தெரியலடா எனக்கே தெரியல என குரல் கம்ம கலங்கினான்.

பிரியா எங்கூட ஏன் பேசாமாட்றானு தெரியலடா, என்ன ஏன் பார்க்க மாட்றானு தெரியலடா.., அன்னைக்கு ஏன்

அப்படி கோபமா பேசிட்டு போனான்னு தெரியலடா என எதுவும் தெரியாத விரக்தியுடன் கார்த்திக் சொல்லி கலங்க

கலங்கும் தன் நன்பனை பார்த்த பாலா அவன் அருகில் அமர்ந்து என்னடா மச்சி என்று கேட்க...?

பிரியா தன்னை பார்க்காமல் இருந்தது, தான் கூப்பிட்டும் தன்னை கண்டுக்காமல் போனது, அன்று கோபமாய் ஏதேதோ பேசிவிட்டு போனது என அனைத்தையும் சொன்னவன் ஆனா இது ஏன் என்னன்னே புரியலடா மச்சி என்னனு தெரியாம ரொம்ப வலிக்குதுடா மச்சி என்று கதறலாய் கார்த்திக் சொல்ல..

அவனை தோள் மீது கை போட்டு ஆறுதலாய் அணைத்துக்கொண்டான் பாலா.. இது என்ன பிரெச்சனை என்று அவனுக்கும் புரியவில்லை ஆனால் தன் நண்பன் கார்த்திக்கு இது நிச்சயம் வேதனையாய் தான் இருக்கும் என்பது அவனுக்கு தெரிந்திருந்தது.

பின் தனது மொபைல் அடிக்க எடுத்து பேசியவன்... மதனு இந்தா கொஞ்ச நேரத்துல அங்க வந்துருவோம் நீ ரெடி பண்ணி வையி என சொல்லி பேசிவிட்டு போனை வைத்த பாலா,

டேய் கார்த்தி வாடா போவோம் என்று அழைக்க எங்கடா மச்சி என்றான் கார்த்திக்? உடனே மதன் வீட்டுக்குத்தான் எனவும் இருவரும் கிளம்பி சென்றனர்.

அங்கு மதன் வீட்டில் ஏதோ விசேஷத்திற்கு வெளியே சென்றிருக்க நண்பர்களாய் தாங்கள் விசேஷம் செய்ய தயாராகினர்...

மதன் வீட்டு மொட்டை மாடியில் கார்த்தி பாலா மதன் தினேஷ் என நண்பர்கள் நால்வரும் அமர்ந்திருக்க அவர்கள்

முன் அவர்களது பேவரட் ஆல்ஹஹால் பாட்டிலும் சில சைடிஸ்களும் இருக்க.. டேய் ஸ்னாக்ஸ் இது போதும்லடா என மதன் கேட்க..?

டேய் போதுண்டா கல்லை மிட்டாய் இருக்குல்ல கார்த்திக்கும் எனக்கும்லாம் இந்த கல்லை மிட்டாயும் யுவன் பாட்டுமே போதும் என்ற பாலா அவனது போனில் பாடலை ப்ளே செய்து வைத்தான்.

பாலாவும் கார்த்தியும் ஏதாவது விசேஷ நாட்கள் மட்டும் மகிழ்ச்சிக்காக வயசு கோளாறில் பீர் அடிக்க பழகியிருந்தனர்.. அது தொடர அதன் அடுத்த படியாய் இவர்கள் சீனியர் பேர்வல் அன்று முதல் முறை சரக்கை அடிக்க ஆரம்பித்திருக்க அது தொடரவே இப்போது மூன்றாவது முறையாக குடிக்க ஆரம்பித்தனர்...

முதல் ரவுண்ட் முடிந்து இரண்டாவது ரவுண்டை ஆரம்பித்திருக்க கார்த்திக் ஆரம்பித்தான்..

டேய் மச்சி குடுச்சா வலி போயிருமாடா என பாலாவிடம் கேட்க...?

இரண்டாவது ரவுண்டை குடித்து முடித்து க்ளாஸை கீழே வைத்து பாலா, குடுச்சா வலி போயிடுமானு தெரியலை மச்சி, ஆனா புலம்புவல, கத்துவல, அழுகுவல வலி கரையுண்டா... ரிலாக்ஸ் ஆவ.. என அவன் சொல்லிவிட்டு அடுத்த ரவுண்டை ஸ்டார்ட் செய்ய..

மூன்று ரவுண்ட் வரை இறுக்கமாய் இருந்த கார்த்திக் நான்காவது ரவுண்டில் உடைந்தான்...

பாலாவின் செல்போனில்...

🎶 🎶 ❤ 🎶 🎶

கண்ணிலே தீயை வைத்தாய்
நெஞ்சிலே பூவை வைத்தாய்
என்னிலே உன்னை வைத்தாய்
உன்னிலே என்னை தைத்தாய்

அழகாலே தூண்டில் வைத்தாய்
ஓ பெண்ணே பெண்ணே
அகப்பட்டேன் தேம்ப வைத்தாய்

மின்னலை போய் தொட்டேனே
என் கண்ணே கண்ணே
கையோடு காயம் வைத்தாய்

🎶 🎶 ❤ 🎶 🎶

என்ற யுவனின் பாடல் ஒலிக்க அவனது உணர்ச்சியை அதிகமாய் தூண்டியது. கார்த்தியின் மனம் பிரியா பிரியா என்று புலம்ப ஆரம்பிக்க...

ஏய் பிரியா என்னடி ஆச்சு...? ஏண்டி இப்படி என்ன படுத்துர...? நான் என்னடி பண்ணேன்..?. நான் ஏதும் தப்பு பன்னிருந்தா என்ன மன்னிச்சிருடி....! எனக்கு சித்ரவதையா இருக்குடி....! ஏண்டி என்ன பார்க்காம போற, நான் என்னடி செஞ்சேன்..? வலிக்குதுடி, இந்த வலி ரொம்ப கொல்லுதுடி..! என்னன்னு ஒன்னும் தெரியாம மண்டை வலுச்சு குழம்பி பைத்தியக்காரன் ஆயிட்டேண்டி..! நீ இல்லைனு நினைக்கவே பயமாயிருக்குடி..!! என போதையில் கதறியவன் அப்படியே கண்ணீரோடு சரிந்தான்.

மதனிடமும், தினேஷிடமும் லவ்வர் கூட சண்டை என மேம்போக்காக பாலா சொல்லியிருக்க லவ் பன்னாலே இப்படித்தான் என்று சொல்லியவர்களாய் கார்த்திக்கை ப்ரியாக விட்டிருந்தனர்.

பின் தினேசும் தனக்கு ஓவர் என்று சொல்லி மட்டையாக, கடைசி ரவுண்டை பாலாவும் மதனும் மட்டும் முடித்து பாட்டிலை காலி செய்தனர்.

இருவரும் போதையில் சுவற்றில் சாய்ந்து அமர்ந்தபடி பேசிக்கொண்டிருக்க, டேய் மச்சி எனக்கொரு டவுட்டுடா என மதன் பாலாவிடம் கேட்க...?

என்ன டவுட் மச்சி கேளு.. என தலையை சிலுப்பி நிதானதுக்கு வர முயன்றவாறு பாலா சொல்லவும்,

அ..து அது.. மச்சி.. நம்மளாம் நரகத்துக்குதான போவோம் என மதன் கேட்டு பாலாவை பார்க்க..

ஏன் மச்சி இப்படி கேக்குற, என்றான் அவன்..

இல்ல மச்சி தப்பு பன்னா நரகத்துக்குதான போவோம்... சிகரெட், சரக்கு அடிக்கிறதெல்லாம் தப்புதான அந்த தப்ப நாம பன்றோம்ல அதான் கேட்டேன் நம்ம நரகத்துக்குதான போவோம்னு என மதன் சொல்லி முடிக்க,

சிகரெட், சரக்கு அடிக்கிறதால நாம நரகத்துக்கு போவோமா சொர்க்கத்துக்கு போவமான்னு தெரியலை ஆனா எதோ ஒண்ணுக்கு ரொம்ப சீக்கிரமாவே போயிருவோம் என சொல்லி முடித்து பாலாவும் அப்படியே தரையில் சரிந்தான்.

கார்த்திக் ஏன் இப்படி இருக்கிறான் என்பதும் அது பிரியா சம்பந்தப்பட்டது என்பது தெரியவே இவங்களுக்கு என்ன பிரச்னையா இருக்கும் இத எப்படி தீர்ப்பது என காலேஜ் கேண்டீனில் அமர்ந்து பாலா யோசனையாய் இருக்க, அங்கு ரேவதியும் ஸ்வேதாவும் வந்தனர்.

வந்தவர்களிடம், கார்த்திக் பிரியா காதல் என தற்போது இருக்கும் சண்டை வரை ஆரம்பத்தில் இருந்து அனைத்தையும் பாலா சொல்ல அதிர்ந்து போனவளாய் அமர்ந்திருந்தாள் ஸ்வேதா.

கார்த்திக் ஒருவளை காதலிக்கிறான் என்ற விஷயம் பேரதிர்ச்சியை கொடுக்க அவள் மனது அய்யோ என்றிருந்தது... உள்ளுக்குள் பரிதவித்தவளின் மூளை செயல்பட மறந்து செயலாற்றவளாய் இருந்தாள்... அவளுக்கு ஏதோ பெரியதாய் இழந்தது போல் இருக்க... அதை ஏற்று கொள்ள முடியாதவளாய் இருந்தாள்..

ரேவதியோ.. கார்த்திக்கின் காதல் விஷயத்தை கேட்டு ஆச்சரியமானவளாய் என்ன பாலா சொல்ற, கார்த்தி லவ் பன்றாரா எங்ககிட்ட சொல்லவே இல்லை என்றவள், ஆனா இது என்ன பிரெச்சனைன்னு புரியலயே என்றாள் ரேவதி..

ம்ம் அதான் இப்ப பிரெச்சனையே, என்னன்னே தெரியல அதான் அவன் கிறுக்கு புடுச்சு கிடக்கான் என பாலா சொல்ல.. ஸ்வேதா அமைதியாகவே இருந்தாள்.

ஹே ஸ்வேதா உனக்கு எதும் தெரியுதா என ரேவதி கேட்க இல்லை என்று தலையசைத்து சொன்னவள் சரி நான் க்ளாஸ்க்கு போறேன் என சொல்லிவிட்டு ஸ்வேதா வேகமாய் கிளம்ப... போகும் அவளையே புரியாமல் பார்த்தாள் ரேவதி.

அங்கிருந்து கிளம்பி தன் வகுப்பிற்கு வந்து அமர்ந்த ஸ்வேதாவின் எண்ணம் முழுதும் கார்த்திக் பிரியாவே இருந்தனர்... அவர்களை யோசித்து யோசித்து ஆரம்பத்தில் பரிதவித்து துடித்த மனது இப்போது வேறு மாதிரி சிந்திக்க ஆரம்பித்தது...

ஏய் ஸ்வேதா ஏண்டி எதோ போச்சேன்ற மாதிரி இருக்க.. கார்த்தி ஒருத்திய லவ் பன்றான், ஆமா லவ் பன்றான்.. இப்ப அதுல பிரெச்சனை இந்த விஷயத்தை அப்படியே போக விடாம வேகமா முடுச்சு விடு அதுக்கப்பறம் அவன்கிட்ட போயி உன் மனசுல இருக்கிறத சொல்லு.. அவன் உனக்கு சொந்தம் அதுல தெளிவா இரு இத எப்படி உனக்கு சாதகமா செய்யலாம்னு பாரு அத விட்டுட்டு தேவையில்லாம யோசிக்காத என அவள் மனது சொல்ல ஒரு முடிவு எடுத்தவளாய் முகத்தை தொடைத்தபடி நேராய் எழுந்து அமர்ந்தாள்... அமர்ந்தவள் முகத்தில் ஒரு புன்னகை அது ஏதோ விஷயமுள்ள புன்னகையாய் தெரிந்ததது.

கார்த்திக் பிரியாவை பற்றி நினைத்தே ஏதும் தெரியா குழப்பத்துடனவே இருந்தான்.. எதிலும் பற்றில்லாமல் அனைத்திலும் விலகியே இருந்தான்...

அன்று காலேஜிற்கு கிளம்ப எழாமல் கார்த்திக் படுத்தே கிடக்க அவனை பார்த்த பாலா, என்ன மச்சி இன்னும் எந்திரிக்காம இருக்க காலேஜ்க்கு டைம் ஆகுது என சொல்ல...

மச்சி எனக்கு உடம்பு டயர்டா காய்ச்சல் அடிக்கிற மாதிரி இருக்குடா என கார்த்திக் சோர்வாய் சொல்லவும் அவனை நெருங்கிய பாலா கார்த்தியின் நெற்றியிலும் கழுத்திலும் தனது கையை வைத்து தொட்டு பார்க்க நெருப்பாய் கொதித்தது..

உடனே பதறியவனாக டேய் மச்சி என்னடா இப்படி கொதிக்குது என்றவன் வாடா மச்சி ஹாஸ்பிட்டல் போவோம் காய்ச்சல் ரொம்ப இருக்குடா என அவனை அழைக்க,

இல்லை மச்சி மாத்திரை மட்டும் வாங்கிட்டு வா அது போட்டாலே சரியாய் போயிரும் என கார்த்திக் சொல்ல..

டேய் மச்சி மாத்திரை போட்டா கேக்கதுடா காய்ச்சல் ரொம்ப இருக்குடா என பாலா சொல்ல இல்ல மச்சி மாத்திரை போதும்.. சரியாகலனா பாத்துக்குவோம் என முடியாதவனாய் கார்த்திக் சொல்லவும் கீழே போயி மாத்திரையும் காலை உணவும் பாலா வாங்கி வர எழுந்து சாப்பிட்டுவிட்டு படுத்து கொண்டான்..

கார்த்திக்கிற்கு துணையாக பாலாவும் காலேஜிற்கு போகாமல் லீவ் போட்டு இருக்க...

மதியத்திற்கு மேல் கார்த்திக்கிற்கு காய்ச்சல் தீவிரமானது.. பின் அங்கு அருகில் உள்ள மருத்துவமனை ஒன்றில் ஊசி ஒன்றை போட்டுவிட்டு கார்த்தியை கூட்டிக்கொண்டு மதுரைக்கு கிளம்பினான் பாலா.

வீட்டிற்கு வந்த கார்த்திக்கிற்கு உடல் சோர்ந்து காய்ச்சல் தீவிரமாகவே இருக்க அங்கு அவர்கள் ஏரியாவில் உள்ள மருத்துவமனையில் பெட்டில் சேர்க்கப்பட்டிருந்தான் கார்த்திக்.

கார்திக்கிற்கு காய்ச்சல் ஹாஸ்ப்பிட்டலில் சேர்க்க பட்டிருக்கிறான் என தெரியவும் பதறிய ஸ்வேதா மறாவது நாளே அவனை பார்க்க மதுரை கிளம்பி வந்தாள்.

ஸ்வேதாவுடன் கார்த்தியின் வகுப்பு தோழர்கள் மதனும் தினேசும் வந்திருந்தனர்...

பெட்டில் கையில் ட்ரிப்ஸ் ஏற கண் மூடி கிடைந்தவனை பார்த்து கவலை கொண்டவள் அவன் கண் முழித்து இவர்களுடன் சிறிது பேசவுமே தனிந்தாள் ஸ்வேதா...

இவர்கள் வரவும் வாங்க என்று கேட்ட கார்த்திக்கிற்கு துணையாய் இருந்த அவனது அப்பா சங்கரமூர்த்தி

இருங்கப்பா என்று சொல்லிவிட்டு வெளியே போயி இவர்களுக்கு ரோஸ் மில்க் வாங்கி வர அதை குடித்தபடி அவனுடன் பேசி கொண்டிருந்தனர் கார்த்தியும் சிறிது தெளிச்சியாய் அவர்களுடன் பேசினான்..

ஸ்வேதா அவனிடம் நலம் விசாரித்து அக்கறையாய் பேசியவள் பின் பாலாவை அழைத்து, பாலா.. கார்த்தி லவ் பண்ற பொண்ண இப்ப பார்க்கலாமா வீடு கூட பக்கத்துலதான சொன்னீங்க.. என சொல்ல

ஏன் ஸ்வேதா... என்ன? பிரியாவை பார்க்கனும்ன்ற என பால கேட்கவும்..?

ஆமா பாலா அந்த பொண்ண பாத்தாதான் இவங்களுக்குள்ள என்ன பிரெச்சனைனு கேட்டு சரி பன்ன முடியும் என ஸ்வேதா சொல்லவும்..

ஹோ.. சரி சரி.. நானும் பிரியாகிட்ட பேசனும்னு நினைச்சிருந்தேன் என்றவன் வீடு இங்கதான் ஸ்வேதா ஆனா பிரியாவை பார்க்க முடியுமான்னுதான் தெரியல என்றான் பாலா.

வா பாலா என்னனு பாப்போம், இல்லைனா நான் அந்த பொண்ணு வீட்டுக்கே கூட போயி பேசுறேன் என்றவள் அப்பத்தான் இதுக்கு ஒரு முடிவு கிடைக்கும் என்றாள் மனதில் எதையோ தீர்க்கமாய் நினைத்தவளாய்.

பின் ஸ்வேதாவை மட்டும் அழைத்து கொண்டு கார்த்திக்கின் வீட்டை நோக்கி நடக்க இவர்கள் போன நேரம் பிரியாவே எதற்காகவோ வீட்டை விட்டு வெளியே கிளம்பி தெருவில் நடந்து வந்துக்கொண்டிருந்தாள்.

ஸ்வேதா.., அந்தா பிரியா வருது பாரு என நடந்து வந்துகொண்டிருந்த பிரியாவை காட்டி பாலா சொல்லவும் பிரியாவை பார்த்தாள் ஸ்வேதா.

பிஸ்தா பச்சை நிற காட்டன் சுடிதாரில் கையில் ஒரு கூடையுடன் பிரியா நடந்து வர அவளை பார்த்த ஸ்வேதா தனக்குள் அர்த்தமாய் சிரித்தாள்.

ஸ்வேதா.., பிரியா அங்க அந்த முக்கு கடைக்குத்தான் போது போல வா அங்க போவோம் என்று அழைத்து போனவன் ஸ்வேதா நீ பிரியாகிட்ட என்னனு பேசு நான் அங்க தள்ளி நிக்கிறேன்.. எங்க ஏரியா யாராவது பார்த்தா சங்கட்டமாயிரும் என சொல்லவிட்டு கடை அருகே வரவும் பாலா நகன்று போனான்.

பிரியா கடைக்குள் நுழைவதற்கு முன்னாள் ஸ்வேதா அவளை பிரியா என அழைத்து நிறுத்த....

திரும்பிய பிரியா அங்கு ஸ்வேதாவை காணவும் ஏதோ ஒரு வெறுப்பு வர கார்த்திக்கு முடியலனோன அங்க இருந்து பார்க்க வந்துருக்கா போல என நினைத்தபடி வெறுப்பாகவே அவளை பார்த்தாள்..

பிரியா உன்கூட பேசனும் பேசலாம்ல என தன்மையாய் சிரித்த முகமாக ஸ்வேதா கேட்கவும்,

வெறுப்புடனே நின்றிருந்த பிரியா என்கிட்ட என்ன பேசனும் என வெடுக்கென கேட்டாள்.

என்ன இந்த பொண்ணு இப்படி பேசுறா பாக்க அமைதியா தெரியுற ஆனா பேச்சு வெடுக்குனு இருக்கு என மனதிற்குள் நினைத்தவாறு,

பிரியா.. கார்த்திக் கூட என்ன பிரெச்சனை உனக்கு, அவன் கூட ஏன் பேசாம இருக்க என்று ஸ்வேதா கேட்க...?

நீதான் பிரெச்சனையே என மனதிற்குள் நினைத்தபடி எரிச்சலான பிரியா...

உங்களுக்கு இப்ப என்ன வேனும்? இத இப்ப ஏன் நீங்க கேட்டுகிட்டு இருக்கீங்க என்று கோபமாய் கேட்கவும்,

உனக்கும் கார்த்திக்கும் என்ன பிரெச்சனைனுதான் தெரியனும் சொல்லு உங்களுக்குள்ள என்ன பிரெச்சனை...?

நீ பேசல பார்க்கலன்னு என்ன ஏதுன்னு தெரியாம குழம்பி போயி இருக்கான் என ஸ்வேதா சொல்லிக்கொண்டிருக்க இப்போது அவளையே குழப்பமாய் பார்த்தபடி இருந்தாள் பிரியா.

தான் பேசுவதை அமைதியாய் கேட்டுக்கொண்டிருந்த பிரியாவை பார்த்த ஸ்வேதா, அவன் உன்னை ரொம்ப லவ் பன்றான் பிரியா...

அங்க காலேஜ்ல அவன் எப்பவும் போல இல்ல நீ பேசல பாக்கலன்னு அவன் அவனா இல்லை எங்க யார்க்கிட்டயும் பேசல.. உங்களுக்குள்ள என்ன சண்டைனாலும் அவன்கிட்ட பேசி அத முடுச்சுக்க, பேசாம இருக்காத பாவம் அவன் ரொம்ப கஷ்டப்படுறான்.. என ஸ்வேதா பேசிக்கொண்டு போக,

இவளும் கார்த்தியும்தான லவ் பன்றாங்க ஆனா இப்ப இவளே வந்து கார்த்தி உன்னை ரொம்ப லவ் பன்றான் பிரியா என்கிறாள் என யோசித்த பிரியாவுக்கு ஒன்றும் புரியாமல் குழப்ப இந்த குழப்பத்தை அவளிடமே கேட்டு விடலாம் என்று எண்ணி...

கார்த்தியும் நீங்களும்தான லவ் பன்றீங்க என தான் யூகித்திருந்த விஷயத்தை அவளிடம் சொல்லி கேள்வியாய் அவளை பார்க்க.

என்ன சொல்ற நீ என புரியாமல் கேட்டாள் ஸ்வேதா...?

ஆமா.. நான் தான் பார்த்தேன்ல பாலா போன்ல நீங்களும் கார்த்தியும் ஒன்னா ஜோடியா போட்டோ எடுத்திருந்தத... பாலாவும் அவர் லவ் பன்றவங்களும், நீங்களும் கார்த்தியும் என பிரியா சொல்ல,

புருவம் நெறிபட அவளையே பார்த்த ஸ்வேதாவிற்கு ஏதோ லேசாய் புரிந்தது, கார்த்தியும் தானும் சேர்ந்து எடுத்துக்கொண்ட போட்டோவை பார்த்து அவளது பொசசிவ் மனம் தாங்காது நாங்கள் இருவரும் லவ்வர்ஸ் என தவறாய் சிந்தித்திருக்கிறது, இதனால்தான் கார்த்தியை தவிர்த்திருக்கிறாள் அவனிடம் கோபமாய் பேசியிருக்கிறாள் இந்த பேதை பெண் என சரியாய் சிந்தித்தாள் ஸ்வேதா.

ஹே.. பிரியா ரெண்டு பேர் போட்டோ எடுத்திருந்தா அவுங்க லவ்வர்ஸா..? என்ன பிரியா இது முட்டாள் தனமா இருக்கு, அந்த போட்டோஸ் நாங்க ப்ரெண்ட்ஸ்ஸா எடுத்துக்கிட்டது என ஸ்வேதா சொல்லவும்,

பிரியா குழம்பி அமைதியாய் யோசித்தப்படி நின்றாள்.. தாம்தான் இருவரையும் காதலர்கள் என்று நினைத்துக்கொண்டது, பாலா கார்த்தி காதலிக்கிறான் என்றுதான் சொன்னார்.. ரேவதியின் போட்டோவை காட்டி தனது காதலி என்றவர், கார்த்தியும் இவளும் ஜோடியாக இருக்கும் போட்டோவை காட்டி ஏதும் சொல்லவில்லை, கார்த்தியும் நான் லவ் பன்றேன் என்று மட்டும்தான் சொன்னார் யாரை என எதுவும் சொல்லவில்லை...

அய்யோ தனது முட்டாள் மனதுதான் தவறாய் சிந்தித்திருக்கிறது என இப்போது நினைக்க தவித்து போனாள் பிரியா.

இதை அன்றே யோசித்திருந்தால் எந்த வருத்தமும் இல்லாமல் இருந்திருக்கும் இன்று இவ்வளவு தெளிவாய் யோசித்த பிரியா அன்று யோசிக்க தவறி விட்டாள், தன்னவன் வேறொருவளுடன் இருப்பதை, பேசி சிரிப்பதை உயிரான இவளால் ஏற்க முடியாமல் போக கார்த்தியை சந்தேகித்து தவறாய் எண்ணிவிட்டாள் இப்போது அதை நினைக்க நினைக்க அவளையே அவள் அருவறுத்தாள். ஏதோ ஒரு வலியுடன் ஸ்வேதாவை பிரியா நிமிர்ந்து பார்க்க,

அவள் நானும் கார்த்தியும் லவ்வர்ன்னு தப்பா நெனச்சுதான் அவன்கிட்ட பேசாம இருக்கேனா நான் உனக்கு மட்டும் இப்ப ஒரு உண்மைய சொல்றேன்.. இது கார்த்திக்கு கூட இன்னும் தெரியாது, என்ற ஸ்வேதா...

பிரியாவை அழுத்தமாய் பார்த்து..

கார்த்தியும் நானும் அண்ணன் தங்கச்சி.. கார்த்தியோட சித்தி மகள் நான் என்று தனக்குள் வைத்திருந்த விஷயத்தை முதல் முறை பிரியாவிடம் ஸ்வேதா சொல்ல,

அவளை விழிவிரித்து ஆச்சரியமாய் பார்த்தபடி இருந்தாள் பிரியா, ஆனால் அவள் மனது இதை முழுதும் ஏற்றதாய் தெரியவில்லை. கார்த்திக்கு சித்தியா என்று யோசித்தவள் அது அவனுக்கே தெரியாது என்று சொல்கிறாளே என யோசித்தவளாக இருக்க,

என்ன பிரியா நம்ப முடியாத மாதிரி இருக்கா? என்னடா பக்கத்து வீட்ல இருக்கோம் கார்த்திக்கு சித்தினு யாரும் வந்தது இல்லையே அப்டின்னு யோசிக்கிறியா.. என்ற ஸ்வேதா,

எனக்கே இது இப்பதான் கொஞ்சநாள் முன்னாடித்தான் தெரியும். அன்னைக்கு திவ்யா அக்கா கல்யாணத்துக்கு வந்திட்டு போனப்பதான் தெரிஞ்சது, என மேலும் சொல்ல ஆரம்பித்தாள்...

தனது வீட்டில் டீவி முன் அமர்ந்திருந்த ஸ்வேதா டீவியை கவனிக்காமல் திவ்யாவின் கல்யாணத்தன்று தாங்கள் எடுத்திருந்த போட்டோக்களை தனது லேப்டாப்பில் ஒன்று ஒன்றாக பார்த்தபடி இருக்க,

அப்போது அங்கு வந்த அவளது அம்மா அபிராமவள்ளி எதேச்சையாய் லேப்டாப்பின் திரையை கவனித்துவிட்டு, ஸ்வேதா அந்த போட்டோவை வை... என்று அழுத்தமாய் சொல்லவும்.. தனது அம்மா வைக்க சொன்ன போட்டாவை வைத்தாள் ஸ்வேதா.

திரையில் தெரிந்த அந்த போட்டோவை பார்த்த அபிராமி அதிர்ச்சியில் அசையாது நின்றார்.

என்னம்மா, என்ற ஸ்வேதா அன்னைக்கு ப்ரெண்டு அக்கா கல்யானத்துக்கு போனேன்லம்மா அங்க எடுத்த போட்டோம்மா, சாரிம்மா உன்கிட்ட பொய் சொல்லிட்டேன் அன்னைக்கு கல்யாணம் இங்க கோவைல இல்லம்மா.. மதுரைல, உன் சொந்த ஊர் மதுரைக்குத்தான் போனேன் என சொல்லிவிட்டு எங்கே தனது அம்மா திட்ட போறாளோ என எண்ணி அவள் அம்மா அபிராமியின் கன்னத்தை கிள்ளி சாரிம்மா என்று கொஞ்ச...,

கண்ணில் துளிர்த்து நீருடன்.. சங்கரமூர்த்தி , மீனாட்சிதேவி , மணமக்கள் சிவா, திவ்யாவுடன் இருக்கும் புகைப்படத்தை பார்த்தவாறு இருந்த அபிராமி,

ஸ்வேதாம்மா.. நீ என் சொந்த ஊருக்கு மட்டும் போலடா... என் சொந்த வீட்டுக்கேதாண்டா போய்ட்டு வந்திருக்க என்று சொல்லி விசும்ப ஆரம்பிக்க,

அம்மா சொல்வது புரியாமல் இருந்த ஸ்வேதா அவர் விசும்பவும் அம்மா... என்னம்மா என்று வேகமாய் கேட்டாள்?

ஆமா ஸ்வேதா என்ற அவள் அம்மா, கார்த்தியின் அம்மா மீனாட்சி தேவியை காட்டி இது என் அக்கா... ஸ்வேதா என் அக்கா... நீ உன் பெரிம்மா வீட்டுக்குத் தாண்டி போய்ட்டு வந்துருக்க என்று சொல்லி சத்தமாய் அவர் அழ...

அவள் அம்மா சொன்னதை சில நொடிகளில் கிரகித்து புரிந்த ஸ்வேதா அதிர்ச்சியுடன் கூடிய ஆச்சரியமானாள் அதை தாண்டியும் ஆனந்தம் அடைந்தாள்.

உடனே தனது அம்மாவிடம் என்னமா சொல்ற என்றாள் முழுதும் நம்பாதவளாக, அவர் ஆமா ஸ்வேதா எனச்சொல்லி குலுங்கி அழ..

அப்பறம் ஏம்மா அங்க போகாம இருக்கோம்..? அங்க எவ்வளவு சொந்தக்காரங்க இருந்தாங்க தெரியுமா.. அவுங்கள பார்க்கையில எனக்கு எவ்வளவு ஆசையா இருந்துச்சு தெரியுமா.. என்று கண் கலங்கிய ஸ்வேதா.. இப்ப அவுங்களாம் நமக்கும் சொந்தம்னு நினைக்கையில எவ்வளவு சந்தோசமா இருக்கு தெரியுமாம்மா...!? என ஆனந்தமாய் கண்களில் ஈரத்துடன் ஸ்வேதா சொல்லவும்,

தனது மகளை தன்னோடு சேர்தனைத்துக் கொண்ட அபிராமி, ஆனா இப்ப நம்மள அவுங்க எல்லாம் சொந்தமா பார்க்க மாட்டாங்கமா என்று கலங்கியவர், அவுங்களாம் நம்மள ஏத்துக்க மாட்டாங்கமா அவுங்களுக்கு மனுசங்க மனச விட, ஜாதியும் கவுரவந்தான் முக்கியம்.. அதுக்காக அவுங்க என்ன வேனாலும் பன்னுவாங்க அதுக்கு முன்னாடி சொந்தம் பாசம் எதுவும் தெரியாது..

என்னையும் அப்பாவையும் அவுங்க ஏத்துக்க மாட்டாங்கன்னுதான் நானும் அப்பாவும் தனியா வந்து கல்யாணம் பண்ணி வாழ்ந்துக்கிட்டு இருக்கோம் என கண்ணீருடன் தனது அம்மா அபிராமி சொல்வதை கேட்ட ஸ்வேதாவிற்கு, சினிமாக்களில் காட்டும் ஜாதிக்காக எதையும் செய்யும் பெற்றோர்கள் கண் முன் வர கார்த்தியின் அம்மா அப்பாவை நினைத்து இப்படியெல்லாம் இன்னமுமா இருக்காங்க என்று வெறுப்பு மொழி பேசியவள் அழுதாள்..

அவளுக்கு தன் சொந்தம் அவ்வளவிருந்தும் அவர்களுடன் ஒன்றாய் உறவாட முடியாதது, அவர்கள் ஏற்றுக்கொள்ள மாட்டார்கள் என்பது எல்லாம் துக்கமாய் தொண்டையை அடைக்க கலங்கி போனாள்.

கலங்கி அழுதவள் சிறிது நேரத்திலே தனக்குள் ஒரு முடிவெடுத்தாள், அது எல்லாம் பழைய ஜெனரேஷன் இந்த ஜெனரேஷன் அப்படி கிடையாது , நிச்சயம் கார்த்திக் அப்படி இருக்க மாட்டான்.. என எண்ணியவள் அவனிடம் இந்த விஷயத்தை சொல்லனும் என முடிவெடுத்திருந்தாள்... நிச்சயம் தான் தன் சொந்தங்களுடன் இணைவேன் என் அம்மாவை அவள் சொந்தங்களுடன் இணைப்பேன் என உறுதியாய் எண்ணிக்கொண்டவள் உற்சாகமடைந்தாள்.

இதை அனைத்தையும் இப்போது பிரியாவிடம் கண்ணில் துளிர்த்த நீருடனே ஸ்வேதா சொல்ல,

லேசான அதிர்ச்சியுடனே கேட்டுக்கொண்டிருந்த பிரியாவிற்கு சொந்தத்திற்காய் ஏங்கும் தவிக்கும் ஸ்வேதாவின் மனது தெளிவாய் புரிந்தது.

பிரியாவின் அம்மாவும் அப்பாவும் கூட சொந்தத்தை விடுத்து காதல் திருமணம் செய்து கொண்டவர்கள் அவளுக்கும் சொந்தம் இல்லாதது பெரிதும் ஏக்கமாகவே

இருந்திருக்கிறது, இதனால் ஸ்வேதாவின் நிலை பிரியாவுக்கு நன்கு புரிய இவளும் கலங்கியவளாக

கார்திக்கிட்ட சொல்லிடீங்களா என்று கேட்டாள்..?

இல்லை பிரியா இன்னும் சொல்லலை.., சொல்லலாம்னு போகயிலதான் அவன் யார்கூடயும் பேசாம எங்கள எல்லாம் விட்டு விலகியே இருந்தான் என்ன பிரெச்சனைன்னு கேட்டப்ப பாலதான் சொன்னான் கார்த்தி உன்ன லவ் பன்றான் உங்களுக்குள்ள பிரெச்சனைன்னு என்றவள்... கார்த்திக் லவ் பன்றான்னு பாலா சொல்லவும், எனக்கு ரொம்ப ஷாக்கா இருந்துச்சு அவுங்க வீட்ல இந்த லவ் எல்லாம் ஏத்துக்க மாட்டாங்கன்னு..

அப்பறம் கார்த்திய பாக்கயில அவன் உன்ன நெனச்சு எங்களை எல்லாம் விட்டுட்டு தனியா இருக்கையில அவன் உன்ன விடமாட்டான்னு தெரிஞ்சது, அதுக்கப்பறம் சரி ஏதோ நல்லது நடந்தா சரினுதான் இப்ப உன்கிட்ட கூட பேச வந்தேன் என ஸ்வேதா சொல்ல,

சாரி.. நான் உங்கள தப்பா நெனச்சிட்டேன்.. எனக்கு அந்த போட்டோவை பார்க்கவும் அப்படி தோனிருச்சு.. அத நெனச்சு நெனச்சு எவ்வளவு அழுதேன் தெரியுமா என்றவள் சாரி என்ன மன்னிச்சிருங்க என சொல்லி பிரியா ஸ்வேதாவை பார்க்க.

சாரிலாம் ஒன்னும் வேணாம், என்ற ஸ்வேதா அப்ப நீயும் அவனை லவ் பன்ற அப்படித்தான என குறும்பாய் பிரியாவை பார்த்து கேட்க...?

முகத்தில் வெட்கம் பரவ... ஆம் என்பதாய் தலையை மட்டும் அழகாய் அசைத்தாள் பிரியா.

அவள் வெட்கத்தை ரசித்த ஸ்வேதா, ம்ம்.. இந்த அழகி பேசலன்னா பீல் பண்ணாம என்ன பன்னுவான் எங்க அண்ணே.. என சிரிப்புடன் சொல்ல..

ச்சே.. நானா முட்டாள் தனமா கற்பனை பன்னி நானும் கஷ்டப்பட்டு கார்த்தியையும் கஷ்டப்பட வச்சிட்டேன் என வருந்திய பிரியா, இப்ப அவர்ட்ட எப்படி பேசுறதுன்னு கூட தெரியல என கவலையாய் சொல்லவும்..

நீ இதுலாம் அவன்கிட்ட சொல்லாத.. அவனை பார்க்கயில எப்பவும் பேசுற மாதரி பேசு.. அப்பறம் இதை சொல்லி திரும்ப சண்டை போட்டு பேசாம இருந்து ரெண்டு பேரும் கஷ்ட படாதீங்க என ஸ்வேதா சொல்ல அதை கேட்டபடி நின்றாள் பிரியா.

பின் அவளுடன் சிறிது நேரம் பேசிவிட்டு பாலாவிடம் பிராப்ளம் சால்வ்ட் அவுங்க பேசிக்குவாங்க என்று மட்டும் சொல்லிவிட்டு தான் நினைத்த வேலை முடிந்துவிட்டது என்ற சந்தோஷத்தில் மகிழ்ச்சியாய் கோவைக்கு கிளம்பினாள்.

கார்த்தியின் காதல் பார்வையும் நேச பேச்சையும் மறந்து அவனை தவறாய் சிந்தித்த தனது பேதை மனதை எண்ணி நொந்து கொண்டாள் பிரியா,

ச்சே... அந்த அக்கா எவ்வளவு நல்லவங்களா இருக்காங்க அவங்கள போயி இத்தன நாளா வஞ்சிக்கிட்டு இருந்தியடி பிரியா... என இத்தனை நாளில் முதல்முறை ஸ்வேதாவை பற்றி நல்ல விதமாய் நினைத்தாள்... கார்த்தியை பார்த்து இப்ப எப்படி பேசப்போறோம் என்று நினைக்கயிலேயே என்ன செய்வது என்று தெரியாமல் இருக்க அவளே தன்னை கடிந்து கொண்டாள்.

அன்று மாலை தனது அம்மா சுந்தரியுடன் கார்த்தியை பார்க்க மருத்துவமனைக்கு வந்திருந்தாள் பிரியா,

அங்கு காய்ச்சல் நெருப்பாய் கொதிக்க உடல் சோர்ந்தவனாய் கட்டிலில் அரை விழி திறந்து படுத்திருந்த கார்த்திக்கை கண்ட பிரியா உள்ளே கலங்கி துடித்தாள்..

இவளை அரை விழியாய் நோக்கிய கார்த்தியின் முகம் தன் முன்பு மங்கலாய் தெரிய அவளை பார்திருந்தவளின் கண்ணில் நீர் கோர்த்து திரையிட்டது... அதை யாருக்கும் தெரியாமல் துடைத்து கொண்ட பிரியா தனது அம்மா கார்த்தியின் அம்மாவிடம் நலம் விசாரித்து விட்டு கிளம்ப அவருடன் கிளம்பினாள் கலங்கியபடியே.

மறுநாள் மருந்துகளின் பலனாக காய்ச்சல் குறைந்திருக்க சற்று தெளிந்தவனாய் இருந்தான் கார்த்திக்... பாலா அவனுடன் போனை காட்டி ஏதோ பேசியபடி இருக்க அவன் பேசியதை கேட்டபடி இருந்த கார்த்திக்கு..

இட்லியை நசுக்கி பிசைந்து கொஞ்சம் கொஞ்சமாக ஊட்டி விட்டுக்கொண்டிருந்த அவன் அம்மா,

ஏன்டா கார்த்தி... என்னடா நைட்டு தூக்கத்துல பாட்டு பாடிக்கிட்டு இருந்தியா? உங்கப்பா பாத்துட்டு காட்னாரு என சிறிது சிரித்தவாறு சொல்ல...

என்னது பாட்டு பாடுனான..? என பாலா சத்தமாய் கேட்க கார்த்திக் சத்தமின்றி கேள்வியாய் பார்த்தான் தன் அம்மா தேவியை...

ஆமா பாலா... பியா..பியானு.. முனங்கிக்கிட்டு இருந்தான்.. பியா.. பியானா அந்த பாட்டுதான... அந்த, வண்ணாரஸ் பட்டு கட்டி.. மல்லிப்பூ கொண்ட வச்சு அந்த பாட்டுதான...

அதுலதான இடையில பியா பியானு வரும் என தேவி சொல்லவும் சத்தமாய் சிரித்தான் பாலா.

அவனுக்கு கார்த்தி பாடிருக்கமாட்டான்.. பிரியா பிரியான்னு புலம்பிருப்பான்.... என்பது தெரியும் அங்கு கோவையில் அவன் அடிக்கடி பிரியா பிரியா என புலம்பியதை கேட்டிருக்கிறானே..., இவன் பாட்டு பைத்தியம்ன்றதால தப்புச்சான் இல்ல செத்தான் என கார்த்தியை நினைத்தபடி பாலா சிரிக்க...

என்ன பாலா இப்படி சிரிக்கிற அம்மா பாட்ட தப்பா சொல்றனா என தேவி கேட்க..?

இல்லம்மா நீங்க சொல்ற பாட்டு கரெக்ட்தான், இவன் பாடிருப்பான் அங்க ரூம்லையும் இப்படித்தான் தூக்கத்துல பாடிட்டு இருப்பான் என சொல்லி கார்த்திக்கு புரியும்படியாய் மெல்லமாய் பாலா சிரிக்க.. அவனும் லேசான சிரிப்புடன் இவனையே பார்த்தான்.

படிப்புல கவனம் இல்லை உன் மகனுக்கு பாட்டுலதான் இருக்கு போலன்னு உங்க அப்பா திட்டிக்கிட்டு இருக்காரு கார்த்திக் பார்த்துக்க என்ற தேவி உணவு பாத்திரத்தை கழுவிட்டு வருகிறேன் என சொல்லி அந்த அறையை விட்டு வெளியே போகவும்...

ஏண்டா மச்சி பாட்டு பாடுன என அவனை பார்த்து ஒரு சிரிப்புடன் பாலா கேட்க...?

அவனுக்கு சிரிப்பையே பதிலாய் தந்த கார்த்திக்,

டேய் மச்சி நேத்து பிரியா வந்துச்சுடா இங்க என புன்னகை பூத்தவனாய் சொல்லிவிட்டு...

எனக்கு முடியலைனா பிரியாவுக்கு தாங்காது மச்சி, நேத்து என்னை பாக்கவும் அதுக்கு அழுகை வந்திருச்சு மச்சி என கார்த்திக் சொல்லயிலேயே...

பிரியா வந்து உன்னை பாத்துருச்சுல அப்ப பிரெச்சனை எல்லாம் முடிஞ்சுல என பாலா கேட்க...?

ஏண்டா..? என்றவன் என்ன ப்ரெச்சனைன்னே தெரியல அது முடிஞ்சான்னு எனக்கு என்னடா தெரியும் வீட்டுக்கு போனதுக்கப்பறம்தான் என்னன்னு தெரியும் என கார்த்திக் சொல்லவும்,

சரி சரி பிரெச்சனை எல்லாம் முடிஞ்சிருக்கும்.. அது உன்கிட்ட பேசுனா கூட ஏன் என்னனு கேக்காம பேசு இல்லனா புதுசா ஒரு பிரெச்சனை பண்ணாதீங்க என பாலா சொல்லிவிட்டு அடுத்து நண்பர்கள் இருவருமாய் பேசியபடி இருந்தனர்.

காய்ச்சல் குறைந்து உடலும் தேறியிருக்க அடுத்த இரண்டாவது நாள் ஹாஸ்ப்பிட்டலில் இருந்து வீட்டிற்கு அழைத்து வரப்பட்டான் கார்த்திக்.

அதிகாலை பொழுதில் வானம் விடிந்தும் விடியாமல் இருக்க வாசல் தெளித்துக் கோலம் போட்டுக் கொண்டிருந்த பிரியாவை மாடியில் நின்றவாறு கார்த்திக் பார்த்துக் கொண்டிருந்தான்...

குனிந்து கோலம் போட்டுக் கொண்டிருந்த பிரியாவிற்கு என்ன தோன்றியதோ கார்த்திக் வீட்டு மாடியை நிமிர்ந்து பார்க்க அங்கு அவன் சுவற்றில் சாய்ந்தவாறு தன்னைப் பார்த்துக் கொண்டிருக்கவும் உடலில் ஏதோ வேகமாய் ஊடுறுவி இதயத்தை சில்லிட அழகாய் மலர்ந்தாள்...

அவளது மலர்ந்த முகத்தை ரசித்தபடி நின்றிருந்த கார்த்தியிடம்...

ஏன் வேகமா எந்திருச்சிட்டிங்க..? தூங்க வேண்டியதுதான..! உடம்புக்கு முடியலைல என மிகுந்த அக்கறையுடன் சைகையால் பிரியா கேட்க..?

அவள் அக்கறை உள்ளுக்குள் இனிக்க... உன்னை பாக்கத்தான் எந்திரிச்சேன். என காதலாய் பார்த்து சைகயில் கார்த்திக் சொல்லவும்,

அகம் குளிர்ந்தவளாய் பிரியா ஏதோ சொல்ல வரையில் கார்த்திக்கின் அம்மா தேவி வீட்டை திறந்து வாசல் தெளிக்க வரவும் சட்டென குனிந்து கோலத்தில் கவனமானாள்.

அன்று இரவு ஏழு மணி போல் பிரியாவை எதிர்பார்த்தபடி மாடியில் கார்த்திக் நின்று கொண்டிருக்க சிறிது நேரத்தில் அவளும் அவள் வீட்டு மாடிக்கு வந்தாள்,

வந்தவளிடம் பிரியா.. கீழ வா நான் நம்ம தெருவை தாண்டி நர்சரி ஸ்கூல் கிட்ட இருக்கேன் உன்கிட்ட பேசணும் என சொல்லி அவளை அழைத்துவிட்டு அவன் போக...

எதுக்கு என முதலில் தயங்கியவள் பின்பு போனாள்...

இருவரும் அவர்கள் தெரு இருக்கும் பகுதியை தாண்டி ஆள் நடமாட்டமே இல்லாத காலணி குடியிருப்பின் சாலையில் நடந்தபடி பேசிக்கொள்ள ஆரம்பித்தனர்...

என்ன கார்த்திக் இப்ப உடம்பு பரவாயில்லைல என பிரியா கேட்க... ம்ம் இப்ப ஒன்னும் இல்லை நல்லா இருக்கு என்ற கார்த்திக்,

பிரியா என் மேல இப்படி இவ்வளவு அக்கறை படுற... ஆனா அன்னைக்கு என்கிட்ட ஏதோ சண்டை போடுற மாதிரி பேசிட்டு, என்ன பாக்காம, கூப்ட்டா கூட கண்டுக்காம இருந்த ஏன் பிரியா என கேட்க...?

கார்த்திக் கேட்கவும் தவித்தவளாய்...

கார்த்தி அ. .அது.. என என்ன சொல்ல என்ன சொல்ல என தெரியாமல் பிரியா தவிப்பாகவே நிற்க...,

ம்ம் சொல்லு பிரியா.. நீ ஏன் அப்படி நடந்துக்கிட்ட அப்டின்னு ஒன்னும் தெரியாம எதுவும் புரியாம எனக்கு கிறுக்கு பிடிச்சிருச்சு.. நான் என்ன தப்பு பண்ணேன் சொல்லு பிரியா எனக்கு ஒன்னும் தெரியல சொல்லு என் கார்த்திக் அழுத்தமாய் கேட்கவும்,

நீங்க தப்பு பன்னல கார்த்திக் நான்தான் தப்பு பண்ணிட்டேன்... நானா ஒன்னு நெனச்சு உங்களையும் கஷ்டப்படுத்தி நானும் கஷ்டப்பட்டுட்டேன் என்று கலங்கியவள்...

ஸ்வேதாவையும் அவனையும் சேர்ந்து பார்த்து இருவரும் காதலர்கள் என தானாய் முடிவு செய்து வேதனை பட்டது பின் அவனிடம் கோவப்பட்டது, தினமும் அதை நினைத்து கவலை பட்டது என அனைத்தையும் கலங்கிய விழிகளுடன் சிறு கதறலாய் அவனிடம் சொல்ல,

அவள் சொன்னதை கேட்ட கார்த்திக் விரக்தியானவனாய், என்னபோயி எப்படி பிரியா அப்படி நெனச்ச..??

உன்னால என்ன எப்படி அப்டி நினைக்க முடிஞ்சு.. என்றவன் இது எனக்கு எப்படி வலிக்குது தெரியுமா என்று கேட்க...?

அவன் அப்படி ஒரு மாதிரி உடைந்த குரலில் பேசியது இவள் இதயத்தில் முள்ளாய் தைக்க..

சாரி.. கார்த்திக் சாரி.. ஏன் அப்படி நெனச்சேன்னு எனக்கே தெரியல கார்த்தி.. அப்படி ஏதும் இருக்காதுன்னு என் புத்தி யோசிக்காம விட்ருச்சு கார்த்தி... நீங்க எனக்கு இல்லை இல்லைன்னு நெனச்சு நெனச்சு அழுதுகிட்டுதான் கார்த்தி இருந்தேன், என் மனசால அத தாங்கிக்க முடியல கார்த்தி..

சாரி கார்த்தி என்ன மன்னிச்சிருங்க கார்த்தி சாரி... என கதறலாய் கூறிய பிரியா உங்கள கஷ்ட படுத்துனதுக்கு என்னை அடிக்க கூட செய்யுங்க கார்த்தி இப்டி பேசாதீங்க கார்த்தி கஷ்டமா இருக்கு என அழுகையுடன் சொல்லி அதற்கு மேல் அவன் முகத்தை பார்க்க முடியாது தலை குனிந்து கண்ணீர் சிந்தினாள்..

என்ன போயி இவ எப்படி அப்படி நினைச்சா.. இவகிட்ட மட்டும்தான உரிமையா உறவா பேசிருக்கேன்.. அதுல இவ என் மனச புரிஞ்சுக்கலையா...!? என் காதல் அவளுக்கு தெரியலையா..!? அப்ப அவளுக்கு என் மேல் காதல் இல்லையா..!? என யோசிக்கயிலயே அவனுக்கு தான் நினைப்பது தவறு என்று புரிந்தது.

தன் மேல் கொண்ட காதலால்தான் ஸ்வேதாவையும் என்னையும் பார்த்து தவறாய் புரிந்திருக்கிறாள்... அவளது காதல் கொண்ட மனது தான் இன்னொருவளுடன் இருந்ததை தாங்கிக்கொள்ளாமல் சந்தேகித்து தவறாய் சிந்திக்க செய்திருக்கிறது...

இதனால் தான் அன்று தன்னிடம் கோபமாய் பேசி போனது இதோ இப்போது அதற்க்காக வருந்தி அழுவது என அனைத்தும் கார்த்திக்கிற்கு தெளிவாய் புரிய...

பைத்தியகாரி என்ன படுத்திட்டாளே என செல்லமாய் அவளை மனதிற்குள் திட்டியவன்.. அவள் அருகில் நெருங்கி அவள் கையோடு தன் கையை உரசும்படி நின்றவன் மெதுவாய் அவள் விரல்களோடு தன் விரல்களை இணைத்து மெல்லமாய் அவள் கையை கார்த்திக் பிடிக்கவும்.. அவள் அவனது கையை இறுக பற்றிக்கொண்டாள்..

பிரியாவின் கையை பற்றியவாறே அவள் முன் நின்றவன் அவள் தலை குனிந்து கலங்கியவளாய் நிற்க... மெல்ல அவள் நாடியை பிடித்து உயர்த்தி அவளை பார்க்க கண்களை மூடியபடி நின்றாள் பிரியா...

கண்களை மூடியபடி நின்றவளிடம் உன்னை அடிச்சிட்டு வலில நான் அழுகவா என காதலாய் கேட்டவாறு பிடித்திருந்த கையை இவன் அழுத்தவும் பட்டென அவனை கட்டிபிடித்துக்கொண்டவள் அவன் நெஞ்சில் சாய்ந்து விசும்பினாள்...

தன்னை கட்டிக் கொண்டிருந்தவளை மெதுவாய் அணைத்து கொண்ட கார்த்திக்,

பிரியா உன்னைத்தவிர வேறு யாரையும் என் மனசு நினைக்காது.. அதால நினைக்கவும் முடியாதுடி... உன்ன பார்த்த நொடியில் இருந்து உன்னை மட்டும்தாண்டி என் உயிரா நேசிக்கிறேன்... உன்னோட குரலை கேட்டதுல இருந்து வேற எந்த பொண்ணோட குரலையும் ரசிச்சது இல்லடி.. உன்னை பாக்குறதுக்கு முன்னாடியும் சரி உன்னை பார்த்ததுக்கு அப்பறமும் சரி எந்த பொண்ணையும் என் கண்ணு எந்த அர்த்தத்துலையும் பார்த்தது இல்லடி...

உன்ன மட்டும்தான் ரெண்ட்ரை வருசமா என் உசுரா நெனச்சுக்கிட்டு இருக்கேன்டி..

எனக்குன்னு..!! எனக்கு மட்டும்ன்னு..!! எனக்காகவேன்னு..!! எப்பவும் என்ன விட்டு விலகாம..!! என்ன மட்டுமே விரும்பி..!! என்னோட பிரியங்கள் அத்தனைக்கும்.. பிரியமானவளா நீ மட்டும் வேணும்.. நீ மட்டுமே போதும்னு கிடந்து பிடிவாதம் பிடிக்குதுடி எம்மனசு..!! இன்னும் சொல்லனும்னா..

என் பலமும் நீதான் என பலவீனமும் நீதான்!! என் சந்தோசமும் நீதான்!! என் கவலையும் நீதான்!! என் கனவும் நீதான்!! என் நிஜமும் நீதான்!! என்னோட இதயமும் நீதான்..!!!

ஆம பிரியா நீதாண்டி.. என்னோட இதயமே நீதாண்டி... நீ இல்லைன்னா நான் இல்லடி... நான் இல்லை... என்று தனது காதலை சொல்லி அவளை இறுக அணைத்தான்...

அவனது இறுகிய அணைப்பும் காதல் வார்த்தையும் பிரியாவின் இதயத்தை கசிய செய்ய... சாரி கார்த்தி.. நான்தான் உங்கள புரிஞ்சிருந்தும் லூசுத்தனமா யோசிச்சிட்டேன் என குரல் தளும்ப.. அவன் அணைப்பில் இருந்தபடியே முகத்தை நிமிர்த்தி அவனை பார்த்து கண்ணீருடன் சொன்னவள், எப்பவுமே எனக்கு மட்டும் நீங்க வேணும் கார்த்தி.. லவ் யூ கார்த்தி லவ் யூ.. என சொல்லி அவன் நெஞ்சில் சாய்ந்து விசும்ப கண்ணில் கோர்த்திருந்த நீர் அவன் சட்டையை நனைத்தது...

இப்ப ஏன் அழுவுற இந்த அழுமூஞ்சி பிரியா நல்லாவேயில்லை என சொல்லி அவளது முகத்தை நிமிர்த்தி தனது முதல் முத்தத்தை அவள் நெற்றியில் காதலாய் பதிக்க... அதுவரை இருந்த உணர்வு நொடியில் மாறி வேறொரு உணர்வு வர அவனை விட்டு வேகமாய் விலகிய பிரியா வெட்கமாய் சிரித்தாள்...

அவனை நிமிர்ந்து கூட பார்க்காமல் சிவந்தவளாய் அவள் தலை குனிந்தபடி இருக்க வழக்கம்போல் அவள் வெட்கத்தை ரசித்தவனாய் வாங்கி வந்திருந்த அவளுக்கு பிடித்த சாக்லெட்டை எடுத்து அவளிடம் நீட்டினான் கார்த்திக்.

சாக்லெட்டை வாங்கி கொண்டவளிடம் சாப்டு என அவன் சொல்லவும்,

சாக்லெட்டை பிரித்து அதில் பாதியை அவனிடம் நீட்டினாள் பிரியா...

ம்ம் நீ சாப்டு என அவன் சொல்ல...

நீங்களும் சாப்பிடுங்க நானும் சாப்பிடுறேன் என அவள் சொன்னதற்கு நீ சாப்டு என இவன் அழுத்தி சொல்லவும் சாக்லெட்டை கடித்து சாப்பிட ஆரம்பித்தாள் பிரியா..

அவள் ஒரு கடி கடிக்கவும் வேகமாய் அவளிடம் இருந்து மீதி சாக்லெட்டை பிடுங்கிய கார்த்திக்,
அதில் அவள் கடித்த பற்தடம் இருக்க அதை ஆசையாய் பார்த்து கடிக்க மேலும் சிவந்தாள் பிரியா.

உயிரே நீ பார்த்தாலே...
உயிருக்குள் பூகம்பங்கள் தோன்றும்..!!
உன்னால் அடி உன்னாலே...
உள்ளக்குள்ளே என்னென்னவோ ஆகும்..!!

உடல் நலம் முழுவதுமாய் குணமாயிருக்க.. உள்ளம் முழுதும் காதல் இருக்க உற்சாகமானவனாய் மறுநாளே கோவைக்கு கிளம்பினான் கார்த்திக்.

அன்று காலேஜில் தன் நண்பர்களுடன் கேண்டீனில் அமர்ந்திருந்த கார்த்திக் தனது காதல் கைக்கூடிய கதையை ஆனந்தமாய் சொல்லிக்கொண்டிருந்தான்...

அடப்பாவி.. ஸ்கூல்ல இருந்தே லவ்வா.. இத்தனை நாளா சொல்லாமலே இருந்திருக்கியேடா... யாரு மச்சி அந்த பிரியா..? அம்புட்டு அழகா..? என வியப்புடன் அவனது நண்பன் ஒருவன் கேட்க...?

அவன் கேட்கவும் தனது கண்ணை மூடிய கார்த்திக்.. பிரியாவை மனதில் நினைக்க முகத்தில் ரசனையுடன் கூடிய புன்னகை பரவியது,

குழந்தையாய் கொஞ்சும் பேச்சு..!! கண்ணக் குழி சிரிப்பு..!! இவனை பார்க்கையில் சிவக்கும் கண்ணம்..!! நெற்றியில் விழும் கூந்தலை ஒதுக்கும் விதம்..!! நிலவாய் மிளிரும் அபரிவிதமான அழகு..!! என பிரியாவை நினைத்து பார்த்து புன்னகைதிருந்த கார்த்திக் பேரழகி மச்சி.. என் அழகி!! என்றவன்...

♫ ♫ ♥ ♫ ♫

தேவதை அவள் ஒரு தேவதை
அழகிய பூ முகம் காணவே
ஆயுள் தான் போதுமோ
காற்றிலே அவளது வாசனை
அவளிடம் யோசனை கேட்டுதான்
பூக்களும் பூக்குமோ

நெற்றி மேலே ஒற்றை முடி ஆடும்போது
நெஞ்சுக்குள்ளே மின்னல் பூக்கும்
பார்வை ஆளை தூக்கும்...
கண்ணம் பார்த்தால் முத்தங்களால் தீண்ட தோன்றும்
பாதம் ரெண்டு பார்க்கும் போது
கொழுசாய் மாற தோன்றும்...

அவனுக்கு பிடித்த பாடலை பிரியாவை நினைத்து பாட.... அவனது நண்பன் பாட்டாவே படுச்சிட்டியா.. என குணா கமல் வாய்ஸில் கமாண்ட் கொடுக்க... பாலா, ரேவதி, ஸ்வேதா, மதன், தினேஷ், இன்னோரு நண்பன் என அனைவரும் சிரித்தனர்...

டேய் எல்லாரும் லவ் பண்றீங்க இருங்கடா.. நானும் காலேஜ் முடிக்கிறதுக்குள்ள அழகா தேவதை மாதிரி ஒரு பொண்ண பார்த்து லவ் பன்றேண்டா என சபதம் போல் மதன் சொல்ல..

மச்சி டார்கெட் பிக்ஸ் பண்ணி பண்றதுக்கு அது என்ன வேலையாடா.. லவ் மச்சி அந்த பீல் அதுவா வரணும்...

அழகான பொண்ண பாத்து லவ் பண்ண போறேன்னு சொல்ற...!?

அழகுன்றது போடுற ட்ரெஸ்லயும் மேக்கப்லயும் இல்ல மச்சி... ஒரு பொண்ண பாத்தோன மனசு துடிக்கனும்..!! அவளுக்காக ஏங்கனும்..!! அவளத்தவிர வேற எதுவுமே தெரியக்கூடாது..!! அவ கிடைக்கலைனா வாழ்க்கையே இல்லைன்ற மாதிரி பைத்தியம் பிடிக்கனும் மச்சி என கார்த்திக் சொல்லவும்,

எப்பா காதல் மன்னா நேத்து கவுதம் மேனன் படம் பார்த்தியாப்பா.. விட்றுப்பா நான் லவ்வே பன்னல நீ விற்று என காமெடி போல் மதன் சொல்ல மீண்டும் அனைவரும் சத்தமாய் சிரித்தனர்...

அப்பறம் மச்சி லவ்வு ஓகே ஆயிருச்சு காலேஜ்ஜ முடிச்சுட்டு வேலைக்கு போனோன கல்யாணம் தானா... என்று தினேஷ் கார்தியிடம் கேட்க..?

வேலைக்கு போனோன கல்யாணம்தான் மச்சி ஆனா அதுக்கு பெரிய போராட்டம் பண்ணனும் என கார்திக் சொல்ல என்னடா என்றான் தினேஷ்...!?

எங்க வீட்ல இந்த லவ்வெல்லாம் ஒத்துக்க மாட்டாங்கே மச்சி... அவிங்களுக்கு இதெல்லாம் பிடிக்காது... அவ்வளவு சீக்கிரம் ஏத்துக்க மாட்டாங்கே... அவிங்கள சரி பண்ணி கல்யாணம்லாம் பண்ண கொள்ள டயம் ஆயிரும் மச்சி என்றான் கார்த்திக்..

உடனே, இப்ப நெறைய வீட்ல லவ் ஏத்துக்கிறாங்களேடா மச்சி என மதன் சொல்லவும்..

நார்மலா இருந்தா நானும் எங்க வீட்ல பேசி எப்படியோ ஒத்துக்க வச்சிருவேன் மச்சி...

ஆனா எங்கவீட்ல ஏற்கனவே எங்க அம்மாவோட தங்கச்சி லவ் பண்ணி ஓடிப்போய்ட்டாங்க என்றவன்... அதுதான் எனக்கு இப்ப பெரிய சிக்கலே.... அதுனால எங்க வீட்ல லவ்னாலே கண்டிப்பா வெறுப்பா இருப்பாங்கே... அதுவுமில்லாம கேஸ்ட் பார்ப்பாங்க... எங்ககம்மாவோட தங்கச்சி மட்டும் ஓடிப்போகாம அன்னைக்கே வீட்ல சொல்லி லவ்வ புரியவச்சி கல்யாணம் பண்ணிருந்தாங்க இப்ப எனக்கு பிரெச்சனையே கிடையாது நான் எதையும் நெனச்சு பீல் பண்ணவே தேவையில்லை...

இல்ல எங்கம்மாவுக்கு அப்படி ஒரு தங்கச்சி இல்லாம இருந்திருந்தா கூட.. இந்த கேஸ்ட் பிரெச்சனைய எப்படியோ தாண்டி ஒத்துக்க வச்சிறலாம்.. ஆனா இப்ப கஷ்டம்.. இத எல்லாம் யோசிக்கயிலேயே எங்கம்மா தங்கச்சி மேல எனக்கு கொள்ள வெறுப்பு வருது...

அவுங்க அப்படி வீட்டை விட்டு போகவும் எங்க வீட்ல இருக்குறவங்களுக்கு எப்படி இருக்கும் வெறுப்பா இருக்க மாட்டாங்களா என கார்திக் சொல்ல சொல்ல....

உறைந்து போனவளாய் அங்கு அமர்ந்திருந்தாள் ஸ்வேதா.

கார்த்தியின் பிரெச்சனை அனைத்தும் முடிந்திருக்க இன்று அவனிடம் மெல்லமாய் தன்னை பற்றி தன் குடும்பத்தை பற்றி சொல்லலாம் என எதிர்பார்ப்போடு இருந்தவளுக்கு தனது அம்மாவை நினைத்தாலே வெறுப்பாய் இருக்கிறது என்று அவன் சொன்னதை கேட்டு அதிர்ந்துதான் போனாள் ஸ்வேதா...

நான் எப்ப என் லவ்வ நினைச்சாலும் இத எப்படி வீட்ல சொல்ல போறோம்னு நினைக்கையில எல்லாம் அத நெனச்சு நெனச்சு எனக்கு வெறுப்பாயிரும் மச்சி... இப்பக்கூட பாரு அவுங்கள பத்தி பேசயில எனக்கு வெறுப்பாகுது... ச்சே நெனச்சாலே நிம்மதி இல்லாம போது என கார்த்திக் சொல்லவும்.

உடைந்து போனாள் ஸ்வேதா.. தனது அம்மா மேல் கார்த்திக்கிற்கு இவ்வளவு வெறுப்பா என நினைத்தவள் கலங்கிப்போனாள்...

ஏனோ அவன் அப்படி பேசுவதை தாங்கி கொள்ள இயலாதவளாய் இருந்த ஸ்வேதா, இவனிடம் தான் யார் என்

அம்மாதான் நீ வெறுக்கும் சித்தி என்று சொல்லி அவளும் வெறுப்பை சம்பாதிக்க விரும்பாதவளாய் சட்டென அங்கிருந்து எழுந்து நகர போக...

ஸ்வேதா என்ன கிளம்பிட்டியா என அவளை நிறுத்தி கார்த்திக் கேட்க? அவள் ஆம் என்பதாய் தலையசைக்கவும் ஹோ.. ஓகே ஸ்வேதா.. ரொம்ப தேங்க்ஸ் என்றான்..

கலங்கிய விழிகளை மறைத்தவாறு எதுக்கு கார்த்தி தேங்க்ஸ் என்றாள் ஸ்வேதா??

உடனே, பிரியா சொல்ல சொன்ன ஸ்வேதா என்றவன் என்ன உன்கிட்ட பேச சொன்னா, என்ன ஸ்வேதா விஷயம் என்றான் கார்த்திக்.?

ம்ம் ஒன்னுமில்லை கார்த்தி..என்றவள் பிரியா உன் மேல ஓவர் பொசசிவ் என சொல்ல...

ம்ம், என்பதாய் சிரித்தவாறு கார்த்திக் தலையசைக்கவும் அங்கிருந்து நகர்ந்தாள் ஸ்வேதா.

கார்த்திக்கு தன் அம்மா மேல் வெறுப்பு என சொன்னதில் இவள் அவன் மேல் வெறுப்பு கொள்ளவில்லை... அவன் நிலையில் அப்படி பேசுகிறான் நிச்சயம் அவனது தற்போதைய பிரெச்சனை முடியவும் இப்படி இருக்க மாட்டான்... அதற்கு காலம் ஆகும்...

கட்டாயம் தாங்கள் எங்கள் குடும்பத்தோடு இணைவோம் நிச்சயம் காலம் அதன் வேலையை செய்யும்...

அதன் வரை காத்திருப்போம் நிச்சயம் பிரியா கார்த்தியின் திருமணம் மூலம் அனைவரின் மனமும் சந்தோஷம்

கொள்ளும் என தனக்குள் எண்ணியவாறு தன் வகுப்பு நோக்கி கிளம்பினாள் ரேவதியுடன்.

ஸ்கூல் படிக்கிறப்ப அந்த வயசுல வரதுலாம் லவ் கிடையாது , அது வெறும் அட்ராக்க்ஷன், வயசு கோளாறு என்ற சொல்லை உடைத்து...

இல்லை!! இல்லை!! எங்களது காதல் **"காதல்"** என இருவரும் மனதில் அழுத்தமாய் சொல்லி வைத்து..

லாங் டிஸ்டன்ஸ் லவ் எல்லாம் சும்மாப்பா.. கொஞ்சநாள்ல காணாம போயிரும்.. இருக்குற இடத்துல இன்னொருத்தர பார்க்கையில அவுங்க மேல மனசு அலப்பாய்ஞ்சிரும் அப்பறம் பழைய லவ்வாவது இதாவது என்ற சொல்லையும் உடைத்து இல்லை!!இல்லை!! எங்கள் காதல் நிஜமானது.. எவ்வளவு தொலைவிருந்தும் எங்கள் காதலையே நினைத்து சுகமாய் வாழ்கிறோம் என சொல்லி..

கார்த்தியும் பிரியாவும் தங்கள் காதல் **"காதல்"** என்பதை உறுதிபடுத்தி சமூகத்தில் சொல்லப்படும் பேச்சுகளை உடைத்து காதலர்களாய் ஒன்றிணைந்துள்ளனர்... இது அந்த காதலர்களின் வெற்றி.. !!

ஆனால் அவர்களது காதலுக்கான வெற்றி..???

காதலிக்கிறவங்கலாம் யாருப்பா கல்யாணம் பண்ணிக்கிறாங்க... சும்மா கொஞ்ச நாளைக்கி ஒன்னா சுத்துறது, அப்பறம் வேற வேற ஆள கல்யாணம் பண்ணிக்கிட்டு போயிர்ரது... அப்பறம் என்ன காதலோ... என்னமோ!!!! என்ற சொல்லையும் உடைத்து காதலர்கள் நாங்கள் கல்யாணம் செய்து எங்கள் காதலையும் வெற்றி பெற செய்ய கார்த்தியும் பிரியாவும் இன்றுவரை காதலித்து கொண்டிருக்கிறார்கள்...

கார்த்தியும் பாலாவும் என்ஜினியரிங்கை நல்ல பெர்ஸண்டேஜில் முடித்து, அங்கே கோவையிலேயே டிசைன் கோர்ஸ் கற்று ஒரு கம்பெனியில் வேலை செய்ய... ஒரு வருடம் முடியவம், மதுரையிலேயே வேலை கிடைக்க கோவைக்கு பாய் சொல்லிவிட்டு இங்கு மதுரைக்கு வந்து இந்த கம்பெனியில் இரண்டு வருடமாய் வேலை செய்து வருகின்றனர் இருவரும்...

ரேவதி, ஸ்வேதா கோவையில் ஐ.டி கம்பனியில் வேலை செய்கின்றனர், பாலாவும் ரேவதியும் இப்போது லாங் டிஸ்டன்ஸ் லவ் நிலையானது நிஜமானது என்று எடுத்துரைக்க காதல் செய்து கொண்டிருக்கின்றனர்...

பாலா ரேவதி காதல் எளிதாய் கைகூடும் இருவீட்டிலும் பெரிதும் எதிர்ப்பு இருக்காது ஒரே கேஸ்ட் ஆகி போனதால் என்பது அவர்களின் எண்ணம்... இருந்தும் இன்னும் வீட்டில் சொல்லாமல் இருக்கிறார்கள் இருவரும். கார்த்தியின் காதலை அவர்கள் வீட்டில் ஏற்று கொண்ட பிறகு தங்கள் காதலை தனது வீட்டில் சொல்ல பாலா முடிவெடுத்திருந்தான்.

காதலர்களாய் இணைந்து இந்நாள் வரை, இத்தனை நாட்களில் கார்த்திக்கிற்கும் பிரியாவிற்கும் இடையே எத்தனையோ கொஞ்சல்கள், கெஞ்சல்கள், காதலை தாண்டிய பேச்சுக்கள், சீண்டல்கள்,சிணுங்கல்கள், சிறு சண்டைகள், அதை தாண்டிய பெரு சண்டைகள்,அதன் சமாதானங்கள் என எவ்வளவோ ஆனால் அத்தனையும் காதலாய்தான்....

இந்த சிறு சண்டைகளும் கூட, கால் பண்ணப்ப எடுக்காதது, சொன்ன டயத்திற்கு வர முடியாமல் போவது, அந்த ஹீரோ படத்துக்கு போவோம்... இல்லை இல்லை இந்த ஹீரோ படத்துக்கு போவோம் என்ற வாதம், இப்படித்தான் இருக்கும் இதை தாண்டிய சண்டை என்பது

ஒரே ஒரு விஷயம் தான் இதனால் தான் இருவரும் முனைத்து கொள்ளுவார்கள் இது சண்டை கூட அல்ல வாக்குவாதம்தான்.... அந்த முதல் வாக்குவாதத்தில் ஆரம்பித்ததுதான் அன்றிலிருந்து அடிக்கடி நடக்கும் அது...

தனது அண்ணன் குணாவின் திருமணம் முடிந்த அந்த வாரத்திலேயே தனது காதலை வீட்டில் சொல்ல முடிவு பண்ணி அவர்களிடத்தில் பிரியா சொல்லவும்

காதல் தம்பதியினர் ஆன சக்திவேல், சுந்தரி அதை கேட்டு அதிர்ந்துதான் போனார்கள் ஏனோ...

பின் விதைத்ததைதான் அறுப்போம் என்ற நிலைபாட்டிற்கு வந்தார்களோ என்னமோ அவள் காதலுக்கு சம்மதம் தெரிவித்தார்கள்...

ஆனால் இருவீட்டிலும் சம்மதம் அதாவது கார்த்தியின் வீட்டிலும் அவர்கள் உங்கள் காதலை ஏற்றுக்கொள்ள வேண்டும், அவனும் அவர்கள் வீட்டில் சொல்லி சம்மதம் வாங்க வேண்டும் என்ற நிபந்தனையுடன் சம்மதம் தெரிவித்தார்கள் பிரியாவுக்கு...

இதை பற்றி பிரியாவின் அம்மா சுந்தரி அவளிடம் விளக்கி எடுத்துரைத்தார்...

பிரியா ஒருத்தருக்கொருத்தர் காதலிக்கிறீங்க அது சரி.. ஆனா கல்யாணம் ரெண்டு வீட்டு சம்மதத்தோட நடக்கணும்மா...

இந்த வீட்டை விட்டு போயி பிடுச்சவங்களவே கல்யாணம் பண்றது நல்லாத்தான் இருக்கும்...

நடைமுறை வாழ்க்கையில நாளைக்கே ரெண்டு பேத்துக்குள்ள ஏதும் சண்டையோ ப்ரெச்னையா வரயில உறவுகள் வேணும்மா...

நீ கேக்கலாம் அப்பாவும் நீயும் சந்தோசமாதான இருக்கீங்க அப்டின்னு... அப்பாவும் நானும் சந்தோசமாதான் இருக்கோம்... உங்க அண்ணன் குணாவும் நீயும் வந்து நாம ஒரு குடும்பமா ஆனதுல இருந்து சந்தோசமாதான் இருக்கோம்..

அப்பாக்கும் எனக்கும் ஒரு சண்டை வந்து அஞ்சாறு நாளுக்கப்பறம் சமாதானம் ஆகுவோம்.., அந்த அஞ்சாறு நாளும் ரொம்ப வேதனையா இருக்கும்... இதே உறவுகள் இருந்துச்சுனா எவ்வளவு பெரிய சண்டையோ எடுத்து சொல்லி ஆறுதலா பேசி ஒரு நாள் ரெண்டு நாள்ல முடுச்சு வச்சுருவாங்க...

அதுவுமில்லாம வீட்டைவிட்டு வெளிய போயி கல்யாணம் பண்றவங்களை இந்த சமுதாயம் பார்க்கிற பார்வையே வேறுமாதிரி இருக்கும்....

இங்க அப்பாக்கும் எனக்கும் சம்மதம் மாதிரி கார்த்தி வீட்லயும் உங்கள ஏத்துக்கனும் ரெண்டு பேரும் குடும்பமா குடும்பத்தோட வாழணும் என தங்கள் அனுபவத்தில் நீண்ட விளக்கத்தை புரியும்படி தன் மகளுக்கு சொல்ல...

பிரியாவும் அதைத்தான் விரும்புகிறாள்... அவளுக்கும் அப்படி செய்யவே எண்ணம். சொந்தமாய் குடும்பமாய் முறையான காதல் திருமணம் செய்வதே அவளுக்கும் ஆசை... அது போக ஸ்வேதாவிற்காகவும்தான்..

தங்கள் காதலை கார்த்தியின் வீட்டில் ஏற்றுக்கொண்டால் , ஸ்வேதா அம்மாவையும் ஏற்று கொள்வார்கள் ஸ்வேதா தனது சொந்தங்களுடன் இணைவாள் இதெல்லாம் மனதில் வைத்தே பிரியா ஒரு முடிவாய் இருந்தாள்...

இதை நடத்தவே கார்த்தியிடம் பேசும்போதெல்லாம் வாக்குவாதம் ஆகி முகத்தை திருப்பிக்கொள்ளும்படியாகிறது...

கடந்த ஒரு வருடத்தில் கார்த்தியிடம்.. நம்ம லவ் பண்றத வீட்ல சொல்லிட்டியா...என எத்தனை முறை கேட்டிருக்கிறாள் என்று தெரியாத அளவுக்கு கேட்டு? வீட்ல சொல்லு கார்த்தி..!! என சிரிப்புடன், கவலையுடன், கண்ணீருடன், கோபத்துடன் என பலமுறை சொல்லியிருக்கிறாள்.

அன்றும் அப்படித்தான்..,,

என்ன கார்த்தி வீட்ல சொல்லிட்டியா இல்லையா எப்பதான் சொல்லுவ.. அவுங்களா ஏத்துக்க மாட்டாங்க கார்த்தி நீ பேசுனாதான் ஏத்துக்குவாங்க... இந்தா இன்னும் ஒரு செமஸ்டர்த்தான் பிஜி முடுஞ்சுரும் எனக்கு.. எங்க வீட்ல கேக்குறாங்க கார்த்தி வீட்ல சொல்லியாச்சானு நீ என்னடானா இப்ப பேசுறேன் அப்ப பேசுறேன்னு பேசாமலே இருக்க.. என ஆத்திரமாய் அவள் கேட்க..?

ஏற்கனவே வொர்க் டென்சன்ல இருந்த கார்த்திக் இதில் மேலும் கடுப்பானவனாய்..,

ஏய் ஏண்டி சும்மா கசகசன்டு இருக்க... நான்தான் வீட்ல பேசுரேன்னு சொல்லிருக்கேன்ல... எடுத்தோன போயி நான் லவ் பன்றேன் எனக்கு கல்யாணம் பண்ணி வைங்கன்னுலாம் எங்க வீட்ல சொல்ல முடியாது, அவுங்க கல்யாண பேச்சு ஆரம்பிக்கையிலதான் தன்மையா போயி சொல்ல முடியும் உன் அவசரத்துக்கெல்லாம் என்னால முடியாது... அப்படி உனக்கு அவசரம்னா உங்க வீட்ல எந்த மாப்ளையாவது பார்க்க சொல்லி கல்யாணம் பண்ணிட்டு போ.. என்று கோபமாய் கத்த...

பேச்சிலந்தவளாய் நின்றாள் பிரியா... கார்த்திக்தான் இப்படி பேசுகிறானா என்று நம்ப முடியாதவளாய் விழிகள் விரிய அவனையே பார்த்தபடி இருக்க கண்ணில் இருந்து கண்ணீர் ஆறாய் கன்னத்தில் வழிந்தோட விசும்ப ஆரம்பித்தாள்...

அவள் அழ ஆரம்பிக்கவும்தான் என்ன பேசினோம் என்பதே கார்த்திக்கிற்கு உரைத்தது...

அவள் என்ன கேட்டாள் காதலிப்பதை வீட்டில் சொல்லிட்டியா என்று அதுவும் ஏன் இருவரும் திருமணம் செய்து கொண்டு வாழத்தானே.. இருவர் மகிழ்ச்சிக்காகத்தானே... என் மேல் எவ்வளவு காதல் வைத்திருக்கிறாள் அவளிடம் போயி இப்படி மடத்தனமாக பேசிட்டியே என தன்னை கடிந்து கொண்டவன்...

என் மேல் உள்ள காதல்தானே கண்ணீராய் வடிகிறது, ச்சே ஏதோ ஒரு டென்ஷன்ல இப்டி அவள கஷ்டப்படுத்திட்டனே எப்படி துடிச்சிருப்பா என்று நினைத்தவனுக்குள் காதல் வந்து நிறைக்க அவளது கையை எடுத்து தனது கைக்குள் வைத்துக் கொண்டான்..

ஹே..சாரிடி பிரியா.. ஏதோ ஒரு டென்ஷன்ல அப்படி பேசிட்டேண்டி.. சாரிடி என கார்த்திக் சொல்ல...

போடா என்கிட்ட பேசாத என சொல்லி அவனது கையை உதறியவள் குலுங்கி குலுங்கி ஆழ ஆரம்பித்தாள்...

அவள் அழுவதை பார்த்த கார்த்திக்கிற்கு கஷ்டமாய் போக...
ப்ளீஸ்டி..பிரியா... அழாதடி.. ப்ளீஸ்டி.. என சொல்லியபடி எட்டி அவளது கண்ணீரை துடைக்க முயல...

ஒன்னும் வேணாம் கையை எடு என சொல்லி வேகமாய் அவனது கையை தட்டிவிட்டாள் பிரியா

அதான் சாரின்னு சொல்றேன்ல.. நான் பேசுனது தப்புதாண்டி மன்னிச்சிருடி என்று அடிக்குறளில் கார்த்திக் சொல்ல...

போடா யாருக்கு வேணும் உன் சாரி.. பேசுறதெல்லாம் பேசிட்டு சாரி கேக்குறான் சாரி...,

வேற ஒருத்தனை கல்யாணம் பணிக்கவாம்ல... வேற ஒருத்தனை கல்யாணம் பண்றதுக்குதான் உன்ன லவ் பன்றனாக்கும்.. என பிரியா சொல்லவும்..

ஏய் சாரிடி.. ப்ளீஸ்டி என்று அவன் கெஞ்சலாய் கேட்டு பாவமாய் பார்க்க...

கல்யாணம் பண்ணிக்கிட்டு போகவாம் எப்டி இப்படி சொன்ன..? அதுக்கு என்ன செத்து போனு சொல்லிருந்தா கூட இன்னியாரம் செத்து போயிருப்பனே என பிரியா சொல்லவும்..

சொன்னதுதான் தாமதம் அவள் கன்னத்தில் வலிக்காமல் அறைந்தான்.. பின்பு இப்டிலாம் பேசாதடி ரொம்ப வலிக்குதுடி என்று சொன்னவன்... ஏதோ லூசுத்தனமா பேசிட்டேன் அப்படி பேசுனதுக்கு இந்தா உன் கோபம் போற வரைக்கும் என்ன அடிச்சுருடி என சொன்னவாறு அவளது கையை எடுத்து தன் கண்ணத்தில் கார்த்திக் அறைய...

திமிறி அவனிடம் இருந்து தன் கையை விடுவித்தவள் அவனது நெஞ்சில் தனது கையை மடக்கி நான்கைந்து குத்து குத்தியவள் அவன் நெஞ்சிலே முகம் புதைத்து அவனை அணைத்தபடி கேவி அழ ஆரம்பித்தாள் பிரியா..

அவள் அணைத்து கொண்டிருப்பதில் தன் மேல் இருந்த கோபம் போய்விட்டது என்பது தெரியவும்...

அவளை அணைத்து கொண்ட கார்த்திக், ஏய் என் நெஞ்சுல ஏண்டி அடுச்ச இப்ப பாரு என் செல்லம் அழுகுறா.. என கார்த்திக் சொல்ல..

உடனே அவன் நெஞ்சில் இருந்து முகத்தை விலக்கி கொண்டவள்.. கண்ணை துடைத்தபடி

ம்ம்.. ஏன் என் தங்கம் கூடத்தான் இங்க இருக்கான் என இதயம் இருக்கும் பகுதியில் தனது நெஞ்சின் மேல் கை வைத்து பிரியா கூற..

அப்படியா எனக்கு தெரியாதே.. எங்க காட்டு பாக்குறேன் உன் தங்கத்தை என சொல்லி அவள் கை வைத்திருந்த இடத்தின் மேல் அழுத்தமாய் தனது கண்களை செலுத்தி கார்த்திக் குறும்பு பேச...

அவன் பார்வை சென்ற இடம் கூசி உடல் சிலிர்க்க முகம் சிவந்த பிரியா .. ஏய்..சீ ஆள பாரு என வெட்கமொழி பேச அதை ரசித்தவன் அவளை இறுக்கி தன்னோடு அணைத்து கொண்டான்... இது போல்தான் இருவருக்கும் சண்டை எப்படியோ ஆரம்பித்து இப்படி முடிந்துவிடும்..

கார்த்திக்கிற்கும் தனது காதலை வீட்டில் ஏற்று கொண்டு அவர்கள் சம்மதத்துடன்தான் திருமணம் செய்து கொள்ள வேண்டும் என்றுதான் எண்ணம்... ஆனால் தான் காதலிப்பதை தனது அப்பா அம்மாவிடம் சொல்ல தயங்கினான்..

அவர்கள் தன் காதலை ஏற்று கொள்ள மாட்டார்களோ என்ற பயமோ இல்லை அவர்களிடம் சொல்லி தவறாய்

போய் அவர்கள் வேதனை படுவார்களோ என்ற எண்ணமோ தெரியவில்லை... சொல்லாமலே இருந்தான்..

அவனை பொறுத்தவரை தன் அம்மாவின் உடன் பிறந்த தங்கை காதலித்து ஓடிப்போய் திருமணம் செய்து கொண்டதில் தனது வீட்டில் காதல் எதிர்ப்பு என்று அனுமானித்து நிச்சயம் தன் காதலையும் எதிர்க்கத்தான் செய்வார்கள்... என்று இருந்தான்.

இப்படி இல்லாமல் அவர்களே தனது திருமண பேச்சை எடுக்கையில் தன்மையாய் சொல்லி ஏதாவது பண்ணி அரேஞ்ச் மேரேஜ் போல் பிரியாவையே திருமணம் செய்து கொள்ளலாம் என ஏதோ கணக்கு போட்டிருந்தான்... ஆனால் ஜாதி என்று பார்த்தால் நிச்சயம் கூடாத காரியம்தான்... எங்கேயோ இருந்த பிரியாவை என்னிடம் சேர்த்த விதி தன் திருமணத்தையும் நடத்தி வைக்கும் என்ற நம்பிக்கையில் இருந்தான்... அந்த நம்பிக்கையுடனயே இன்று வரை தன் தேவதை பிரியாவை காதலித்து கொண்டிருக்கிறான் கார்த்திக்.

தனது போனில் இருந்த தன் தேவதை பிரியாவை ரசித்தவாறு தன் மலரும் நினைவுகளில் லயித்திருந்த கார்த்திக்கை...

டேய் லன்ச் டயம் ஆயிருச்சுன்னா என்ன கூப்பிட வாடன்னு சொன்னேன்ல என கேட்டு அவனை நிகழ் காலத்திற்கு பாலா அழைத்து வர...

அப்போதுதான் தெளிந்தவனாய்..

நான் கூப்டத கூட கண்டுக்காம நீதான் போன்லயே குடும்பம் நடத்திக்கிட்டு இருந்தியேடா ரேவா ரேவானு என கார்த்திக் கேலியாய் சொல்ல.. பாலா அவனுக்கு சிரிப்பை

பதிலாய் கொடுக்க இருவரும் லன்ச் சாப்பிட தங்களது கம்பெனி கேன்டீனிற்கு சென்றனர்..

கார்த்தியும் பாலாவும் ஏதோ பேசியபடி சாப்பிட்டுக் கொண்டிருக்க.. பாலாவின் மொபைல் சினுங்கியது.. போனை எடுத்து யார் என பார்த்தவன் கார்த்திக்கின் மேல் பார்வையை செலுத்தியவாறு அட்டண்ட் செய்து..

ம்ம் சொல்லு பிரியா..

••• ••• •••

இந்தா இப்பதான் சாப்டுக்கிட்டு இருக்கேன்..

••• ••• •••

ம்ம் ரெண்டு பேரும்தான்

••• ••• •••

ம்ம் ஓகே பிரியா பாப்போம் பாய்... என சொல்லி போனை வைத்த பாலா..

என்னடா காலையில உங்க ரெண்டுபேத்துக்கும் சண்டையானு கேட்டப்ப இல்லைனு சொன்ன இப்ப பிரியா எனக்கு போன் பண்ணி உன்ன கேக்குது... இப்ப என்னடா பிரெச்சனை... இல்ல எப்பவும் போலதானா வீட்ல சொல்லலைன்னா..? என கேட்க...?

அது இல்லை மச்சி, இது வேற சும்மா... என கார்த்திக் சொல்லவும், இது சும்மா சின்ன சண்டைன்னுதான் மேடம் அக்கறையா நீ சாப்டியான்னு விசாரிக்கையிலயே தெரியுதே.. என்ற பாலா.. ஏதோ ஒன்னு சாப்ட்டு பிரியாக்கு போன் போட்டு பேசு என்றான் பாலா..

ம்ம், அவளே எனக்கு கால் பண்ணிக்கிட்டுதான் இருக்கா நான்தான் எடுக்காம இருக்கேன்... அதான் உனக்கு கால் பண்ணிருக்கா என கார்த்திக் சொல்ல..

டேய் ஏன்டா.., பேசுடா வெண்ண.. அது அக்கறையா சாப்டியா என்னனு விசாரிக்குது.. இவரு சண்டையையும் போட்டுட்டு, பவுமானமா நான்தான் எடுக்கலன்றாரு ஒழுங்கா பேசுடா... என சொல்லி பாலா முறைப்பாய் அவனை பார்க்க...

டேய் சண்டை நான் போடலாட.. இது சண்டையும் இல்லடா... என்ற கார்த்திக் ஆனா இதுக்கு நீதான்டா காரணம் என சொல்லவும்,

அவனை புரியாமல் பார்த்தபடி நான் என்னடா பண்ணேன் என்றான் பாலா..?

என்ன பன்னியா.. சரக்கடிக்க வேணாம் மச்சி வேணாம் மச்சினு நான் சொல்ல சொல்ல, வாடா.. இன்னைக்கு மட்டும்டா, நான் இன்னைக்கு ரொம்ப ஹாப்பியா இருக்கேண்டா வடான்னு சொல்லி என்ன குடிக்க வச்சல அதான் பிரெச்சனையே... நான் குடிச்சிருக்குறத பிரியா கண்டு புடுச்சுட்டா என கார்த்திக் சொல்ல

பிரியாக்கு எப்படிடா தெரியும்..? நம்ம சரக்கடுச்சப்பவே மணி பதினொன்னு இருக்கும் நேரா வீட்டுக்கு தான போயி படுத்திருப்ப.. என பாலா கேட்கவும்...

வீட்லதான் மச்சி படுத்திருந்தேன்.. ரெண்டு நாளா அவுங்க அண்ணன் வீட்டுக்கு சென்னைக்கு போயிருந்தவ அப்பதான் வந்துட்டு உன்ன பாக்கணும் வா அப்படின்னு போன் பண்ணா நானும் வேகமா எந்திரிச்சு மூஞ்சியை கழுவிட்டு விஸ்கி வாடை வருதான்னு செக் பண்ணிட்டு தான் போனேன்...

அங்க அவ வீட்டு மாடில உக்காந்து பேசிக்கிட்டிருந்தோம்.. அந்த மாடி இருட்டுல வெறும் நிலா

வெளிச்சத்தில அவளை பார்க்க பார்க்க போதை ஏறி உடம்பு ஏதோ மாதிரி பன்னிருச்சு மச்சி...

அதுல எப்பவும் போல அவகிட்ட முத்தம் கேட்டு ஓகே பன்னி கொடுக்கலாம்னு போகையில சட்டென பிடித்து தள்ளிவிட்டு குடிச்சிருக்கியா அப்படின்னு கேட்டா.? நான் பேசாம இருக்க அதுலயே குடுச்சிருக்கேன்னு கண்பார்ம் பன்னி கத்த ஆரம்பிச்சுட்டா.... அதுக்கப்புறம் எவ்வளவு கெஞ்சியும் முத்தம் முடியாது போடான்னுட்டா...

அவ பிடிவாதமா சொல்ல எனக்கு எரிச்சலாயி போடின்னுட்டு கடுப்புல வந்துட்டேன் அதான் சண்டை.. என சொன்ன கார்த்தி, இப்ப சொல்லு இந்த பிரச்சனைக்கு ஸ்டார்ட்டிங் பாய்ண்ட் யாரு? நான் வேணாம்னு சொல்லியும் என்னை குடிக்க வச்ச நீதான... என லேசாய் சிரித்தவாறு கார்த்திக் சொல்ல...

நல்லா இருக்குடா உங்க நியாயம் அதை விட உங்க சண்டை நல்லா இருக்குடா போடா என பாலாவும் சிரித்தவாறு சொன்னான்...

மாலை வேலையை முடித்து கொண்டு கம்பெனியில் இருந்து கிளம்பி கார்த்தியும் பாலாவும் பைக்கில் வர அவர்கள் ஏரியா பஸ்டாப்பில் பிரியா தனியாய் நின்றிருந்தாள், அந்த நேரத்தில் அங்கு நிற்கிறாள் என்றாள் அது கார்திக்கிற்காகத்தான் ...

பிரியாவை கண்ட கார்த்திக்.. மச்சி பிரியா நிக்கிது... நீ குமாரண்ணே டீ கடைல நில்லு நான் பேசிட்டு வரேன் என பாலாவிடம் சொல்லிவிட்டு முகத்தை இறுக்கமாய் வைத்து கொண்டு பிரியாவின் அருகில் சென்று பிரேக் பிடித்து பைக்கை நிறுத்த எதுவும் பேசாமல் பிரியா பைக்கில் ஏரியமர்ந்து கொண்டாள்.

இருவரும் நேராய் அவர்கள் வழக்கமாய் பேசிக்கொள்ளும் பார்க்கிற்கு வந்திருந்தனர்... அங்கு இருவரும் பேசிக்கொள்ளாமல் மௌனமாய் அமர்ந்திருக்க... அந்த அமைதியை களைத்தவளாய்..

ஒய்.. கோபம் இன்னும் போகலையா என குழைவாய் பிரியா கேட்க..?

ப்ச்.. கோபம்லாம் ஒன்னுமில்லை என சொன்னான் கார்த்திக் இறுக்கமாகவே..

அப்பறம் ஏன் போன் எடுக்கல என்றால் பிரியா..

வேலையா இருந்தேன் அதான் என பட்டென சொன்னான் கார்த்திக்..

இல்ல உனக்கு கோபம்தான்.., இந்தா இப்ப கூட ஒரு மாதிரி பேசுற என்று அவள் சொல்ல..

எப்படி பேசுறேன் நல்லாத்தான பேசுறேன் இன்னம் எப்படி பேச சொல்ற என கார்த்திக் கேட்க..

உடனே, இல்ல நீ சரியா பேசல.. என பிரியா சொன்னதற்கு அதான் இல்லைன்னு சொல்றேன்ல என்றான்...

நெஜமா சொல்லு கோபம் இல்லை என பிரியா கேட்கவும் இல்லை என்பதாய் கார்த்திக் தலையசைக்கவும் அவளை நன்கு ஒட்டி அமர்ந்தவள்...

அவனது முகத்தை பிடித்து திருப்பி அப்பறம் ஏன் மூஞ்சி இப்படி இருக்காம்... இறுகிப்போயி என பிரியா கேட்க? அதில் இயல்பாய் மாறலாம் என்றுதான் நினைத்தான் ஆனால், நேத்து ஒரு முத்தத்துக்கு எவ்வளவு கெஞ்சுனோம்

கொடுத்தாளா என எண்ணியவன் கோபமாய் இருப்பதை போலவே நடித்தான்.

ஆக்சுவலா.. நான்தான் உன் மேல கோபமா இருக்கணும் குடுச்சதுக்கு.. ஆனா நீ கோபமா இருக்க.. ம்ம் இன்னைக்கு காலையில என் முன்னாடியே சிகரெட் வேற.. என்றவள் சரிங்க சார் ரொம்ப பண்ணாதீங்க..

எதுக்காக இப்படி இருக்கீங்க அதுக்குதான..!? இப்ப வேணும்னா ஒரு முத்தம் கொடுத்துக்கோங்க... என மெல்லிய குரலில் பிரியா சொல்ல,

அவளை திரும்பி பார்த்த கார்த்திக் என்ன என கண்களால் கேட்க..

சார்... நேத்து முத்தம் வேணும்னு கேட்டீங்கள.. இப்ப வேணும்னா கொடுத்துக்கோங்க என்று பிரியா சொல்லவும்,

யாருக்கு வேணுன்னா..? என கேட்டான் கார்த்திக்..?

சார்தான நைட்டு கேட்டிங்க..! இப்ப ரொம்ப பிகு பண்ற மாதிரி இருக்கு என்று சொல்லி அவனை பார்க்க...

உள்ளுக்குள் சிரித்தவனாய்.. எனக்கு வேணாம்.! ஆனா இப்ப உனக்கு முத்தம் வேணும் போல.. அதனால நான் நேத்து கேட்டதை சொல்லி இப்ப வாங்கிக்க பாக்குற அப்படிதான... என குறும்பு போல் கார்த்திக் கேட்க...?

யா...யார்.. சொன்னா அப்டிலாம் இல்லை என பிரியா தடுமாற்றமாய் சொல்ல அதிலே தெரிந்து கொண்டான் அப்படித்தான் என்று..

ஹோ... அப்படியா சரி உனக்கு வேணாம்ல என்றான் கார்த்திக்...?

ம்ஹிம்.. எனக்கு வேணாம்.. நானா நேத்து முத்தம் கேட்டேன் என வீரப்பு போல் பிரியா சொல்ல...

அவளது போலி வீராப்பை கண்டு லேசாய் சிரித்தவன்.. சரி வேற என்ன என்று கேட்க..?

வேற என்ன ஒண்ணுமில்லை என பிரியா சொல்லவும், சரி வா கிளம்புவோம் என்று சொல்லி எழுந்து கொண்டான் கார்த்திக்...

தனது அண்ணன் குணா வீட்டிற்கு போய் இருந்துவிட்டு வந்ததில் இரண்டு நாட்களாய் பார்க்காது இருந்தவனை வரவைத்து பேசிக்கொண்டிருந்தபோது அவன் முத்தம் கேட்க இவளும் ஆசையாய் ஒப்புக்கொண்டாள்..
அவன் முத்தம் கொடுக்க வரையில் அவன் மேல் இருந்து விஸ்கி எனும் விஷம் வாசம் வர அவன் குடித்திருக்கிறான் எனவும் கோபமாய் வர அவனை தள்ளிவிட்டாள்.... அதனால் அவளுக்கு முத்தம் இல்லாமல் போனது கஷ்டமாக, இன்று கொடுப்பான் என்று நினைத்தால் ரொம்ப பன்றான் என மனதிற்குள் நினைத்து அவனை திட்டியவாறு அவன் எழவும் பிரியாவும் எழுந்தாள்...

இருவரும் பைக்கை நோக்கி நடக்க கார்த்தியின் கை அருகில் நடந்து வரும் பிரியாவின் கையில் உரச சட்டென அவன் கையை பற்றி கொண்டாள் பிரியா உடனே நடையை நிறுத்திய கார்த்திக் அவள் கையை வெடுக்கென இழுத்து அவளை தன்மேல் சாய்த்து கொண்டான்...

அவன்மேல் சாய்ந்து கொண்டவள் அவனை இறுக கட்டி கொள்ள அவளை அணைத்து கொண்டவன் அவள் முகத்தை நிமிர்த்தி அழுத்தமாய் நெற்றியில் முத்தம் வைத்தான் காதலுடன்..

பின் இதழை மெல்லமாய் நெருங்கியவன் முத்தமிட போகையில் இருவர் உதடுகளுக்கும் இடையே தனது விரல்களை நுழைத்த பிரியா யாரோ வேணாம்னு சொன்னீங்க என்று குறும்பாய் கேட்க....?

ம்ம்..ஆனா யாருக்கோ வேணுமாம் என சொல்லி அவள் உதடு மறைந்திருந்த விரலில் அழுத்தமாய் முத்தமிட அவள் விரல்களை விலக்கி கொள்ளவும் இதழ்களை கவ்விக்கொண்டான்...

சில நொடிக்கு பின் அணைப்பை விலக்கி கொண்டு பிரியாவை பார்க்க வெட்கத்தில் சிவந்து போயிருந்தாள்... ஏனோ கார்த்திக்கை நிமிர்ந்து கூட பார்க்கவேயில்லை...

பின் அங்கிருந்து கிளம்பி அவளை பஸ்ஸ்டாப்பில் போயி இறக்கி விட..

அவனை அழுத்தமாய் பார்த்து, கார்த்திக் வீட்ல வேகமா பேசு என சொல்லிவிட்டு விறுவிறுவென நடந்தாள்... போகும் அவளையே பார்திருந்த கார்த்திக் பாலாவை பார்க்க போனான்.

அன்று இரவு உணவுக்கு பின் கார்த்திக், கவி, திவ்யா, மூவரும் டீவியை பார்த்து கொண்டிருக்க...

டிவியில் காதல் கொண்டேன் தனுஷ், திவ்யா நமக்குன்னு ஒரு வீடு.. வீடெல்லாம் வெளிச்சம்., திவ்யா.. திவ்யா.. திவ்யா.. திவ்யா.. என வசனம் பேசிக்கொண்டிருக்க...

அதை பார்த்த கவி சிரித்தவாறு மம்மி.. உன் "நேம்" மம்மி.. உன் "நேம்" என திவ்யாவிடம் சொன்னவள் மாமா மம்மி நேம் சொல்றான் பாரு என்று கார்திக்கிடம் சொல்ல...

ம்ம் ஆமா.. கவி மம்மி நேம்தான்... உங்க டாடியும் இப்படித்தான் மம்மி கிட்ட பேசுவாரு.. திவ்யா திவ்யானு என தனுஷ் போல் கார்த்திக் பேசி காட்ட, கவி வயிற்றை பிடித்து கொண்டு சிரித்தாள்..

உடனே அங்கிருந்த தலவானியை தூக்கி கார்த்தியின் மேல் எரிந்தாள் திவ்யா...

அதை கேட்ச் பிடித்தவனாய், ஏன்க்கா.. மாமா இப்படி பேச மாட்டாறா.. இன்னும் காமெடியா பேசுவாறா என சிரித்தவாறு கார்த்திக் கேட்க..?

விட்றா அவரை பத்தி பேசாத.. கோபமா வருது என திவ்யா சொல்லவும்..

ஏன்க்கா.. மாமா இப்பதைக்கு வர முடியாதுன்னு சொன்னதாலயா... வொர்க் எக்ஸ்டன்ட் ஆயிருக்குன்னா அவரு என்ன பண்ணுவாரு.. என கார்த்திக் சொல்ல..

ம்ம் அப்படி என்ன பெரிய வொர்க் என சொல்லிவிட்டு.. அங்கிருந்து எழுந்து கொண்ட திவ்யா, கவி மம்மி தூங்க போறேன் வரியா என கேட்க?

மம்மி நீ போ நான் மாமா கூட டிவி பார்த்துட்டு வரேன் என சொல்ல அமைதியாய் நடந்து போய் தன் படுக்கையில் விழுந்தாள் திவ்யா.

டிவி பார்த்தபடி இருந்த கார்த்திக்கின் போன் அடிக்க எடுத்து நம்பரை பார்த்தவன் முகத்தில் புன்னகை பூக்க.. போனை அட்டண்ட் செய்து இந்தா.. வந்துட்டேன் என்று விட்டு, தன் அருகே டிவி பார்த்தபடி உறங்கிவிட்ட கவியை போர்வையால் போர்த்திவிட்டு.. தனது அம்மாவின் அறையையும் அக்காவின் அறையையும் ஒருமுறை

பார்த்தவன் சத்தமில்லாமல் கதவை திறந்து வெளியே போனான்..

இரண்டு வருட வேலை முடிந்திட வெளிநாட்டில் இருந்து கணவர் சிவா வர போகிறார் என்று உற்சாகமாய் இருந்தாள் திவ்யா...

போன வாரம் அவள் கணவன் சிவா போன் செய்து திவ்யா வொர்க் இன்னும் சிக்ஸ் மன்த் எஸ்ட்டெண்ட் பண்ணிருக்காங்க என சொல்லி அவள் உற்சாகத்தை உடைத்தெறிந்தான்...

இப்போது கார்த்திக் சிவாவை பற்றி பேசவும் அவனது ஞாபகம் வரவே தன் அறைக்கு வந்து அவனை நினைத்தபடி படுத்திருந்தாள்...

உறங்கி கொண்டிருந்த திவ்யாவிற்கு யாரோ தன்னை உசுப்புவது போல் இருக்க அப்போதுதான் தூக்கத்தை தொட்டவள் சட்டென விழித்து பார்க்க..

அங்கு அவனது கணவன் சிவா நின்று கொண்டிருக்க அதிர்ச்சியானவளாய் கண்களை கசக்கி நன்கு விழித்து பார்க்க...

அவளை பார்த்து சிரித்த சிவா.. ஏய் நான்தாண்டி "மேனி மோர் ஹாப்பி ரிட்டன்ஸ் ஆப் த டே" டி மை பொண்டாட்டி.. என்று சொல்லி அவளை அணைக்க வர கண்ணில் அழுகையுடன் தன்னருகில் வந்த சிவாவின் மார்பில் பட் பட்டென்று அடிக்க ஆரம்பித்தாள் திவ்யா...

அடித்தவள் ஓய்ந்தவளாய் தன் கணவர் மார் புதைந்து அழ ஆரம்பித்தாள்...

அவளை நிமிர்த்தி அவள் கண்ணத்தில் முத்தம் கொடுத்த சிவா..

ஏன்.. என் பொண்டாட்டி அழுகிறீங்க.. என்று லேசாய் சிரித்தவாறு கேட்கவும்..

மீண்டும் அவன் நெஞ்சில் குத்த ஆரம்பித்தவள் அழுகையுடனயே ஏன்பா.. இப்படி பன்னீங்க.. ஒரு வாரமா எவ்வளவு பீல் பண்ணேன் தெரியுமா.. ஆனா நெனச்சேன் என்னடா ஒரு வாரத்துக்கு முன்னாடி வொர்க் எஸ்ட்டெண்ட் ஆகுதுன்னு சொல்றாறேனு.. என்றவள் விடாமல் அவனை அடிக்க...

ஏய் வலிக்குதுடி.. ரெண்டு வருஷம் கழிச்சு புருஷன் வந்துருக்கான் இப்படி அடிக்கிற என சிவா கேட்க...

ம்ம்.. நல்லா வலிக்கட்டும்.. ஒரு வாரமா நான் எவ்வளவு அழுதேன் என்று சொல்லி... அவன் தோளில் கடிக்க

ஏய் வலிக்குதுடி.. கடிக்காதடி.. உன் தம்பிதாண்டி மாமா.. அக்கா பிறந்த நாளுக்கு சர்ப்ரைஸ் கொடுப்போம் அப்படின்னு சொல்லி இப்படி செய்ய சொன்னான்டி என சிவா சொல்ல..

ஓ.. அப்ப மாமனும் மச்சானும் சேர்ந்து என்ன அழ வச்சிருக்கீங்க, இருக்கட்டும் அவனுக்கு இருக்கு என்று சொன்னவளை இறுக்கி அணைத்த சிவா சரி சரி உன் தம்பிக்கு இருக்கட்டும்... இப்ப எனக்கு என்ன இருக்கு என்று கண்ணடித்து குறும்பு பேச வெட்கமாய் அவன் நெஞ்சில் சாய்ந்து கொண்டாள் திவ்யா.

மறுநாள் கீழே வந்த கார்த்திக் தன் அக்காவை பார்த்து சிரித்தவாறு என்னக்கா சர்ப்ரைஸ் எப்படி என கேட்க வீட்டிற்குள் அவனை துரத்தி துரத்தி அடித்தாள் திவ்யா..

கார்த்திக் அடிவாங்குவதை சிரித்தபடி கவியும் சிவாவும் பார்த்து கொண்டிருக்க தேவி காபி போட்டு எடுத்து வந்து அனைவருக்கும் கொடுத்தார்... அதன் பின் சில சிரிப்பு பேச்சுகளுடன் அவர் அவர் வேலைகளை பார்க்க ஆயத்தமானர்...

அடுத்தடுத்த நாட்கள் எப்போதும் போல் போக..

அன்று மாலை கார்த்திக் வேலை முடிந்து தனது வீட்டிற்குள் வர..

அங்கு ஹாலில் பிரியா கவியுடன் விளையாண்டவாரு திவ்யாவுடன் பேசி கொண்டிருக்க, அவளை புன்னகை முகமாய் பார்த்தவாறு வந்தவன் மேலே தன் அறைக்கு போகாமல் டிவி முன் வந்து அமர்ந்தான்.

அங்கு அமர்ந்தவாறு அவளை பார்த்தபடி இருந்தவன் கண்ணடித்து உதடு குவித்து காற்றில் முத்தம் கொடுக்க, அவனை ரசித்த பிரியா கவியின் கண்ணத்தில் ஒரு முத்தமிட்டு அவனை பார்த்து சிரித்தாள்.

பின் சரி கிளம்புறேன் என திவ்யாவிடம் சொல்லிவிட்டு எழுந்த பிரியா பாய் கவி.. என்று சொல்லி நகர..

ம்ம் பாய் அத்தை.. அப்பறம் மாடில பாப்போம் என குழந்தையாய் கவி சொல்லவும்..

ஏய் கவிம்மா.. ஆண்டி சொல்லணும்மா என திவ்யா சொல்ல..

அதற்கு, கார்த்தி மாமாதான் அத்தைன்னு சொல்ல சொன்னாங்க என்று கவி சொல்லவும்,

அங்கிருந்த கார்த்தியின் அம்மா தேவி உடனே திரும்பி கார்த்தியை பார்த்து அர்த்தமாய் நோக்க,

தன் அம்மாவை பார்த்த கார்த்திக் அய்யோ என்று உள்ளுக்குள் பதறியவனாய் எழுந்து மேலே தன் அறைக்கு ஓடினான்.

மேலே செல்லும் தன் மகனையே பார்த்த தேவியின் மனது ஏதோ சொல்ல அதை யோசித்தபடியே இருந்தார்.

பிரியாவிற்கும் கார்த்திக்கும் இடையே ஏதோ ஒன்று இருக்கிறது, அவர்கள் இருவரும் பார்த்துக்கொள்ளும் பார்வை ஏதோ ஒரு கதை சொல்லுகிறது, என அதை பற்றியே யோசித்தபடி இருந்தார் தேவி..

மறுநாள் கார்த்திக் வேலைக்கு கிளம்ப, எப்போதும்போல் மகனை வழியனுப்ப வாசல் வரை வந்தார் தேவி..

வழக்கம்போல் தனது பைக்கை செக் செய்த கார்த்திக் பின் ஸ்டார்ட் செய்துவிட்டு ஹாரன்னை மூன்று நான்கு முறை அடித்து சத்தம் எழுப்பியவன் ஆக்சிலேட்டரை முறுக்கி கிளம்பினான்....

அவன் போன இரண்டு நிமிடத்தில் பிரியாவும் அவள் வீட்டில் இருந்து காலேஜ் கிளம்பி போக,

இதை வாசலில் நின்று பார்த்திருந்த தேவிக்கு ஏதோ புரிவதாய் இருந்தது. கார்த்திக் அடிக்கும் ஹாரன் கூட பிரியாவுக்காகவோ என யோசிக்க ஆரம்பித்தார் தேவி, அவர் புத்தி எதையோ கண்டுபிடித்து சொல்ல இருக்கட்டும் இன்னைக்கு சாயங்காலம் வரட்டும் என ஏதோ முடிவெடுத்தவளாய் வேகமாய் உள்ளே சென்றார்.

அன்று மாலை..,

கவி.. கவிமா... என அழைத்தப்படி பிரியா கார்த்திக் வீட்டிற்கு வர,

சமையல் அறையில் பாத்திரம் கழுவி கொண்டிருந்த தேவி அவள் சத்தம் கேட்டு சமையல் அறையில் இருந்து வெளியே வந்தவர்..

ஏய் பிரியா.. நில்லு என்று சிறிது அதட்டலாய் சொல்ல,

உடனே நின்று அவரை பார்த்த பிரியா.. ம்ம் சொல்லுங்க.. அத்.. ஆண்ட்டி.. என சொல்லவும்..

அவள் அத்தை என சொல்லவந்து ஆண்டி என மாற்றியதை கண்டுகொண்டவராய்,

ம்ம்.. "கவி"கிட்ட உன்ன அத்தைனு கூப்பிட சொன்ன மாதிரி.. உன்கிட்ட என்ன அத்தைனு கூப்டுனு சொல்லிருக்கானா கார்த்தி..?? என முறைப்பாய் தேவி கேட்க?

ஏனோ அரண்டவளாய் அவரையே பார்த்தவாறு அமைதியாய் நின்றாள் பிரியா.

ம்ம் சொல்லு.. எதும் சொல்லிருக்கானா..?? ரெண்டு பேரும் ஒரு மாதிரி பாத்துக்கிறீங்க... சிரிச்சிக்கிறீங்க வேற...., காலையில அவன் வேலைக்கு வீட்டை விட்டு கிளம்பவும் சொல்லி வச்ச மாதிரி பின்னாடியே நீயும் கிளம்பி போற.. என்னவாம் என கோபம் வந்தவராய் தேவி கேட்க..?

அவர் அப்படி கேட்க அய்யோ என சிறிது பதட்டமான பிரியாவுக்கு, தங்களை கண்டு கொண்டார்கள் என்று புரிய திக்கென்று ஆனது, அதனூடையே

இல்லை ஆண்ட்டி அது என அவள் தயங்க,

சொல்லு.. என்ன இல்லை ஆண்ட்டி? சொல்லு பார்க்குற.. சிரிக்கிற.. அவன் போற நேரத்துக்கு போற.. என்னா இது.. சொல்லுடி என அதட்டலாய் தேவி இரைய..

மிரண்டுபோயி இருந்தாலும், சொல்லிவிடுவோம் என்ற முடிவாய்,

ரெண்டு பேரும் லவ் பன்றோம்.. என்று மெல்லமாய் பிரியா சொல்ல...

ம்ம்.. அப்ப நெனச்சது சரிதான்.. லவ் பண்றாங்கலாம்ல ம்ம்ம்ம்....

இத்தனை நாளா உங்க திருட்டு தனம் தெரியாம இருந்துருக்கோம் பாரு.. ரெண்டு பேருக்கும் எவ்வளவு இது இருந்திருந்தா.. என தேவி சொல்லிக்கொண்டிருக்கையிலேயே...

நிறுத்துங்க ஆண்ட்டி... திருட்டுத்தனம் அது இதுன்னு நாங்க ஏதோ தப்பு பண்ண மாதிரி சொல்லுறீங்க.. நாங்க ரெண்டு பேரும் லவ் பன்றோம் என தேவியை விட சத்தமாய் இரைந்தாள் பிரியா... அவளுக்கு தேவி தன் காதலை திருட்டு தனம் என்று சொல்வதை ஏற்க முடியாது ஆத்திரமானாள்.

அவள் கத்தவும் தேவி அமைதியாய் நிற்க.. பேசிவிடுவோம் என்று முடிவெடுத்தவளாய்..

நானும் கார்த்தியும் லவ் பன்றோம்..! ரெண்டு பேரும் ஒருத்தருக்கொருத்தர் உயிரா விரும்புறோம்..! ரெண்டு குடும்பத்தோட சம்மதத்தோடதான் கல்யாணம்

பண்ணனும்னு இருக்கோம்..! ஆனா நாங்க ஏதோ தப்பு பன்னிட்டோம்ன்ற மாதிரி பேசுறீங்க...

லவ் பன்றது ஒன்னும் தப்பில்லை..! அதான், நான் எங்க வீட்ல தைரியமா சொல்லிட்டேன் ஆனா கார்த்தியால உங்ககிட்ட சொல்ல முடியலை ஏன்?? ஏன்னா பெத்த பிள்ளைகள விட உங்களுக்கெல்லாம் வரட்டு கவுரவமும் ஜாதியும்தான முக்கியம்.. அப்படி இருக்கிற உங்களுக்கு லவ் தப்பாதான் தெரியும்.. பின்ன எப்படி உங்ககிட்ட அவனால சொல்ல முடியும்..??

ஆனா பெத்த பிள்ளைகள விட உங்களுக்கெல்லாம் இந்த ஜாதி அப்படி என்ன பெருசோ..? தெரியலை,

நான் உங்களுக்கு என்ன தெரியாதவளா!? இல்ல பிடிக்காதவளா!? ஆனா என்ன ஏத்துக்க உங்களுக்கு என்ன தடுக்குது..? எவனோ எப்பவோ எதுக்காகவோ வேலை செய்றவனுக்கெல்லாம் பேரா வச்ச இந்த ஜாதிதான தடுக்குது...

பெத்த பிள்ளைகளுக்கு புடுச்ச வாழ்க்கைய அமைச்சு கொடுக்காத நீங்க என்ன பெத்தவங்க!? பெரிய மனுசங்க!? யாருக்கு எதை நிரூபிக்க போறீங்க...?

இங்க எவ்வளவோ மாறியும் எல்லாரும் மனுசங்கன்றத மறந்து ஜாதி ஜாதின்னு என்னத்த சாதிக்க போறீங்க.. அப்டி என்ன இதுல உங்களுக்கு..?

இந்த ஜாதியாலதான மனுசங்க.. மனசுன்னு.. எல்லாத்தையும் மறந்து, கூட பிறந்த தங்கச்சிய கூட ஒதுக்கி வச்சிருக்கீங்க....

சொந்த தங்கச்சிய வெறுத்து ஒதுக்குற அளவுக்கு என்ன உங்களுக்கு ஜாதி வெறி.. என பிரியா சொன்ன அடுத்த நொடி

அவளது கண்ணத்தில் தேவியின் வலது கை மின்னலை விட வேகமாய் இறங்கியது.

கண்ணம் தீயாய் திகு திகுவென எரிய துடித்து போனவளாய் தனது கண்ணத்தை தாங்கியபடி கண்ணில் நீர் கோர்த்தவளாய் பிரியா, தேவியை பார்த்தபடி நின்றாள்...

அப்போது மாடியில் தனது அம்மா அப்பாவுடன் இருந்த கவி ஆச்சி என அழைத்தபடி அங்கு வர..

கண்கள் சிவந்து ஆக்ரோஷத்துடன் நின்றிருந்த தேவி பிரியாவை பார்த்து விரல் நீட்டி ஏதோ மிரட்டலாய் எச்சரிக்கை செய்தவர் கவியை தூக்கியபடி உள்ளே சென்றார்.

வீட்டில் நடந்த இந்த சம்பவம் எதுவும் தெரியாதவனாய் மாலை வேலை முடிந்து எப்போதும் வரும் நேரத்திற்கு வீட்டிற்கு வந்த கார்த்திக் அங்கு ஹாலில் அவனது மாமா சிவா மட்டும் அமர்ந்து டிவி பார்த்துக்கொண்டிருக்க.. அவரை கவனித்தவன் அவர் அருகில் போய் அமர்ந்து,

என்ன மாமா வெளிய படத்துக்கு போனும்னு சொன்னீங்க போகாம வீட்ல இருக்கீங்க என்று கேட்க..?

அதான் வீட்லயே படம் ஓடிக்கிட்டு இருக்கே எதுக்கு வெளிய போயி பார்க்க என சிவா சொல்லவும்..

என்ன மாமா டிவி-ல என்னத்த பழைய படம் போடுவாங்கே என்று கார்த்திக் சொல்ல..

அடுத்து சிவா ஏதோ சொல்ல வரையிலயே அவர்கள் அறையில் இருந்து என்னங்க.. இங்க வாங்க என சத்தமாய் திவ்யா அழைக்க வேகமாய் எழுந்து சென்றான் சிவா..

நீங்க ஏங்க அவன்கிட்ட பேசிக்கிட்டு இருக்கீங்க, உங்கள அவன்கிட்ட பேச கூடாதுனு சொல்லிருந்தேன்ல, அவன் பன்னதுக்கு அவனுக்கு இருக்கு என கார்த்திக்கை காட்டி சிவாவிடம் திவ்யா சொல்ல

மௌனமாய் தலையசைத்த சிவா அங்கு அறையிலேயே அமர்ந்து கொண்டான்.

தனது அக்கா அழைக்கவும் வேகமாய் ஓடிய மாமாவை பார்த்து சிரித்தவனாய் மேலே தனது அறைக்கு சென்ற கார்த்திக், பிரெஸ் ஆகிவிட்டு மாடியில் பிரியாவிற்காக காத்திருந்தான்.

இவன் வரும் நேரத்திற்கு சரியாய் பிரியா, கார்த்தியின் வீட்டில் இருப்பாள் இல்லை இவனுக்காக மாடியில் வந்து காத்திருப்பாள், இன்று கீழ் தன் வீட்டிலும் இல்லை இன்னமும் அவள் மாடிக்கு வராமல் இருக்கவேஅவளுக்கு போன் செய்தான்...

அவள் போன் எடுக்காது போக, மீண்டும் இரண்டு மூன்று முறை கால் செய்து பார்க்க அவள் போனை எடுக்கவில்லை.

போன எடுக்காம என்ன பண்றா..!? எங்கேயும் வெளியே போயிருக்காளோ.!? சொல்லாம போக மாட்டாளே.!? என்று பிரியாவை எண்ணி யோசனையுடன் கார்த்திக் நின்றிருக்க,

மாமா என மழலையாய் அழைத்தபடி.. அங்கு கவி வந்தாள்.

கவியை தூக்கி கொஞ்சியவாறு தடுப்பு சுவர் மேல் அமர வைத்தவன்,

பார்டா.. பாப்பா புது ட்ரெஸ் போட்ருக்கு.. யார் வாங்கிட்டு வந்தது.. என கொஞ்சும் மொழியாய் கார்த்திக் கேட்க..?

ம்ம் டாடி வாங்கிட்டு வந்தாங்க.. பார்பி ட்ரெஸ் என கவி சொல்ல , மாமாக்கு என்றான் கார்த்தி..

ஹ்ம் மாமாக்கு இல்லை... என கை விரித்து அழகாய் கவி சொல்லவும்,

அய்யோ மாமாக்கு இல்லையா.. மாமா பாவம்ல.. என்று கார்த்திக் கவி கண்ணத்தை கிள்ளி கொஞ்சலாய் கேட்க..?

கிடையாது, மாமா பாவம் இல்லை.., பிரியா அத்தைதான் பாவம் என்று கவி சொல்லவும்,

பிரியா அத்தையா.. பிரியா அத்தை என்ன பாவம் என்றான் கார்த்திக்.

ம்ம் ஆமா பிரியா அத்தைதான் பாவம் என்றவள், சாயங்காலம் ஆச்சி பிரியா அத்தைய சத்துன்னு கண்ணத்துலயே அடுச்சுட்டாங்க... பிரியா அத்தை அப்படியே வலில அழுதுட்டாங்க.. என கவி சொல்ல,

பதறியவனாகவும் புரியாதவனாகவும்.. என்ன கவி சொல்ற ஆச்சி பிரியாத்தைய அடுச்சாங்களா ஏன் என்று கேட்க..?

ம்ம் ஆமா அடுச்சாங்க.. மொத ரொம்ப நேரம் கத்தி பேசிக்கிட்டு இருந்தாங்க அப்பறம் சத்துனு அடுச்சுட்டாங்க.. என தான் பார்த்ததில் புரிந்ததை கவி சொல்ல..

கார்த்திக் குழப்பமானான்..,

ஒரு வேளை லவ் பன்றோம்ன்றத இங்க வீட்ல சொல்லிருப்பாளோ... அம்மா சண்டை போட்டு அடுச்சுட்டாங்களோ... என அவனது மூளை வேகமாய் சிந்திக்க அதிர்ந்தான்.

கவியை கீழே இறக்கி விட்டு.. கவி நீ கீழ அம்மாட்ட போ மாமா வரேன் என சொன்னவன் கவி கீழே போகவும் உடனே பிரியாவிற்கு கால் செய்தான் அவள் இப்போதும் போனை எடுக்காமல் போக கடுப்பானான்...

அம்மா ஏன் பிரியாவை அடுச்சாங்க.. என்ன பிரெச்சனை என எதுவும் சரியாய் தெரியாமல் குழம்பி இருந்த கார்த்திக்கிற்கு, பிரியா போன் எடுக்காத டென்ஷனும் சேர்ந்து தலையை வெடிக்க செய்ய ஆத்திரமானவனாய் கீழே போனான்.

நேராய் ஹாலில் அமர்ந்திருந்த தனது அம்மாவிடம் வந்த கார்த்திக்,

எம்மா... பிரியாவ அடுச்சிங்களா...? என்று முகத்தை இறுக்கமாய் வைத்தவனாய் கேட்க? அவனுக்கு ஏதும் பதில் சொல்லாமலே தேவி அமைதியாய் இருக்க.

கடுப்பானவனாய் எம்மா பிரியாவ எதுக்கு அடுச்சிங்க..? என்று இரைந்து கத்தினான் கார்த்திக்.

உடனே, அவள அடுச்சா உனக்கு என்னடா.. என அவனை விட சத்தமாய் தேவி கேட்க..?

அவளும் நானும் லவ் பண்றோம்.. அதான்..!! எதுக்கு அவளை நீங்க அடுச்சிங்க..? லவ் பன்றோம்னு தெரிஞ்சதாலயா..!? இப்ப சொல்றேன் என்ன ஆனாலும்

அவளதான் நான் கல்யாணம் பண்ணுவேன் என்று கார்த்திக் சொல்லவும்,

வந்துட்ட பாரு வாங்குன விலைக்கு..? லவ் பன்றானாம்ல.. லவ்வு..!!! எங்கயிருந்து வந்துச்சு இது...!? இப்படியா இதுக்கா வளத்துச்சு உன்ன...? என்று கோபமாய் தேவி கத்த....

இவர்கள் சத்தத்தில் சங்கரமூர்த்தி,சிவா,திவ்யா என அனைவரும் அங்கு வந்தனர்,

கல்யாணம் பண்ணுவானாம்ல கல்யாணம் அந்தளவுக்கு வந்துருச்சு.. என்ன......?????

நீ கண்டவளையும் சொல்லுவ கல்யாணம் பன்னி வைக்கனுமா நாங்க...??? என்று தேவி ஆத்திரமாய் பேசிக்கொண்டு போக...

எம்மா... நீ என்ன பேசுனாலும் சரி, நான் பிரியாவ லவ் பன்றேன்..!!! அவளத்தான் கல்யாணம் பண்ணுவேன் என தனது அம்மாவின் பேச்சை நிறுத்த குரலை உயர்த்தி கத்தினான் கார்த்திக்.

ஏய்.. என்னடா.. இது புதுசா கத்துற பழக்கம், படிச்சிருக்கையில... படிச்சவன்தானடா நீ.. எப்படி பேசனும்னு தெரியாது என அங்கிருந்த அவனது அப்பா சங்கரமூர்தி அதட்டலான குரலில் கேட்க...?

அப்பாவின் அதட்டலில் சிறிது பயந்தவனாய் எப்பா அது.. என்று கார்த்திக் இழுக்க..

எதுவேனாலும் இருக்கட்டும் இப்படித்தான் அம்மாக்கிட்ட குரல உசத்தி பேசுவியா.. எங்கிருந்து வந்துச்சு இது.. என கார்த்தியை முறைத்தவாறே சங்கரமூர்த்தி கேட்கவும்?

ஏங்க.. விடுங்க.! அவரு இப்ப பெரிய ஆளாயிட்டாரு..., கல்யாணம் வரைக்கும் அவரா முடிவெடுக்க தெரிஞ்சிருக்காரு, நம்ம அவனுக்கு தேவையில்லை , அப்படி நெனச்சுதான் இப்படி பேசுறாரு என்று தேவி ஆதங்கம் போல் பேச,

ஏம்மா இப்படி பேசுற.. உங்களையெல்லாம் எப்படிமா வேணாம்னு நினைப்பேன்.. என நொந்தவனாய் கார்த்திக் சொல்லவும்,

வேணாம்ன்னு நெனைக்கலைல, சரி அப்ப நாங்க பாக்குற பொண்ண கல்யாணம் பண்ணிக்கோ. அப்பா அம்மா உனக்கு நல்லதுதான் சொல்லுவோம் செய்வோம் என்ற தேவி தன் கணவரிடம் திரும்பி ஏங்க காலையில மீனா மதினி வீட்டுக்கு போயி, இளையவ இமையாவ.. கார்த்திக்கு பேசிட்டு வருவோம் என சொல்ல,

எம்மா.. நான் பிரியாவை தவிர வேற யாரையும் கல்யாணம் பன்னிக்க மாட்டேன்..! என உறுதியாய் சொன்ன கார்த்திக்.. நான் என்ன வீட்டை விட்டு ஓடி போயாம்மா கல்யாணம் பன்றேனு சொல்றேன்..??? உங்ககிட்ட எனக்கு பிடுச்சிருக்கு கல்யாணம் பண்ணி வையுங்கனுதான சொல்றேன் ஏமா இப்படி என இரக்கமாய் கேட்க?

அப்படி வீட்டை விட்டு ஓடி போயி கூட எங்களை கொன்று.. எதுக்கு நாங்க..? உங்களையெல்லாம் வளத்தது நீங்க இப்படி பன்னி நாங்க சாகுறதுக்குதான? என தேவி சொல்லி கார்த்திக்கை வலிக்க செய்ய கலங்கி போனவன்,

ஏனோ தனது அம்மா அப்பாவிடம் எப்படி பேசி புரிய வைக்க என்று தெரியாமல் குழம்பி நின்றான்.

ஆனால் தேவி சங்கர மூர்த்தி யாருமே அப்படி நிற்கவில்லை, அவனுக்கு எது சரியாய் இருக்கும், அவனுக்கு எதை செய்ய வேண்டும் என தெரிந்தவர்களாய் அவர் அவர் அறைக்கு போனவர்கள், ஏதோ முடிவெடுத்திருந்தவர்களாய் காலையில் தேவி, சங்கரமூர்த்தி, திவ்யா, சிவா, கவி, என அனைவரும் கிளம்பி எங்கோ வெளியில் சென்றர்.

இரவு முழுதும் பிரியாவிற்கு போன் அடித்து அடித்து தவித்து போன கார்த்திக் எப்போது உறங்கினான் என்று தெரியவில்லை, காலையில் பாலா போன் அடிக்கவும்தான் கண்விழித்தான்,

போனை அட்டெண்ட் செய்ய எதிர்முனையில் டேய் மச்சி கிளம்பிட்டேன்டா வாடா.. என்று பாலா சொல்லி முடிக்கும் முன்னே மச்சி வீட்டுக்கு வாடா என்று சொல்லிவிட்டு போனை வைத்தான் கார்த்திக்.

வீட்டிற்கு வந்த பாலாவிடம் நேற்று நடந்த அனைத்தையும் கார்த்திக் சொல்ல அவனும் என்னடா சொல்ற என்ற அதிர்ச்சியுடனே கேட்டான்...

ஆமடா... இப்ப வீட்ல எப்படி சொல்லி புரிய வைக்கனே தெரியல.., பிரியா வேற போனவே எடுக்க மாட்றா.. ஒன்னும் தெரியல.. மண்டை வெடிக்குது, ஏன்டா இந்த லவ் மேரேஜ்னா ஒத்துக்க மாட்றாங்கே.. ச்சை என்ற கார்த்தி இப்பக்கூட அவசரமா எனக்கு பொண்ணு பாக்கத்தான் கிளம்பி போயிருக்காங்க மச்சி...

அவுங்களா எதுத்து பேசவும் முடியல.. என்னா பன்றதுன்னும் தெரியல.. அப்படியே செத்திரலாம் போல இருக்கு. என கார்த்திக் விரக்தியின் உச்சத்தில் பேச,

டேய் என்னடா இப்படி பேசுற.. வீட்ல பேசுவோம்டா.. பொறுடா, தேவையில்லாம லூசுத்தனமா யோசிக்காம இரு. இப்படி இதுலாம் இருக்குன்னு தெரியும்தான நமக்கு..., இப்ப இதை எப்படி சால்வ் பன்னலாம்னு பாப்போம்..., பொண்ணு பார்க்க போனா நாளைக்கேவா கல்யாணம் இல்லைல, பார்த்துக்குவோம் என தன் நண்பனுக்கு ஆறுதலாய் எடுத்துரைத்தான் பாலா.

அன்று இரவு ஏழு மணி போல் காலையில் போன அனைவரும் எதையோ சாதித்தவார்களாய் முகம் மலர்ந்து வர, மாடியில் நின்றவாறு அவர்களை பார்த்த கார்த்திக் எரிச்சலானான்.

மச்சி வா நான் பேசுறேன் என கார்த்தியுடன் கீழே ஹாலிற்கு பாலா வர, அங்கு யாரும் இவர்களை கண்டு கொண்டவர்களாய் தெரியவில்லை.

சிவாவும் திவ்யாவும் வாங்கி வந்திருந்த பொருட்களை சரி பார்த்துக்கொண்டிருக்க,

யாருடனோ சிரித்த முகமாய் போனில் பேசிக்கொண்டிருந்த சங்கர மூர்த்தி,

இந்தா கொடுக்கிறேன் மாமா என சொல்லி போனை தேவியிடம் கொடுக்க வாங்கிய தேவி..

ம்ம் ஆமா சித்தப்பா.. நாளைக்கு நாள் நல்லா இருக்கு புதன்கிழமை விசேஷ நாளு.., நம்ம மீனாட்சியம்மன் கோவில்தான்.. வந்துருங்க...

இல்ல சித்தப்பா நிச்சய தாம்பலம் மாதிரி மாத்திக்கலாம்னு.... ம்ம் சித்தி மகா எல்லாரும் வந்துருங்க என முகமெல்லாம் சிரிப்பாய் பேசிவிட்டு போனை வைத்த தேவி,

தன் கணவரிடம் ஏங்க.. ராஸ் மாமாக்கு போன் போடுங்க.. போட்டு கார்த்திக்கு நாளைக்கு நிச்சயம் மாதிரி வச்சிருக்கோம் கோவில்ல, வாங்க அப்டின்னு சொல்லிட்டு கொடுங்க நான் பேசுறேன் என சொல்ல.. போனை வாங்கிய சங்கர மூர்த்தி நம்பரை எடுக்க ஆரம்பித்தார்.

இதை அனைத்தையும் கவனித்த கார்த்தியும் பாலாவும் அதிர்ச்சியில் உறைந்து போய் நின்றனர்.

நாளைக்கு நிச்சயமா ஒரே நாள்ல.. இவ்வளவு வேகமா முடிவு பண்ணிட்டாங்க.. என்று அதிர்ந்த பாலா.. ஒரு முடிவாய் தேவியின் அருகில் போயி தேவிம்மா என்று அழைக்க..

ம்ம் சொல்லு பாலா.. என்று அவனை அவர் பார்க்கவும், தேவிம்மா அது கார்த்தி என்று இவன் சொல்ல ஆரம்பிக்கவும் இவன் எதை பேச போகிறான் என்று யூகித்தவராய் பாலா இப்ப எதுவும் பேசாத அம்மாவுக்கு நிறைய வேலை இருக்கு சரியா,

கார்த்திக்கு பாத்திருக்குற பொண்ண நாளைக்கு நிச்சயம் பன்றோம்.. சரியா..!?

அம்மா அப்பாக்கிட்ட சொல்லிட்டோம் வந்துருங்கன்னு.. நீ நாளைக்கு வேகமா இங்க வந்துரு உனக்கு வேலை இருக்கு, கார்த்திய கிளப்பி அழகா கூட்டி வரனும் என சிரித்தவாறு பாலாவிடம் சொல்ல எதுவும் பேச முடியாமல் பாவமாய் அவர்கள் முகத்தையே பாலா பார்க்க,

எரிச்சலானவனாய் அங்கிருந்த சேரை ஓங்கி எத்தி தள்ளிவிட்டு விறுவிறுவென மேலேறி போனான் கார்த்திக். அவன் போகவும் அவன் பின்னால் பாலா போக அங்கு சுவற்றில் கோபமாய் விடாமல் உள்ளுக்குள் எழுந்த

ஆத்திரத்தை தணிக்க ஓங்கி குத்திக்கொண்டிருந்தான் கார்த்திக்.

டேய் டேய் என்னடா பன்ற என வேகமாய் போய் அவனை தடுத்த பாலா, ஏன்டா இப்டி? இங்க பார்டா பேந்து ரத்தம் வருது என அவன் கையை பார்த்து கடிய..

இவிங்கள பார்த்தியா.. என்னா வேகமா வேலை பார்த்திருக்காங்கே...?? என்று தனது அம்மா அப்பா மேல் கோபமான கார்த்திக், இவ வேற எங்க போயி தொலைஞ்சா.. போன் மயிரையும் எடுக்க மாட்றா.. என கத்தியவன் அங்கிருந்த பூந்தொட்டியை தூக்கி பிரியா வீட்டில் எரிந்தான் ஆத்திரமாக...

பாலாவிற்கும் என்ன செய்ய என்று தெரியவில்லை... கார்த்தியின் வீட்டில் இவ்வளவு வேகமாய் இருப்பார்கள் என்று அவன் நினைக்கவேயில்லை.. அவர்களிடம் எடுத்து பேச இயலாமலும் போக... என்ன செய்யலாம் என்று எதுவும் தெரியாமல் இருந்தவனுக்கு ஏதோ தோன்றவும் அதை கார்த்தியிடம் சொன்னான்.

அவன் சொன்னதை கேட்டு அவனை முதலில் யோசனையாய் பார்த்த கார்த்திக்.. அவன் இதுதான் கரெக்ட்டா இருக்கும் என்று அழுத்தி சொல்லவும் சரி என்பதாய் அவன் சொன்ன முடிவுக்கு வந்தான்.

மறுநாள் மாலை கார்த்தியின் வீட்டில் இருந்து சில சொந்தங்களுடன் வாடகை "வேன்" மூலம் மீனாட்சியம்மன் கோவிலுக்கு கிளம்பினர்..

வேனில் அமர்ந்திருந்த கார்த்திக் உர்ரென்றே இருக்க.. அவனிடம் மாப்ள உர்ருன்னு இல்லாம சிரிடா.. பொண்ணு வேணாம்னு சொல்லிர போது என்று சிவா கேலியாய் சொல்ல..

அப்படி நடந்தா சந்தோசம் என நினைத்தவன் மேலும் உர்ரென்றே இருந்தான்.

கோவிலுக்கு வந்த சிறிது நேரத்தில் தன் அருகில் அமர்ந்திருந்த பாலாவிடம் என்னடா மச்சி என கார்த்திக் கேட்க..?

அங்கு விரிக்கப்பட்டிருந்த ஜமுக்காலத்தில் அமர்ந்து பேசியபடி இருந்த பெருசுகள், பெண்கள் மூலம் பொண்ணு எங்க இருக்கு என்று தெரிந்து கொண்ட பாலா,

கார்த்தியிடம் வந்து பொண்ணு எங்கே இருக்கிறது என்பதை சொல்லவும் அவன் மட்டும் தெப்பத்தை நோக்கி போனான்.

அங்கு குளத்தின் அருகே போக.. அங்கு கீழ் படிக்கட்டில் தலை நிறைய மல்லிகை கொண்டு சடை தைத்து பட்டு புடவையில் குளத்தை வேடிக்கை பார்த்தவாறு இரு சிறுமிகளுடன் அமர்ந்திருந்தவளை கண்டதுமே அவள்தான் பெண்ணாக இருக்கும் என்று கண்டு கொண்டவனாய் பாலா சொன்னது போல் தான் காதலிக்கும் விஷயத்தை இவளிடம் சொல்லி கல்யாண ஏற்பாட்டை நிறுத்த சொல்லலாம் என எண்ணியவனாய் படியில் இறங்கினான்.

அவளுக்கு நான்கு படிகள் மேல் நின்றவாறு

பொண்ணு பேரு என்ன.? என்னமோல.!? என்று யோசித்தவாறு இருந்தவனுக்கு பெயர் ஞாபகம் வர "இமையா".. என்று அழைக்க...

அந்த பெண்ணின் அருகில் அமர்ந்திருந்த சிறுமி திரும்பி கார்த்தியை பார்த்து சிரித்தவள்.. கல்யாண பெண்ணிடம் ஏதோ சொல்ல அவள் அவளிடம் ஏதோ சொல்லவும் இரு சிறுமிகளும் அங்கிருந்து எழுந்து கார்த்தியை பார்த்து சிரித்தவாறு நகர்ந்தனர்...

இமையா உன்கிட்ட கொஞ்சம் பேசணும் என இவனை இன்னும் திரும்பி பார்க்காமல் அமர்ந்திருந்த பெண்ணிடம் கார்த்திக் சொல்ல,

உடனே அந்த பெண் இவனை பார்க்க எழு போகையில் இல்ல இமையா அப்படியே உட்காரு.. என்று அவளது முகத்தை பார்த்து பேச சங்கடப்பட்டவனாய் சொல்லிவிட்டு பின் மெதுவாய் பேச ஆரம்பித்தான் கார்த்திக்,

இமையா நான் ஒரு பொண்ண லவ் பண்றேன்... ரெண்டு பேரும் உயிருக்கு உயிரா காதலிக்கிறோம்... அவளை தவிர வேற யாரையும் என்னால நினைச்சு கூட பார்க்க முடியாது... எங்க வீட்ல சொன்னா இத புரிஞ்சுக்க மாட்றாங்க.. அவுங்களுக்கு என்னைய விட அவுங்க கவுரவமும் ஜாதியும்தான் முக்கியமா போச்சு.. அதுனாலதான் அவசரமா இப்ப என்னை உனக்கு நிச்சயம் பன்றாங்க...

ப்ளீஸ் இமையா இந்த நிச்சயம் வேணாம்னு உங்க வீட்ல பேசு.. இத நானே வேணாம்னு தூக்கிப்போட்டு போக முடியும்.. ஆனா எங்க அம்மா அப்பாவையும் சரி வேற யாரையுமே சரி எந்த விதத்துலயும் கஷ்டப்படுத்த கூடாதுன்னு நெனைக்கிறேன்.. ப்ளீஸ் இமையா.. என்ன செய்யனே தெரியாத கோழையா இருக்கேன்.. ப்ளீஸ் வேணாம்னு சொல்லிறு.. என்ன பிடிக்கலைன்னு சொல்லிரு.. ப்ளீஸ் இமையா...

என் காதல் முழுசா ஜெய்க்கிறதுக்கு கேக்குறேன்.. ப்ளீஸ் இந்த நிச்சயம் இப்ப நின்னுச்சுனா எப்படியும் எங்க அம்மா அப்பாக்கிட்ட பேசி என் பிரியாவை நான் கல்யாணம் பண்ணிக்குவேன் ப்ளீஸ் இமையா.. அவ இல்லைன்னா நான் இல்லை ப்ளீஸ் என கலங்கியவாறு முதுகு காட்டி அமர்ந்திருந்தவளை பார்த்து கார்த்திக் கெஞ்ச, அவள் உடல்

குலுங்குவது போல் தெரியவும் அழுகிறாளா என நினைத்தவன் பதறி ப்ளீஸ் இமையா என கெஞ்ச....

அப்போது, ஏய் எங்க அண்ணன்ண என்னடி ரொம்ப அழ வச்சிக்கிட்டு இருக்க?? என கேட்டவாறு கார்த்திக்கின் அருகில் வந்து நின்றாள் ஸ்வேதா.

குரல் வரவும் திரும்பிய கார்த்திக் அங்கு ஸ்வேதாவை காணவும் ஆச்சரியமானவன் ஸ்வேதா நீ எங்க இங்க என்று புரியாதவனாய் கேட்க? அவனுக்கு சிரிப்பை பதிலாய் தந்த ஸ்வேதா..

ஏய் திரும்புடி என அதட்டலாய் சொல்லவும் பட்டென கீழ் படியில் நின்றிருந்த பெண் திரும்பி முகத்தை காட்டவும் அதிர்ச்சியாகிப் போனான் கார்த்திக்.. அதைத்தாண்டி அவன் முகத்தில் புன்னகை பூக்க,

பி..ரியா.. பிரியா.. நீ இங்க.. இங்க.. எப்டி என்று சிறிது சிறிதாய் பேசினான்...

உங்கண்ணன யார் அழ வைக்கிறா... உங்கண்ணன்தான் இத்தனை நாள் நம்ம எல்லாரையும் அழ வச்சிட்டான்.. எங்கம்மாப்பா இப்படி அப்டின்னு என்று கோபமாய் சொல்லியவாறே படியேறி அவர்களிடத்தில் வந்த பிரியா..

பார்ரு.. நிச்சயம் வேணாம்ன்னு சொல்ல வந்தவன் மாதிரியா வந்துருக்கான் உங்கண்ணே.. நல்லா மாப்ள மாதிரி கிளம்பி வந்துருக்கான் என கேலியாய் பிரியா சொல்ல,

ஒன்றும் புரியாதவனாய் நின்றிருந்த கார்த்திக், ஹேய்.. பிரியா எங்கம்மா உன்ன அடுச்சிட்டாங்கன்னு... என ஏதோ கேட்க வர,

என் மருமகள நான் அடிப்பேன் உனக்கென்னடா? அடிச்சதுக்கு அவளே ஒன்னும் சொல்லல நீ என்னமோ

கேக்க வர.. என அப்போது அங்கு வந்த அவன் அம்மா தேவி சொல்லியவாறு பிரியாவின் கண்ணத்தை கிள்ளி முத்தம் கொஞ்ச,

அவர்களை நம்ப முடியாதவனாய் பார்த்த கார்த்திக்கிற்கு ஒன்றும் புரியாமல் லேசாய் தலை சுற்றுவது போல் ஆனது.

இங்க என்ன நடக்குது என குழம்பிப்போனவனாய் கார்த்திக் வாய்விட்டு கேட்க? அங்கிருந்த மற்ற மூவரும் அவனை பார்த்து லேசாய் சிரித்தனர்...

பின், ஆமா அன்னைக்கு தேவியத்தை என்ன அடுச்சாங்க.. என பிரியா சொல்ல ஆரம்பித்தாள்..

தேவி அறைந்ததில் கண்ணம் திகுதிகுவென எரிய கண்ணில் நீருடன் கண்ணத்தை தாங்கியபடி பிரியா நின்றிருக்க..

அங்கு வந்த கவியை தூக்கிக்கொண்டு உள்ளே போயி திவ்யாவை அழைத்து அவளிடம் கொடுத்துவிட்டு பிரியாவிடம் வந்த தேவி..

என்னடி பேசுற? ஜாதி ஜாதின்னு! படுச்சவதான? இப்படி பேசுற..!?

நாங்க ஜாதினாலதான் என் தங்கச்சியை ஒதுக்கி வச்சி இருக்கோம்ன்னு சொல்ற எல்லாம் தெரிஞ்சவ மாதிரி..?

அவளா ஓடிட்டா, எங்கள விட்டுட்டு அவளா ஓடிட்டா.. நாங்க யாரும் வேணாம்ன்னு அவளா ஓடிட்டா.. நாங்க ஒதுக்கலடி அவள என சொல்லி கலங்கியவர்..

இத்தனை வருசமா அவள நெனச்சு அழாத நாளே இல்லடி.. எதுவும் சொல்லாம கொள்ளாம ஓடிட்டா.. அவள காணாமேன்னு பதறியடுச்சு நாங்க மொத்த குடும்பமும் தேடுனா.. எங்கப்போனானே தெரியலை.. மறுநாள்

காலையில தான் அவ ஒருத்தர் கூட கல்யாணம் பண்ணிக்கிட்டு ஓடி போய்ட்டா அப்டின்னு தெரிஞ்சுச்சு...

அவள பார்த்த ஆளு சொன்ன இடத்துக்கு போயி பார்த்து அங்க தேடியும் அவள காணோம்...
சரி எப்படியும் வீட்டுக்கு வருவானு பார்த்திருந்தா ரெண்டு நாள் ஆகியும் அவ வரவேயில்லை...

பெத்தவங்களையும் சொந்தங்களையும் வேண்டாம்ன்னு எப்படி மனசு வந்து போனாளோன்னு தெரியலை..

எங்க வீட்டுக்காரரும் அடுத்து அவளை தேட வேணாம்னு சொல்லிட்டாரு...,

இங்க சந்தோசமா இருக்க முடியாதுன்னு நெனச்சுதான நம்மள விட்டு ஓடி போயி நம்மக்கிட்ட வராம கூட போயிருக்கா, அங்க எங்கயோ அவ சந்தோசமா இருக்கான்னா இருக்கட்டும்.. போயி அவள தேடி கூட்டுவந்து அவ சந்தோஷத்தை ஏன் கெடுக்கணும்.. நல்லாயிருக்கட்டும் அவ.. அவ எப்ப இங்க வந்தாளும் நம்ம சந்தோசமா ஏத்துக்குவோம் அப்டின்னு அவரு சொல்லவும் எங்கம்மா எங்கப்பா நான் எல்லாரும் கேட்டுக்கிட்டோம் மனசு முழுசும் வலியோட....

இதுனாலதாண்டி அவள தேடாம இருக்கோம் நீ சொன்ன ஜாதி பார்த்து இல்லை..

ஆனா தினமும் அவள நினைச்சு கவலை பட்டுக்கிட்டு இருக்கோம்.. எங்கம்மா அப்பா எவ்வளவு வேதனை பட்டுருப்பாங்க.. மக இப்படி பண்ணிட்டாளேன்னு நொந்துபோயி.. அவ எப்படி எங்க இருக்காளோன்னு நினைச்சு நினைச்சே இறந்து போய்ட்டாங்க..

அவ இப்படி ஒருத்தரை காதலிக்கிறேன், அவரை கல்யாணம் பன்னி வைங்கன்னு சொல்லிருந்தா நிச்சயம் சரின்னு சொல்லி பன்னி வச்சிருப்போம்... எடுத்தோன மொத என்ன இப்படின்னு பயப்படாதான் செய்வோம்..

அவுங்க காதல் உண்மை, நல்ல குடும்பம் அப்படின்னா கண்டிப்பா ஒத்துக்குவோம்.. நீ சொன்னியே ஜாதின்னு அத பார்த்து நிச்சயம் மாட்டோம்லாம் சொல்லியிருக்க மாட்டோம்..

இப்படி எதுவும் பண்ணாம அவ பாட்டுக்கு ஓடி போய்ட்டா... என் பிள்ளைகளும் இப்படி எதும் தப்பா முடிவு பன்னி போயிர கூடாதுன்னுதான் கண்டிப்போட, கட்டுப்பாடோட வளர்த்தோம்.. கார்த்தி வெளியூர் போயி படிக்க அனுப்பவே நான் பயந்தேன், வேணாம்னு சொன்னேன் இந்த மாதிரி ஏதும் தப்பு பன்னிற கூடாதுன்னு...

உங்க சித்தி மாதிரி பன்னக்கூடாதுன்னுதான் சொல்லிருக்கோமே தவிர ஜாதிதான் முக்கியம் கவுரவம்தான் முக்கியம் அப்டின்னு ஒருநாளும் என் பிள்ளைகளுக்கு சொன்னதில்லை...

பெத்தவங்களை எப்படி இப்படி நினைக்கிறீங்க.. இந்த சினிமாவ பார்த்துட்டுத்தான...

இந்த சினிமா படத்துல அப்பா அம்மா அண்ணன் தம்பி எல்லாரையும் பெரிய கொடுமை காரங்களா, கொடூரமானவங்களா கதைக்காண்டி காட்றாங்களே அத பார்த்துட்டு தான.. நீ கூட எங்களை அப்படி நெனச்சுக்கிட்டுதான இப்ப என்கிட்ட அப்படி பேசுற... எப்படி உங்க அம்மா அப்பா சினிமால காட்ற அம்மா அப்பாவா ஆகுவாங்க.. அவுங்கள மாதிரிதான் இவுங்களும் இருப்பாங்க அப்டின்னு நீங்களா தப்பா முடிவு எடுத்து தப்பு

பன்னிடுறீங்க... போடி பெத்தவங்களுக்குத்தான் தெரியும் பிள்ளைகளை நெனச்சு மனசு வேதனை படுறது...

அசால்ட்டா சொல்லிட்ட, ஜாதி வெறி பிடுச்சு தங்கச்சிய ஒதுக்கி வச்சிருக்கோம்ன்னு அப்படி பன்ற கல் நெஞ்சக்காரி மாதிரியாடி தெரியுது என்ன பார்த்தா என விம்மி வெடித்தார் தேவி..

தேவி சொல்வதையே ஈரமான விழிகளுடன் கேட்டபடி இருந்த பிரியா, தேவி அழவும் அவரை வேகமாய் நெருங்கி அணைத்துக்கொண்டவள்..

சாரி.. ஆண்ட்டி.. நான்தான் என்னன்னு தெரியாம உங்கள தப்பா நெனச்சு இப்படி பேசிட்டேன்.. மன்னிச்சிருங்க ஆண்ட்டி என சொல்லி பிரியாவும் கேவ இருவரும் கண்ணீருடன் கட்டிக்கொண்டு நின்றனர்...

ஆண்ட்டி சாரி ஆண்ட்டி.. கார்த்திதான் எங்கம்மா அப்பா லவ்வுக்கெல்லாம் ஒத்துக்க மாட்டாங்க கேஸ்ட் பார்ப்பாங்கன்னு சொன்னாரு.. அதுவுமில்லாம ஸ்வேதாவும் அப்படிதான் சொல்லிருந்துச்சு நீங்க ஜாதி பார்த்துதான் அவுங்க அம்மாவை ஒதுக்கி வச்சிருக்கீங்கன்னு என கண்ணீருடனே பிரியா சொல்ல..

அணைப்புடனேயே கார்த்தி அப்படியா சொல்லிருக்கான் எங்களை என கேட்டுவிட்டு ஸ்வேதாவா.. அது யார் என்பதாய் பிரியாவை பார்த்தார் தேவி...

ம்ம் ஸ்வேதாதான்.. உங்க தங்கச்சியோட மகள்..!!! கார்த்தியோட காலேஜ்ல படுச்சாங்கல.. திவ்யாக்கா கல்யாணத்துக்கு கூட வந்தாங்க என பிரியா சொல்ல,

யார் என சிந்தனையாகவே நின்றார் தேவி. இவர்கள் அழுகாட்சியை வேடிக்கை பார்த்தவாறு தானும் கலங்கியவாறு அங்கு நின்றிருந்த திவ்யா..

எம்மா அந்த பொண்ணும்மா என ஏதோ சொல்லி தன் அம்மாவிற்கு ஞாபக படுத்த..

ஸ்வேதாவின் முகம் ஞாபகம் வந்தவராய் சிறிது முகம் மலர்ந்தார் தேவி..

அன்று கல்யாணத்தில் பார்த்த போது கூட ஸ்வேதாவின் முகம் தன் தங்கையை நினைவூட்ட மனது ஏதோ சொல்லியது நினைவுக்கு வர..

அன்னைக்கே அந்தப் பொண்ண பார்த்தப்பவே எனக்கு தோணுச்சு.. என்ற தேவி கார்த்திக்கு தெரியுமா ஸ்வேதா அவன் சித்தி மகன்னு என்று கேட்க..?

இல்லை கார்த்திக்கு தெரியாது என்று தலையாட்டிய பிரியா.. ஸ்வேதா தன்னிடம் சொன்னது அனைத்தையும் சொல்லவும்,

அப்ப எல்லாருமே எங்களை தப்பா புரிஞ்சுகிட்டுதான் இப்படி இருக்கீங்க என சொல்லி தேவி விசும்ப..

சாரி ஆண்ட்டி.. கார்த்தியும் ஸ்வேதாவும் சொன்னதை வச்சுதான் நான் உங்கள தப்பா நெனச்சுக்கிட்டேன் என பாவமாய் பிரியா சொல்ல..

இந்த கார்த்தி பயலுக்கு இருக்கு.. எங்களை பத்தி இப்படியா சொல்லி வச்சிருக்கான் எல்லார்கிட்டையும்.., எல்லாரும் இந்த சினிமால காட்றத பார்த்து நம்பி கெட்டுப் போயிருக்கீங்க.. பெத்தவங்க வேணாம்ன்னு எதும் சொன்னா உடனே அது ஜாதி பார்த்துதான் வேணாம்ன்னு சொல்றாங்கன்னு எண்ணம்.. என்ன??? என்று சிறிது அதட்டலாய் சொன்னவர்.. வரட்டும் அவனுக்கு இருக்கு என தேவி சொல்ல...

அவளை அணைத்திருந்த பிரியா.. சாரி ஆண்ட்டி என்ன மனிச்சிருங்க என சொல்ல.. பட்டென உன்ன மன்னிக்க முடியாதுடி என்றார் தேவி உடனே நிமிர்ந்து அவரை பாவம்போல் பிரியா பார்க்க..

அத்தைன்னு சொல்லுடி அப்பத்தான் இந்த மன்னிப்புலாம் என லேசாய் சிரித்தவாறு தேவி சொல்லவும்.. அத்தை என ஆனந்தமாய் அழைத்தபடி இறுக்கி அணைத்து கொண்டாள் பிரியா.

அப்போது வேலைக்கு போயிருந்த சங்கரமூர்த்தி வேலையை முடித்துவிட்டு உள்ளே வந்தவர் இவர்களை பார்த்துவிட்டு என்ன என கேட்க தேவி நடந்தது அனைத்தையும் சொல்ல கேட்டவர்.. பிரியா தன் மருமகள் எனவும் முகம் மலர மகிழ்ந்தவர் பிரியாவின் தலையை தடவி கொடுத்தவர்... இந்த பய ஏன் நம்மள இப்படி நினைச்சிருக்கான் என்று கேட்க...?

என்னமோ அப்படி நினைச்சிருக்கான், அவனை சும்மா லேசா விடக்கூடாதுங்க என தேவி சொல்லயிலேயே குறுக்கிட்ட திவ்யா..

எம்மா.. இப்படி பன்னுவோம் என லவ்வ ஒத்துக்க மாட்டோம்னு சொல்லி வேற பொண்ணோட நிச்சயதார்த்தம் பன்னுற மாதிரி எற்பாடு பன்னுவோம் என சொல்ல அனைவரும் லேசான சிரிப்புடன் சரி என்பதாய் இப்படியே பன்னுவோம் என ஒத்துக்கொள்ள..

ஏய் திவ்யா சும்மா இருடி... பாவம் கார்த்தி ரொம்ப பீல் பன்னுவான் என சிவா சொல்ல..

நீங்க சும்மா இருங்க அவனுக்கெல்லாம் இப்படித்தான் பன்னனும்.. நீங்க சொதப்பாமா இருங்க.. நீங்க அவன் கூட பேசாம இருங்க அது போதும்.. என திவ்யா சொல்லவும்..

ஸ்வேதாவை பற்றி பிரியாவிடம் விசாரித்து சரி நாளை காலை கிளம்பி அங்கு ஸ்வேதா வீட்ற்கு போகலாம் என்று முடிவெடுத்திருந்தனர் அனைவரும்.

அங்கிருந்து கிளம்பி பிரியாவுடன் அவள் வீட்டிற்கு வந்த தேவி அவர்களிடம் நடந்ததை சொல்லி அடுத்து முறைப்படி என்ன செய்யலாம் என பேச... தனது அறைக்கு சென்றாள் பிரியா.

கடந்த வருடங்களில் நல்ல தோழியாகிப்போன ஸ்வேதாவிற்கு போன் அடித்த பிரியா அவள் எடுக்கவும்,

நாளைக்கு கோயம்புத்தூர்க்கு வரேன் அங்க ஒரு பங்சன் இருக்கு என்றவள், அப்படியே காலையில அங்க வீட்டுக்கு வரேன் வீட்லயே இரு என சொல்ல...

ம்ம் வாங்க வாங்க.. மேடம்க்காக லீவ் போட்டு வீட்லயே இருக்கேன் என மகிழ்ச்சியாய் சொல்லிவிட்டு போனை வைத்தாள் ஸ்வேதா.

பிரியாவை கார்த்திக் வீட்டில் ஏற்றுக்கொண்டால் தானும் கார்த்திக் குடும்பத்துடன் இணைந்து விடலாம், இழந்த சொந்தங்கள் கிடைத்து விடும் என்று நினைத்து பிரியாவின் மேல் அதீத அன்பாய் இருந்தாள் ஸ்வேதா, அதைத்தவிர பிரியாவின் குணமும் அவள் மேல் அன்பை செலுத்த காரணாமாயிருந்தது.

பிரியா வருகிறாள் என்று ஆபிஸ்ஸிற்கு லீவ் போட்டிருந்த ஸ்வேதா டிவி முன் அமர்ந்து படம் பார்த்தபடி சாப்பிட்டு கொண்டிருந்தாள்... அப்போது வீட்டின் காலிங் பெல் சத்தம் கேட்கவும் பிரியாதான் வந்துவிட்டாள் என சந்தோசமாய் எழ போனவளை அவள் அம்மா அபிராமி தடுத்து

சாப்பிடையில எந்திரிக்க கூடாது என சொல்லிவிட்டு பிரியாதான வந்திருக்கா நான் போயி கதவை திறக்கிறேன் என சொல்லி வாசல் நோக்கி போனார்...

மலர்ந்த முகமாய் கதவை திறந்த அபிராமவள்ளி வாசலில் நிற்பவர்களை பார்த்து அப்படியே பனி சிலையாக உறைந்து போய் நின்றாள்...

வாசலில் நின்ற தேவி, சங்கரமூர்த்தியை கண்டவுடன் திகைப்புடன் சிலையாக நின்றவரின் கண்ணில் இருந்து கண்ணீர் சுரந்து கரகரவென கொட்டியது...

மூக்கு விடைத்து.. கைகால்கள் நடுங்கி நெஞ்சு படபடவென அடித்துக்கொள்ள கண்ணீருடன் நின்றிருந்த தனது தங்கையை காணவும் தேவிக்கும் கண்கள் கசிய அபி என்று அழைக்க

அடுத்த நொடி அக்கா என்ற கேவலுடன் தாயைத்தேடி வரும் கன்றைப் போல தாவி ஓடி வந்து தேவியின் முன் மண்டியிட்டு அவரை கட்டிக்கொண்டு அக்கா.. அக்கா.. என கேவ தேவியும் மடிந்து அமர்ந்து அபிராமியை கட்டிக்கொண்டு கதறலாய் அழ ஆரம்பித்தார்...

ஏண்டி.. இப்படி பண்ண..? இத்தனை வருசமா எங்களை பார்க்கணும்னு தோணலைல.. என்று அழுகையாக தேவி கேட்க..?

மன்னிச்சிருக்கா.. என்ன மன்னிச்சிருக்கா என தேம்பிய அபிராமி நீங்களாம் என்ன ஏத்துக்க மாட்டீங்க எங்கள பிருச்சிருவீங்கன்னுதான்க்கா.. இப்படி என கேவினார்..

எங்கக்கிட்ட சொன்னியாடி.., நீயா என்னமோ நினைச்சு இப்படி பன்னிட்டியேடி என்று தேவி கண்ணீருடன் சொல்ல..

மன்னிச்சிருக்கா என்னை... நளினி லவ் பன்றேன்னு சொன்னப்ப அவ லவ் பன்ற பையன மிரட்டி அனுப்பி வேற கல்யாணம் பண்ணி வச்சுட்டாங்கள பெரிய மாமா வீட்ல அதான்க்கா.. அப்படி என்னையும் பிரிச்சிருவீங்கன்னு சொல்லி அழ...

போடி பைத்தியக்காரி.. என கட்டிக்கொண்டு ஆழ அவர்களை சுற்றி நின்ற ஸ்வேதா , திவ்யா, சிவா, சத்தியமூர்த்தி, பிரியா என அனைவரும் கலங்கினர்..

பின் ஸ்வேதாவை கட்டி கொண்ட தேவி.. உனக்கு தெரிஞ்சப்ப நீ கூட வரலைல பெரியம்மான்னு சொல்லிட்டு என அன்பாய் ஸ்வேதாவின் தலையை தடவியபடி தேவி கேட்க...?

சாரி பெரியம்மா சாரி என அவரை அணைத்தபடியே கலங்கினாள் ஸ்வேதா...

அங்கு ஒரு அன்பான சங்கமம் நடந்தேறியது அந்த அன்பை வார்த்தைகளால் சொல்லி தீர முடியாது.

பின் அனைவரும் அழுகையுடனும் சிரிப்புடனும் பேசிக்கொண்டு கார்த்தியை பற்றி அனைத்தும் சொல்லி நாளை நிச்சயம் வச்சுக்கலாம் என சொல்லிவிட்டு அப்போதைக்கு ஸ்வேதாவையும் அவள் அம்மாவையும் அங்கு விட்டு அனைவரும் மதுரைக்கு கிளம்பினர்.

ஒரு தவறான புரிதலில் இத்தனை காலம் தன் சொந்தத்தை விடுத்து வேதனை பட்டு இருந்துருக்கோமே என நினைத்து இப்போதும் அபிராமி வேதனை பட...

விடும்மா இப்ப எல்லாரும் ஒன்னா ஆயிட்டோம்ல என்று அணைத்துக்கொள்ள அவரும் அணைத்துக்கொண்டார் தன் மகளை.

இப்ப எல்லாம் புரிஞ்சதா என்ன நடக்குதுன்னு தெரிஞ்சிருச்சா சாருக்கு என மொத்த கதையையும் பிரியா சொல்லி முடிக்க,

தலை சுற்றியவனாய் தடுமாறினான் கார்த்திக் உடனே அவன் பக்கத்தில் நின்ற பிரியா அவனை பிடித்துக்கொண்டாள்.

அடுத்தடுத்து ஆனந்தமும் அதிர்ச்சியும் மனதை நிறைக்க தடுமாறிய கார்த்திக் நிதானித்து..

ஸ்வேதா என அழைத்து அவளை தன் தோளோடு அணைத்து கொண்டான்.

ஸ்வேதாவும் ஆனந்தமாய் சிறு கண்ணீருடன் அவனுடன் சாய்ந்து நிற்க..

அவனது முதுகில் இரண்டு அடி போட்ட தேவி எங்கள பத்தி எப்படி நெனச்சிருக்க... இன்னைக்கு வீட்டுக்கு வா உனக்கு இருக்கு என்று விட்டு நிச்சயதார்த்த வேலையை கவனிக்க அங்கிருந்து கிளம்பி போனார்...

கார்த்தியிடம் இருந்து விலகி நின்ற ஸ்வேதா..

சரி நானும் அங்க போறேன்.. நீங்க வாங்க.. இல்லைனா இங்கதான மொத மொத பார்த்தோம்ன்னு சொல்லிட்டு மொதல்ல இருந்து கதை பேச ஆரம்பிச்சிராதீங்க என விளையாட்டாய் சிரித்தபடி சொல்லிவிட்டு அவளும் கிளம்பினாள்...

ஸ்வேதா சொன்னது போல் முதன் முதலில் இங்குதானே இருவரும் பார்த்துக்கொண்டது அன்று போல் இன்றும் ஒருவர் கையை ஒருவர் பிடித்தபடி அன்றைய நினைவில் இருவரும் மலர்ந்தவர்களாய் அங்கு தெப்பத்தின் படியில் அமர்ந்திருந்தனர்.

பிரியா கார்த்தியிடம் ஏதோ சொல்லி பேசி கொண்டிருக்க அதை ஏதும் கவனித்து காதில் வாங்கிக்கொள்ளாதவனாய் அந்த அடர் பச்சை பட்டு சேலையில் தலையில் மல்லிகை சரம் சூடி காதில் தொங்கிய பெரிய ஜிமிக்கிகள் ஆட பேசிக் கொண்டிருந்த தனது தேவதையின் அழகையே ரசித்து கொண்டிருந்தவன்...

ஏய் பிரியா இந்த சேலையில சும்மா சூப்பரா... இருக்கடி. என அவள் காதருகில் குனிந்து மெல்லமாய் சொல்ல,

அவனிடம் ஏதோ சொல்லிக்கொண்டிருந்தவளுக்கு அவன் காதில் கிசுகிசுப்பான குரலில் பேசவும் உடல் கூசி சிலிர்த்தவள் சிவந்தவளாய் அவனை பார்த்தாள்.

ஏய் பிரியா இப்படியெல்லாம் பார்க்காதடி எனக்கு என்னென்னமோ தோணுது என ஏதோ குரலில் அவள் இதழ்களை பார்த்தபடி கார்த்திக் சொல்ல,

அவனது பார்வையும் குரலும் மீண்டும் அவளை ஏதோ செய்ய, சும்மா இருக்கமாட்டியா நீ.. கோவில்ல இருக்கோம் என கண்களால் எச்சரிக்கை செய்தாள் பிரியா.

ம்ம்.., அதான் கோவிலா இருக்குறதாலதான் இப்படி. இல்லைன்னு வையி என்று கார்த்திக் தனது இதழை ஈரமாக்கியபடி குறும்பு பேச

ம்ம் கோவிலா இல்லைனா என்ன பண்ணிருப்பியாம் என அவனை தூண்டினாள் பிரியா...

உடனே அவளை தன் தோளோடு அணைத்தவன் அவள் காது மடலை நாவால் தீண்டியவாறு முத்தம் மொத்தம் பெட்ரூம் என ஏதோ கிசுகிசுப்பாய் சொல்ல.. ஏய்.. ச்சீய்

என்று வெட்கத்தில் சினுங்கியவள் அவனை விலக்கி நகர்ந்து அமர்ந்தாள்.

அப்போது அங்கு அவர்கள் அருகில்....

ஹே தேனு ட்ரெஸ்ஸ கொஞ்சம் தூக்கி பிடிக்க வேண்டிதான அதான் தட்டி விடுதுல என்று படிகளில் ஏறயில் தடுமாறிய தன் காதலியை பிடித்தவாறு அவளிடம் சொன்னவன் இங்க உட்காரு என்று சொல்லிவிட்டு படியில் அவள் அருகில் அமர்ந்தான் அவள் காதலன்...

தங்கள் அருகில் சற்று தள்ளி அமர்ந்த அந்த ஜோடிகளை மெல்லிய சிரிப்புடன் பார்த்த கார்த்திக் அந்த காதலனிடம்.. பாஸ்.. லவ்வர்ஸா ரெண்டு பேரும் என கேட்ட்டான்..?

யாரு இவன் என கார்த்தியை வித்தியாசமாய் பார்த்த அந்த காதல் ஜோடிகள் இவனும் ஜோடியாக இருப்பதை பார்த்துவிட்டு ஆம் என்பதாய் அவர்கள் தலையசைத்தனர்,

உடனே, நீங்க லவ் பன்றது வீட்டுக்கு தெரியுமா என கார்த்திக் கேட்க..? இப்போது சற்று பதட்டமானவர்கள் இல்லை என சொல்லவும்,

பாஸ்.. பயப்படாதீங்க லவ் பன்றது தப்பு இல்லை.. தப்பே இல்லை... அதை வீட்ல சொல்லாம இருக்கிறதுதான் தப்பு... அதுனால மொத வீட்ல சொல்லுங்க என கார்த்திக் சிரித்த முகமாய் சொல்ல, அவர்கள் சரி என்பதாய் தலையசைக்கவும்,

நீ வா என அவனை அங்கிருந்து இழுத்து வந்த பிரியா.. இவரு அப்படியே பயப்படாதவரு அவுங்கள பயப்படாம வீட்ல சொல்லுங்கன்னு சொல்லுறாரு என கிண்டலாய் சொல்ல...

ஏய்.. நான் தெரியாம புரியாம பன்னிட்டேன்.. என்ன மாதிரி அவுங்க பண்ண கூடாதுன்னுதாண்டி சொல்றேன் என கார்த்திக் சொல்லவும்... சரி சரி சொல்லிட்டயில வீட்ல சொல்லிருவாங்க, வா போவோம் என சொல்லி இருவரும் அங்கு நிச்சயதார்த்தம் நடக்க ஏற்பாடு செய்யப்பட்டிருந்த இடத்திற்கு வந்தனர்.

அங்கு கார்த்திக் தனது சித்தி அபிராமியிடம் போக அவனை அன்பாய் அணைத்துக்கொண்டு பாசம் பொழிந்தார்...

அப்போது மச்சி என அழைத்தபடி ரேவதியுடன் பாலா அங்கு வர ஆச்சரியமான கார்த்திக் என்ன மச்சி.. ரேவதி இங்க என கேட்க ஸ்வேதாதான் வரும்போது ரேவதியையும் அழைத்து வந்திருக்கிறாள் என சொன்னவன் மச்சி எங்க வீட்லயும் எங்க காதலை சொல்லிட்டோம் மச்சி ஏத்துகிட்டாங்க என மகிழ்ச்சியாய் சொல்ல ஆனந்தமானான் கார்த்திக்.

பின் சிறிது அலங்காரத்துடன் பிரியாவை அங்கு அழைத்து வர கார்த்தியின் உறவுக்கூட்டம் அனைத்தும் பிரியாவின் அழகை மெச்ச.. இருவரின் குடும்பங்களும் உறவுகளும் சூழ காதல் ஜோடி கார்த்திக் பிரியா இருவருக்கும் பல மனங்கள் சம்மதத்தோடு திருமணம் நிச்சயிக்க பட்டது.

கார்த்திக் பிரியா அருகருகே நிற்க அவர்களுடன் சங்கரமூர்த்தி, தேவி தம்பதியினர், சக்திவேல் சுந்தரி தம்பதியினர், சிவா திவ்யா, குணா செல்வி, அபிராமவள்ளி அவர் கணவர் ஸ்வேதா, பாலா ரேவதி என குடும்பமாய் அந்த ஆனந்தமான தருணத்தை புகைப்படமாக பிடித்துக்கொண்டனர்.

இருவரும் காதலர்களாய் ஜெயித்து இதோ தங்கள் குடும்பத்தின் சம்மதத்தோடு திருமணம் செய்து கொள்ள நிச்சயமாகி தங்கள் காதலையும் வெற்றி பெற செய்துவிட்டனர்.

நிச்சயம் இதுவே "காதலர்களின் வெற்றியும்" அவர்கள் "காதலுக்கான வெற்றியும்"

நாம் வாழும் நமது சமுதாயத்தில் காதல் அங்கீகரிக்கப்பட்டு!! அலங்கரிக்கப்பட!!! வேண்டுமாயின் காதலர்கள் நீங்கள் எப்படியும் திருமணம் செய்து கொள்வதில் இல்லை உங்கள் காதலை வீட்டில் சொல்லி அவர்கள் துணையோடு உங்கள் இணையோடு சேர்வதில் இருக்கிறது...

இது நடக்க இச்சமூகம் மலரும்! வளரும்! இங்கு காதல் போற்றப்படும்..!!!

பெற்றோர்களும் தங்கள் பிள்ளைகள் தங்களிடம் எதையும் பயந்து மறைக்காதவாறு அவர்களுடன் பழகுங்கள் நல்லதை சொல்லி கொடுங்கள் அவர்களுக்கு பிடித்த வாழ்க்கையை அமைத்து கொடுத்து மகிழுங்கள்.

ஒருவரை பார்த்து ஒருவர் என ஓர் சமூகமாய் பழகிக்கொண்டதுதான் நம் பழக்க வழக்கங்களும் பண்பாடும். அதுபோலவே இங்கு இந்த காதலும், பெற்றோர்களால் ஏற்று நடத்தப்படும் காதல் திருமணங்களும் பழக்கப்பட்டு பண்பாடாக்கப்படும்.

காதல் ஒன்றும் குற்றம் இல்லை!!

பெற்றோர் எதிர்க்க!! பெற்றோரிடம் மறைக்க!!

காதல் ஒன்றும் தவறு இல்லை

தன்பிள்ளை கொல்ல!! தற்கொலை செய்ய!!

காதல் ஒன்றும் பாவச்செயல் இல்லை!!

வெறுத்து ஒதுக்க!! விலகி செல்ல!!

காதல் ஒன்றும் இழிவு இல்லை

ஏற்க மறுக்க!! எதற்கென வெறுக்க!!

காதல் ஒன்றும் கலங்கம் இல்லை

கவலை கொள்ள!! கண்ணீர் சிந்த!!

பள்ளிக்கூடத்துல பாடம் நடத்தல
யாரும் மெனக்கெட்டு படிக்கல
எந்த கிழவியும் சொன்ன கதையில்ல
காட்டுல மேட்டுல காத்துல கலந்தது

உறவுக்கு இது தான் தலைமை
இதை உசுரா நினைக்கும் இளம
காதலே கடவுளின் ஆண
அவன் பூமிக்கு தொட்டுவச்ச சேன
கொடமாத்தி நடமாத்தி
அடி ஆத்தி இந்த வயசுல....

"சுபம்"

உலகையே உயிர்ப்புடன் வைத்திருக்கும் இந்த
"காதலை" கொண்டாடி தீருங்கள் தீர்ந்திடாது
கொண்டாடுங்கள்.

✍ **அருண்குமார் சேகர்**
(மதுரை)

*(கதையின் ஊடே வரும் திரைப்பட பாடல்கள் யாவும்
அந்த படைப்பாளிகளுக்கே உரித்தது, நான் ரசித்த
அவற்றை, அவர்களை கொண்டாடி தீர்க்கவே கதையின்
ஊடே பின்னியிருக்கிறேன்.)*

www.ingramcontent.com/pod-product-compliance
Lightning Source LLC
LaVergne TN
LVHW060606051026
849519LV00002B/507

* 9 7 8 9 3 5 5 3 3 1 8 1 6 *